INSIGHT PUBLICA

INSIGHT PUBLICA
Nadakkave, Kozhikode, Kerala
Tel:0495–4020666
www.insightpublica.com
e-mail: insightpublica@gmail.com
Vanaja
(Malayalam Stories)
V.S Anilkumar
First Edition: May 2015
Second Edition: Mar 2016

ISBN–978-93-82709-86-2
Printed and Published by
InsightinPublica Printers & Publishers Pvt Ltd.

വനജ

വി. എസ് അനിൽകുമാർ

INSIGHT PUBLICA

മുത്തശ്ശി പറയുന്നത് കേട്ടുകൊണ്ടിരിക്കുകയെന്നല്ലാതെ എന്തുചെയ്യാൻ?

''ഞാൻ വന്നത്...'' എന്ന് പറഞ്ഞുതുടങ്ങുമ്പോഴേക്കും അവർ ഇടയിൽക്കയറി പറഞ്ഞു:

''എനിക്കറിയാം, മോളേ. കഴിഞ്ഞ പത്തറുപത്തഞ്ച് കൊല്ലായി ഞാനൊന്നും പറയില്ലാന്ന് വെച്ചിട്ട്. ഞാനായിട്ടൊന്നും ആരും അറിയണ്ടാന്ന് കരുതി. ഈയടുത്ത് ചിലരൊക്കെ വന്നിരുന്നു. ഒര് ടി.വി.ചാനല് കാരൻ വന്നു. വ്യത്യസ്ത ജീവിതഗാഥകൾ എന്ന പരിപാടിക്കാത്രെ. ഞാനത് കണ്ടിട്ട്ണ്ടേ. പ്രാന്തന്മാര്ടേം പിച്ചക്കാര്ടേമൊക്കെ കഥകളാ അവൻ കാണിക്കുന്നതേ. അതിന്റെകൂട്ടത്തില് ഞാനും. അവനെ ഞാൻ ആട്ടി എറക്കീല്ല്യാന്നേള്ളൂ. വന്നോരെയൊന്നും എനിക്ക് പിടിച്ചില്ല. അതോണ്ട് ഒന്നും പറഞ്ഞില്ല.''

വയൽപ്പരപ്പിലൂടെ ഒരു തണുത്ത കാറ്റ് ഈ പൂമുഖത്തിണ്ണയിലൂടെ കടന്നു പോകുന്നുണ്ട്. ഞാനൊന്ന് കുളിർന്നുവിറച്ചു. ഒരു പക്ഷെ അതൊരു രോമാഞ്ചമായിരുന്നോ? എനിക്ക് തിരിച്ചറിയാനായില്ല.

''ഏതു പത്രത്തീന്നാ?'' വെൺമേഘങ്ങളായിത്തീർന്ന തലമുടി അഴിച്ചുകെട്ടുന്നതിനിടയിൽ അവർ ചോദിച്ചു.

''അങ്ങനെയൊന്നുമില്ല...'' ഞാൻ പറഞ്ഞു.

''ഫ്രീലാൻസ്ന്നല്ലേ പറയാ? മുൻപൊക്കെ വനിതാമാസികക്കാർക്കേ ഇങ്ങനത്തെ കഥകളൊക്കെ വേണന്നുണ്ടായിരുന്നുള്ളൂ. ഇപ്പൊ എല്ലാർക്കും വേണം. നമ്പൂരാരുടെ കഥകളൊക്കെ അച്ചടിച്ചു വന്നില്ലേ. അന്തർജനങ്ങളൊക്കെ അവര്ടെ കാര്യങ്ങൾ പറഞ്ഞല്ലേ? മോള് ചോദിച്ചോളൂ. എന്താ അറിയേണ്ടത്?'''

വീണ്ടുമൊരു കാറ്റ് അതിലൂടെ കടന്നുപോയി. മുറ്റത്തെ കരിയിലകൾ അനങ്ങുന്ന ഒച്ചകേട്ടു.

''മുത്തശ്ശിയുടെ കുട്ടിക്കാലം....'' ഞാൻ വിക്കി.

''അപ്പൊ തൊടക്കം മുതല് വേണംന്നർഥം, അല്ലേ? എന്തിനാ പറയാണ്ടിരിക്കുന്നേ. എല്ലാരും അവരവര്ടെ പഴയ കാര്യങ്ങളൊക്കെ ചിക്കിച്ചികഞ്ഞ് പറയണത് കേട്ടപ്പൊ വിചാരിച്ചതാ എനിക്കൂല്ല്യേ ചെലതൊക്കെ പറയാൻന്ന്. അതൊക്കെ ഞാനല്ലാണ്ട് ആരാ പറയാൻ....''

ഞാൻ മുത്തശ്ശിയേ നോക്കി. അവരിപ്പോൾ ഞാനടുള്ളത് അറിയുന്നില്ല എന്നാണ് എനിക്ക് തോന്നിയത്. അവനവനോടുതന്നെ പറയുന്ന ഒരു പറച്ചിലാകാം. ചിലപ്പോൾ സ്വകാര്യങ്ങൾ എല്ലാവരോടും പറയുന്ന വർത്തമാനമായി മാറാം.

''കുട്ടിക്കാലം....'' അവർ കണ്ണുകളടച്ചു. ഓർമയിൽ നിന്ന് വാരിയെടുക്കും പോലെ ഒരിടവേള കഴിഞ്ഞ് അവർ പറഞ്ഞുതുടങ്ങി: ''അമ്പലത്തില് മാല കെട്ടുന്നവരുടെ കുട്ടിക്കാലം. അതുപോലുള്ള എല്ലാവരുടെയും കുട്ടിക്കാലം..... ഒരു പോലെയാ, ഒരച്ചിലിട്ട് വാർത്തതുപോലെ. വ്യത്യാസമായി ഒന്നും പറയാനില്ല. എഴുത്തും വായനയും തുടങ്ങുമ്പോഴേക്കും അത് നിർത്താനുള്ള പ്രായമറിയിക്കും. മാസത്തിലൊരി

പെണ്ണുങ്ങളുടെ കഥകൾ

മലയാള ചെറുകഥാപ്രസ്ഥാനത്തിന്റെ മുൻനിരയിൽ നിൽക്കുന്ന വി.എസ് അനിൽകുമാറിന്റെ തെരഞ്ഞെടുത്ത സ്ത്രീപക്ഷ കഥകളുടെ സമാഹാരമാണ് 'വനജ.' ഇങ്ങനെ ഒരു സമാഹാരം- പെണ്ണുങ്ങളുടെ കഥകൾ- സമാഹരിക്കാൻ കഴിഞ്ഞതിൽ ഞങ്ങൾക്കാഹ്ലാദമുണ്ട്. മലയാളി ജീവിതത്തിന്റെ 'പകിട്ടും ചവിട്ടും' പകർത്തുന്ന മികച്ച കഥകളിൽ നിന്നാണ് സ്തീകളോ സ്ത്രീകളുടെ പ്രശ്നങ്ങളോ കേന്ദ്രമായിവരുന്ന കഥകൾ സമാഹരിച്ചത്. സ്ത്രീ ജീവിതത്തെ ഇത്രയും അവരോട് ചേർന്ന് നിന്ന് അവതരിപ്പിക്കുമ്പോൾ അത് പലപ്പോഴും വേദനാജനകവും രോഷാകുലവും വിമർശനപരവും ആയി മാറുന്നു. മാറിവരുന്ന ജീവിതത്തിന്റെ മനുഷ്യവിരുദ്ധതയെക്കുറിച്ചുള്ള ശക്തമായ ഓർമ്മപ്പെടുത്തലുകളായും പലകഥകളും മാറുന്നു.

സ്നേഹപൂർവ്വം ഈ സമാഹാരം പ്രസിദ്ധീകരിക്കാൻ അനുവാദം നൽകിയ എന്റെ പ്രിയ കഥാകൃത്ത് അനിയേട്ടന് നന്ദി.

സുമേഷ് ഇൻസൈറ്റ്

1958 മെയ് 29ന് ജനിച്ചു. അച്ഛൻ: എം.എൻ.വിജയൻ. അമ്മ: കെ.ശാരദ. ഭാര്യ: ടി.രത്നമ്മ(സാവിത്രി) തളിപ്പറമ്പ് സർസയ്യദ് കോളേജിൽ മലയാളം അദ്ധ്യാപികയാണ്.

ധർമ്മടം ഗവ. ബ്രണ്ണൻ കോളേജിൽ നിന്ന് 1978-ൽ ജന്തുശാസ്ത്രത്തിൽ ബിരുദവും 1980-ൽ മലയാളത്തിൽ ബിരുദാനന്തര ബിരുദവും. 1984-ൽ മദ്രാസ് സർവ്വകലാശാലയിൽ നിന്ന് മലയാളത്തിൽ എം.ഫിൽ ബിരുദം. 1988-വരെ എട്ടുവർഷക്കാലത്തോളം സമാന്തര കലാലയങ്ങളിൽ അധ്യാപകനായിരുന്നു. 1988 മുതൽ 2000 വരെ ചെന്നൈയിലെ മദ്രാസ് ക്രിസ്ത്യൻ കോളേജിൽ അധ്യാപകൻ. 2000 മുതൽ 2014 വരെ കണ്ണൂർ സർവ്വകലാശാലയിൽ ഡയറക്ടർ ഓഫ് സ്റ്റുഡന്റ് സർവ്വീസസ്സ്. കൂടാതെ നാഷണൽ സർവ്വീസ് സ്കീം കോഡിനേറ്റർ, പബ്ലിക് ഇൻഫർ മേഷൻ ഓഫീസർ,ഫിസിക്കൽ എജുക്കേഷൻ ഡയറക്ടർ, പബ്ലിക് റിലേഷൻസ് ഓഫീസർ എന്നീ അധികച്ചുമതലകളും വഹിച്ചു. ഇപ്പോൾ കല്ല്യാശ്ശേരിയിലെ ആംസ്റ്റെക് ആട്സ് ആന്റ് സയൻസ് കോളെജിൽ പ്രിൻസിപ്പാൾ.

ആദ്യ കഥ 1972-ൽ ഇതുവരെ ഇരുന്നൂറ്റമ്പതോളം ചെറുകഥകൾ, ആറുനോവലുകൾ, യാത്രാവിവരണം, കവിതകൾ, ലേഖനങ്ങൾ എന്നിവയും പതിനഞ്ച് പുസ്തകങ്ങളും പ്രസിദ്ധീകരിച്ചു. ലിപി മാസികയുടെ പത്രാധിപരായും തലശ്ശേരി ദൃശ്യ ഫിലിം സൊസൈറ്റിയുടെ സെക്രട്ടറിയായും പ്രവർത്തിച്ചു. 'ബോവിക്കാനം', 'കളിയൊരുക്കം', 'സമീപനം', 'പി.കൃഷ്ണപ്പിള്ള', 'ഭക്തജനങ്ങളുടെ ശ്രദ്ധക്ക്' തുടങ്ങിയ സിനിമകളിൽ നടനായും പ്രവർത്തിച്ചു. 'കളിയൊരുക്കം' 2007-ലെ ഏറ്റവും നല്ല കുട്ടികളുടെ സിനിമയ്ക്കുള്ള സംസ്ഥാന സർക്കാറിന്റെ അവാഡ് നേടി. 'ചേരിനിലം' എന്ന നാടകത്തിലും അഭിനയിച്ചു.

1999-ൽ 'മണ്ണുതിന്നവൻ' എന്ന കഥാസമാഹാരത്തിന് അബുദാബി ശക്തി അവാഡ്

1999-ൽ 'മണ്ണുതിന്നവൻ' എന്ന കഥാസമാഹാരത്തിന് സ്റ്റേറ്റ് ബാങ്ക് ഓഫ് ട്രാവങ്കൂർ ചെറുകഥ അവാഡ്.

2000-ൽ ദേശം ഒരുനോട്ടീസ് വായിക്കുന്നു എന്ന കഥാസമാഹാരത്തിന് 'ജാലകം' അവാഡ്.

മേൽവിലാസം:

മരുതം, ഇടക്കേപ്പുറം വടക്ക്

കണ്ണപുരം, ചെറുകുന്ന്.പി.ഒ

കണ്ണൂർ-670301

ഇ മെയിൽ

vsanilkumar58@gmail.com

ഫോൺ: 0497-2862863, 9447229134

വി. എസ്. അനിൽകുമാർ

ഉള്ളടക്കം

വനജ

രഘുനന്ദനന്റെ മംഗലമാണ്. സ്കൂളിൽ ചേർത്തപേരാണത്. രഘൂട്ടി എന്ന് വിളിക്കും. ഗോവിന്ദൻസ് ആർട്സ് കോളേജിലെ അദ്ധ്യാപകനായതിനുശേഷം പൊതുവെ മാഷ് എന്നും. വയസ്സ് ഇരുപത്തിയാറ്. ആണുങ്ങളായാലും നേരത്തെതന്നെ ഇതൊക്കെ നടത്തുന്നതാണ് നല്ലത് എന്ന അഭിപ്രായക്കാരനാണ് കുമാരേട്ടൻ. അച്ഛൻ തന്നെയാണ് മകനെ നിർബ്ബന്ധിച്ചതും പെണ്ണുകണ്ടതുമെല്ലാം.

തലേന്നത്തെ സദ്യ നടക്കുകയാണ്. വൈകുന്നേരം എത്തുന്നവർക്ക് ടീപ്പാർട്ടി; ഏഴുമണി കഴിഞ്ഞാൽ ഊണ് എന്ന സമ്പ്രദായം ഇപ്പോൾ എവിടെയുമില്ല. അതുകൊണ്ട് നാട്ടുനടപ്പ് അനുസരിച്ച് ചിക്കൻ ബിരിയാണിയാണ്. നാലുമണിക്കേ വിളമ്പിത്തുടങ്ങിയിരുന്നു. എടത്തിലെ ദാമുവേട്ടനാണ് കലവറയുടെ ചുമതല. ദാമുവേട്ടൻ അത് കൈകാര്യം ചെയ്യുമ്പോൾ ചിരപരിചയത്തിന്റെ ഈണം അതിൽ കലർന്നു. 'ആട വിളമ്പടാ', 'ഈട വിളമ്പടാ', 'ചട്ണീം എട്ത്തിറ്റ് പായെടാ' എന്നിങ്ങനെയുള്ള നിർദ്ദേശങ്ങൾ ഉറക്കെ പരക്കുന്നുണ്ട്.

''യെല്ലാ, ആത്ത് മൂന്നാല് പെണ്ണുങ്ങളിരുന്നിറ്റു നേരം തോനയായല്ലോ, ദാമൂ വേഗം വെളമ്പ്യാട്ടെ'' ഇങ്ങനെ ആരോ പറയുന്നതു കേട്ടു.

''അല്ല ഞാള് നോയ്ക്കോളും. അഭിപ്രായം പറയ്ന്നോര് കോലായില് കസേലേട്ട് കാല്മ്മക്കാലെടുത്ത് വെച്ചിറ്റിരുന്നാട്ടെ.''

മുകളിൽ നിന്നുള്ള ഒരഭിപ്രായവും ദാമുവേട്ടൻ കണക്കാക്കാറില്ല. പറഞ്ഞത് കുമാരേട്ടൻ തന്നെയായിരുന്നു. എന്നാലെന്താ? കലവറക്കാരൻ ദാമുവേട്ടനാണ്. വിളമ്പാൻ ആളധികമായതിന്റെ കുഴപ്പമേയുള്ളൂ. നമ്പൻ നാണുവും ഇട്ടമ്മേലെ ഭാസ്ക്കരനും സലാഡിന്റെ പാത്രം ഒപ്പം വലിച്ചെടുത്തപ്പോൾ വീണ്, ഒക്കെ നിലത്തായി. ഇങ്ങനെയുള്ള അത്യാഹിതങ്ങളും നടക്കുന്നുണ്ട്.

ബന്ധുവലയവും സുഹൃദ്വലയവും വലുതായത് കൊണ്ട് വിളമ്പൽകാർക്ക് ശ്രമംതന്നെ. ഒരു പത്തു പന്ത്രണ്ട് മണിവരെയെങ്കിലും

ഇതങ്ങനെ പോകും. കോലായയിൽ മേശയിട്ട് വിളക്കു കത്തിച്ചുവച്ചു മുരുമുട്ടി രാജു ഇരിക്കുന്നു. ക്ഷണിക്കപ്പെട്ടവർ കൊണ്ടുവരുന്ന കവർ സമ്മാനങ്ങൾ പൊളിച്ച് തുകയെണ്ണി, നോട്ടുപുസ്തകത്തിൽ വരവു വെക്കണം. അല്പം ബാധ്യതയുള്ള ജോലിയാണിത്. അതിന് മുരുമുട്ടിയേക്കാൾ നല്ല ഒരാളില്ല.

രഘുനന്ദൻമാഷ് പുത്തൻ ചെക്കനായി വെള്ളയുടുത്ത് ആൾക്കാരെ വരവേല്ക്കുന്നുണ്ട്. സ്വതേ വിയർക്കുന്ന ആളാണ്. വീഡിയോവിന്റെ രൂക്ഷമായ ലൈറ്റ് കൂടുതൽ വിയർപ്പുണ്ടാക്കുന്നു. ബനിയനിട്ടതുകൊണ്ട് അറിയുന്നില്ലെന്നേയുള്ളൂ. ഇതിനിടയിൽ കാലഹരണപ്പെട്ട രൂപമായി, ഫോട്ടോഗ്രാഫർ സദാനന്ദൻ തേട്ടീഫൈവ് എം.എം ക്യാമറയുമായി തലങ്ങും വിലങ്ങും ഓടിനടക്കുന്നു. വീഡിയോലൈറ്റ് തെളിയുമ്പോൾ അയാളുടെ മുഖം ചുളിയുന്നുണ്ട്.

വന്നവർ വന്നവർ പിടിച്ചുകുലുക്കി കൈ വേദനിക്കുന്നുണ്ടായിരുന്നു. എല്ലാം ഒരു ദിവസത്തേക്കല്ലെ. രഘൂട്ടി അല്പം ഉഷാറിലൊക്കെയാണെന്നു തോന്നാം. എന്നാൽ പരിഭ്രമത്തിന്റെ വിളറിയ രേഖകൾ ക്യാമറഫ്ളാഷുപോലെ രഘുനന്ദനന്റെ മുഖത്ത് മിന്നിമറിയുന്നുണ്ട്. ഒരു നാട്ടുകൂട്ടത്തിന്റെ മുഴുവൻ കേന്ദ്രബിന്ദു ആയതിനാലാവാം ഈ പരിഭ്രമം എന്നും തോന്നാം. വാസ്തവമതല്ല. വഴിയെ അറിയാനിടവരും, അതിന്റെ കാരണം. ഇപ്പോൾ അതങ്ങനെ നില്ക്കട്ടെ.

സലാഡുമെടുത്ത് ഓടുന്നതിന്റെ ഇടയിൽ വീഡിയോലൈറ്റ് തെളിഞ്ഞതുകണ്ട്, അതിനു മുമ്പിൽ ബ്രേക്കടിച്ചതുപോലെ നിന്ന് നമ്പൻ നാണുവൊരു തമാശ പറഞ്ഞു:

‘‘ഇന്നുംകൂടെ കയിഞ്ഞോട്ടെ മാഷെ. നാളെയാവ്മ്പൊ ഞാളൊന്നുണ്ടാവൂലാ എടങ്ങാറാക്കാൻ ങളായി ങളെ പരിപാട്യായി....’’

ആ പറഞ്ഞതിൽ ലേശം തോന്ന്യാസമുണ്ട്. കുമാരേട്ടൻ തൊട്ടപ്പുറത്ത് ആൾക്കാരെ ഭക്ഷണം കഴിക്കാൻ ഇരുത്തുന്നു. ഒരു വളിച്ച ചിരി ചിരിച്ച് ‘‘മെല്ലെ പറയെടാ, നമ്പാ’’ എന്നു പറഞ്ഞു രഘൂട്ടി ഒതുങ്ങി നിന്നു. ഇത്രയും കാര്യങ്ങൾ വീഡിയോവിൽ പതിഞ്ഞിട്ടുണ്ടാവും എന്ന ഉറപ്പോടെ നമ്പനൊരു മൂളിപ്പാട്ടും പാടി മുന്നോട്ടു കുതിച്ചു. ഇതിനിടയിൽ വീഡിയോ വെളിച്ചം കെട്ടുപോയത് നാണു ശ്രദ്ധിച്ചില്ലെന്നു തോന്നുന്നു.

‘‘ഹലോ, വീഡിയോന്റാളാ, ഞമ്മളെയെല്ലാം ഒന്ന് സ്റ്റൈലായിട്ട് പിടിച്ചാട്ടെ.’’

തോർത്തുമുണ്ടെടുത്ത് തലയിൽ കെട്ടി ദാമുവേട്ടൻ കലവറയിൽ നിന്ന് വിളിച്ചു പറഞ്ഞു.

വീഡിയോഗ്രാഫർ ഒരു ചെറുചിരിയോടെ, അസിസ്റ്റന്റിനോട് അങ്ങോട്ട് ലൈറ്റ് തെളിക്കാൻ പറഞ്ഞപ്പോൾ, കലവറയിൽ വിളമ്പൽക്കാരും മറ്റു സഹായികളും തിക്കിത്തിരക്കി. ആ സമയത്ത് ഗോവിന്ദൻസ് കോളേജിലെ സഹഅദ്ധ്യാപകരും മറ്റും ഒരു ടെമ്പോവാനിൽ വന്ന് ഇറങ്ങുന്നുണ്ടായിരുന്നു. പത്തിരുപതു പേരുണ്ട്. കുറച്ചു നേരം അവി

ടം പൊട്ടിച്ചിരികൾകൊണ്ട് മുഖരിതമായി. എന്തിനാണ് ചിരിക്കുന്നതെന്ന് വാസ്തവത്തിൽ ആർക്കും അറിയില്ലായിരുന്നു. ഇരുപതുപേരെ ഇരുത്താനും ബിരിയാണി വിളമ്പാനുമുള്ള തിരക്കായി പിന്നെ.

"പുടവക്കാറ് പോകാനായി."

അകത്തിരിക്കുന്ന പെണ്ണുങ്ങളുടെ ക്ഷേമം നോക്കി വിയർത്തുപോയ ജാനൂട്ടത്തി പുറത്തുവന്നുപറഞ്ഞു. രഘുനന്ദനൻമാഷിന് അമ്മയുടെ ഛായയാണെന്ന് ഇരുപതിലൊരാൾ പറയുന്നതുകേട്ടു. പെണ്ണിന് മംഗലത്തിന് അണിയേണ്ട പുടവയും സാമഗ്രികളുമടങ്ങിയ സൂട്ട്കെയ്സും തൂക്കി ഇളയപെങ്ങൾ വനജ പുറത്തു വന്നു. പിന്നാലെ മൂത്ത പെങ്ങൻമാർ സുശീല, രാഗിണി അവരുടെ ഭർത്താക്കൻമാർ കാരണവർ അനന്തൻ മൂപ്പര്, നാളത്തെ ഒക്കച്ചങ്ങാതി ദേവൻ എന്നിവരും.

"നാളത്തെ ഏട്ടത്തിയമ്മേനോട് ഇന്നെന്തെങ്കിലും പറയണോ ഏട്ടാ?' ഇറങ്ങുന്നതിനിടയിൽ വനജ ഒരു കുസൃതിച്ചോദ്യം ചോദിച്ചു.

രഘൂട്ടി ചുവന്നുപോയി

"പോണേ,ന്റെ പാട്ടിന്"

ആളുകളങ്ങിനെ വന്നുകൊണ്ടിരിക്കുന്നുണ്ട്. മുരുമൂട്ടി രാജു ധൃതിവെച്ച് എഴുതിക്കൊണ്ടിരുന്നു. സാധനം തീർന്നുപോകുമോ എന്നൊരാശങ്ക ദാമുവേട്ടനെ പിടികൂടി. അങ്ങനെ വന്നാൽ കൊറച്ചില് വെച്ചോനല്ല; വിളമ്പിയോനാണ്. ദാമുവേട്ടൻ പെട്ടെന്നുതന്നെ വിളമ്പലുകാരുടെ യോഗം വിളിച്ചു കൂട്ടി മുൻകരുതലുകളെക്കുറിച്ച് സൂചിപ്പിച്ചു.

"കുട്ട്യോക്കെല്ലാം ഹാഫ് പ്ലേറ്റ്. ചോയ്ക്കുന്നോർക്ക് മാത്രമേ രണ്ടാമതും വെളമ്പണ്ടൂ. ചട്ണി ഇദാ ഇത്ര..."

ഗോവിന്ദൻസ് കോളേജിലെ ആൾക്കാർ ഭക്ഷണം കഴിച്ച് ഏമ്പക്കം വിട്ട്, സിഗരറ്റ് ചോദിച്ചുവാങ്ങി പുകച്ച്, ഇറങ്ങാൻ തുടങ്ങി. അതിൽതന്നെ മൂന്ന് നാലുപേർ കൂട്ടം തെറ്റി അവിടെ ചുറ്റിപ്പറ്റിനിന്നു. പോകാനൊരുങ്ങിയവരോട് "നാളെ വെരണേ മക്കളെ' എന്ന് കുമാരേട്ടൻ ഉപചാരം പറയുന്നുണ്ടായിരുന്നു. പോകാത്തവരോട് രഘുനന്ദനൻ, അച്ഛന്റെ തലക്കുമുകളിലൂടെ, കുപ്പിയുണ്ട് എന്നാംഗ്യം കാണിച്ചു. അന്നേരം തന്നെ ഇട്ടമ്മലെ ഭാസ്കരൻ, രഘൂട്ടിയുടെ ചെവിയിൽ അടക്കമായി ചോദിച്ചു:

"എല്ല മാഷേ, തൊണ്ട നനക്കാൻ ഒന്നുല്ലേന്ന് കലവറേന്ന് ആരെല്ലോ ചോയ്ക്കുന്നുണ്ട്."

"ഞാനെല്ലാം പ്രേമനെ പറഞ്ഞാക്കീറ്റുണ്ട്. ഇദാ ഇക്കൂട്ടരേം കൂട്ടിക്കോ. എനിക്കിപ്പോ ആന്നും നോക്കാങ്കയ്യില്ലല്ലോ!" രഘൂട്ടി പറഞ്ഞു.

പുത്തൻ ചെക്കന്റെ മുറിയിൽ കട്ടിലിനടിയിൽ സൂക്ഷിച്ച കുപ്പികളിലോരോന്ന്, തീരുന്നതിന്റെ കണക്കനുസരിച്ച് മുണ്ടിനടിയിൽ ഒളിപ്പിച്ചുവെച്ച് പ്രേമൻ എത്തിക്കൊണ്ടിരുന്നു. ആരിൽനിന്നാണ് ഒളിപ്പിക്കുന്നത് എന്നൊരു തമാശച്ചോദ്യം ഇവിടെയുണ്ട്. ബിരിയാണിച്ചെമ്പിന് അപ്പുറത്ത് ഗ്ലാസുകളും കുപ്പികളും നിരന്നു. വിളമ്പാൻ പോകുന്നതി

നിടയിൽ ഓരോ പെഗ്ഗ് അകത്താക്കി ഏവരും ചുണ്ടു തുടച്ചു. ആ നാല് മാഷമ്മാരും ഇതിൽകൂടി. കലവറയിലും പുറത്തും ജനം നിറഞ്ഞു. ഇതിനിടയിലൂടെ തിക്കിത്തിരക്കി കുമാരേട്ടനും ഒരുകൈ നീട്ടി.

ഇനി പീടികയടച്ച് കുഞ്ഞാണേട്ടനെപ്പോലെ ചിലരേ വരാനുള്ളൂ. അകത്ത് സ്ത്രീകൾ കിട്ടിയ സ്ഥലത്ത് കിടക്കാൻ ഒരുങ്ങി. നാളത്തെ പൊലിമയിൽ ചേരണമെങ്കിൽ ഒന്ന് വിശ്രമിക്കണം. പെഗ്ഗ് മൂന്ന് ചെന്നപ്പോഴേക്കും ചറുപിറാന്ന് വർത്തമാനം തുടങ്ങിയ കുമാരേട്ടനും എവിടെയെങ്കിലുമൊന്ന് ചെരിഞ്ഞാൽ മതിയെന്നായി.

''ഓാ........... പുത്തഞ്ചെക്കൻ പോയിറ്റൊറങ്ങ്യാട്ടെ. നാളെ മൊഞ്ചനാകേണ്ടതാണേ.''

ആരോ പറഞ്ഞു.

''ഡ്രൈയ്യായിറ്റ് എങ്ങനെയൊന്നറങ്ങ്വാ, ദാമ്വാട്ടാ!''

രഘൂട്ടി വിഷമത്തോടെ ചോദിച്ചു.

''ആരും കാണണ്ട, മാഷേ കലവറേല് പോയ് രണ്ട്കൂട്ടി കൂട്ടിം ബെലിച്ചോ. ഒറങ്ങാനൊര് ഇത് കിട്ടും. പാൻന്ന് മണിക്കല്ലെ മുഹൂർത്തം? അപ്പക്കും മണെല്ലാം പോവുംന്ന്.''

പുത്തൻ ചെക്കനെയും പറഞ്ഞയച്ചശേഷം ശീട്ടുകളിക്ക് അരങ്ങൊരുങ്ങി. മേശകളിൽ ചിലത് കൂട്ടിയിട്ടു. സ്വന്തം മംഗലമായിപ്പോയി; അല്ലെങ്കിൽ രഘൂട്ടി ഒരു കൈ നോക്കിയേനെ. റമ്മി, ഗുണ്ട്, പുള്ളിവലി എന്നിങ്ങനെ തരാതരം പോലെ എല്ലാമുണ്ട്. പുള്ളിവലിക്ക് ചുറ്റുംതിരക്കായിരുന്നു. ഒറ്റയ്ക്കും തെറ്റയ്ക്കും വരുന്നവർക്ക് വിളമ്പാനേൽപ്പിച്ച് ഫുൾഫിറ്റായി ദാമുവേട്ടനും അതിൽ ഉൾച്ചേർന്നു. മദ്യം കലവറയിൽ നിന്ന് പുറത്തുകടന്ന് മംഗലപ്പന്തൽ മുഴുവൻ ഒഴുകി നിറയാൻ തുടങ്ങി. പലരും അതിൽ മുങ്ങിച്ചത്തു. പീടിക പൂട്ടി കുഞ്ഞാണേട്ടൻ എത്തുമ്പോഴേക്കും വിളമ്പലുകാരും നാലുകാലിന്മേലായി. നേരമങ്ങനെ ഏറുന്നു. ശീട്ടുകൾ പിന്നെ തെളിയാതായി. ഭാസ്കരൻ മൂന്നുപ്രാവശ്യം ജോക്കർ കളഞ്ഞു. പ്രേമൻ ത്രൂ കാർഡുകൾ തോന്നിയതുപോലെ ഇടുകയും ടൈറ്റടിച്ച് കളിക്കാതിരിക്കുകയും ചെയ്തപ്പോൾ അനന്തൻ മുപ്പര് കളി മതിയാക്കി. പുള്ളിവലിയിൽ നാണയമെല്ലാം ഒരുവശത്തേക്കൊഴുകി. ദാമുവേട്ടനിലും ദേവനിലും വന്നു നിറഞ്ഞു. കസേരകൾ കൂട്ടിയിട്ടും മേശകൾ അടുപ്പിച്ചിട്ടും പലരും കിടക്കാൻ ബദ്ധപ്പെട്ടു. വീടുകളിൽ എത്തേണ്ടവർ, ടോർച്ചൊന്ന് കുലുക്കി തെളിയുന്നുണ്ടോ എന്നുനോക്കി. ആടിയുലഞ്ഞ് പടികളിറങ്ങി. ''പടച്ചോനെ കുപ്പി രണ്ട് ബാക്കി'' എന്ന് പ്രേമൻ നെടുവീർപ്പിടുന്നുണ്ടായിരുന്നു. വയ്യ; കമ്പനിയില്ലാതെ കേറില്ല.

മംഗലപ്പുര ഒരു ഉറക്കപ്പുരയായി എന്നതാണ് പതിവില്ലാത്ത ഒരു കാര്യം. അണ്ടാവുകളും ചെമ്പുകളും മറ്റു പാത്രങ്ങളും കളവുപോയേക്കുമെന്നുവെച്ച് ചിലരെങ്കിലും ഉറങ്ങാതിരിക്കാറുണ്ട്. അതുണ്ടായില്ല. അക്കാര്യം ഒഴിച്ചാൽ ഏതു മംഗലവീടും ഇങ്ങനെയൊക്കെതന്നെയായിരിക്കും. ഘോഷം, ലാഘവം, തമാശകൾ.... ഒക്കെ ഇതുപോലെത

ന്നെയാകും.ഒരുപക്ഷെ ഇനിയങ്ങോട്ട് അങ്ങനെയാവണമെന്നില്ല. തീർച്ചയായും വിശ്വസിക്കാനാവാത്ത ചിലത് സംഭവിക്കാനുണ്ടവിടെ. അതിനും കളമൊരുങ്ങുകയാവുമോ? ആരറിഞ്ഞു വരും വരായ്കകൾ? നാമറിയുകയും വിശ്വസിക്കുകയും ചെയ്യുന്ന രീതികളിലൂടെ മാത്രമേ കാര്യങ്ങൾ സംഭവിക്കൂ എന്നൊന്നുമില്ലല്ലോ. ചിലപ്പോൾ യുക്തിരഹിതമായ ഒരു പുറംതിരിച്ചിലായി ചിലപ്പോൾ ഒരു കള്ളച്ചിരിയിലെ നടുക്കമായ്....... അങ്ങനെയൊക്കെ വരാമല്ലോ.

അപ്പോൾ ഉപചാരത്തിന്റെയും സമ്മാനങ്ങളുടെയും മനംമറന്നുള്ള മദ്യപാനത്തിന്റെയും ഒടുവിൽ എന്താണ് നടക്കുക? കിനാവുകണ്ടും കണക്കുകൂട്ടിയും ഒക്കെയാവും രഘുനന്ദനൻ ബാദ്ധ്യതകളുള്ള ജീവിതത്തിലേക്ക് പ്രവേശിക്കാൻ തീരുമാനിച്ചത്. പക്ഷെ മൂന്ന്നാല് പെഗ്ഗ് കൂട്ടിയെടുത്തിട്ടും രഘുനന്ദന്റെ ബോധങ്ങളിലെ അണുക്കൾ മയങ്ങാൻ മടിച്ചുനിന്നു. എന്തോ കുഴപ്പമുണ്ടാകുന്നുണ്ട്. വീട് നിറഞ്ഞ് ആൾക്കാർ ഉറങ്ങുമ്പോഴും തിരിഞ്ഞും മറിഞ്ഞും രഘൂട്ടി പെടാപ്പാട് പെട്ടു കിടന്നു. ഇനിയെപ്പോഴോ ഉറക്കത്തിലേക്ക് അയാളും വീണു. കുമാരേട്ടന്റെ കൂർക്കംവലി പന്തലിലെത്തി, അതിനെ കുലുക്കുന്നുണ്ട്. ശീതമുള്ള ഒരു കരക്കാറ്റ് അതിലെയും ഇതിലെയും ഓടിനടന്നു.

അന്നേരം രാത്രിയുടെ കനത്ത സമയങ്ങളിൽ, പരന്നുകിടന്ന ഉരുണ്ടോളി വയലുകൾക്കപ്പുറത്ത്, കുറേ ദൂരെയൊരു വീട്ടിൽ ഒരു പെൺകുട്ടി കിടക്കവിട്ട് എഴുന്നേല്ക്കുന്നുണ്ട്. അവൾക്കും രഘുനന്ദനന്റെ പെങ്ങളുടെ പേരാണ്: വനജ. വീട്ടുകാർ ഉറങ്ങുകയാണെന്ന് ഉറപ്പുവരുത്തി വനജ വാതിൽതുറന്ന് പുറത്തുകടന്നു. ഇങ്ങനെയൊരുനേരത്ത് ഒരു പെൺകുട്ടി, ഏതെങ്കിലും ഉറച്ച തീരുമാനത്തിന് പുറത്തേ വീടുവിട്ട് ഇറങ്ങുകയുള്ളൂവെന്ന് ആർക്കും മനസ്സിലാകും.

നിലാവ് കാട്ടുന്ന വഴികളിലൂടെ, ഇളംകാറ്റ് പരത്തുന്ന മുടിച്ചുരുളുകളുമായി വനജ നടക്കുകയാണ്. വീതി കുറഞ്ഞ് വഴുക്കലിക്കുന്ന വരമ്പുകളിൽ ഒന്ന് പാളിപ്പോവുകകൂടി ചെയ്യാതെ അവൾ നടക്കുന്നത് രഘൂട്ടിയുടെ വീടിനെ ലക്ഷ്യമാക്കിയാണ്. നിഴൽ വീണിരുണ്ടുകിടക്കുന്ന കുണ്ടനിടവഴികളും ചാഞ്ചല്യമില്ലാതെ താണ്ടി, രഘൂട്ടിയുടെ വീടിന്റെ പിന്നാമ്പുറത്തുകൂടി അവളെത്തിയത് ആരും കണ്ടില്ല. ഇതൊക്കെ കാണാനായി ആരുണർന്നിരിക്കാനാണ്? എന്നാലും മൂത്രമൊഴിക്കാനെങ്കിലും ഒരാളെഴുന്നേറ്റ് ചുറ്റിനടന്നു നോക്കേണ്ടതല്ലേ, ഒരു മംഗലപ്പുരയാകുമ്പോൾ? സന്ദേഹങ്ങളുണ്ടാവാം. ഇത് ഇവിടംകൊണ്ടും തീരില്ല. ഇനിയുള്ള ഭാഗങ്ങളിലേക്കും പടരും എന്നാണ് തോന്നുന്നത്. നേരത്തെതന്നെ കുഴപ്പം കാണിച്ചിരുന്ന രണ്ടു ട്യൂബുകളൊഴിച്ച് ബാക്കിയെല്ലാം വെളിച്ചം നല്കാനുണ്ട്. മിന്നിമിന്നിക്കത്തുന്ന അലങ്കാരദീപങ്ങൾ വനജയുടെ വരവിനെ കളിയാക്കുകയാവാം.

കിണറ്റിൻപടിമേൽ ഇത്തിരിനേരം വനജ എന്തോ ഓർത്തുനിന്നു. പാലാഴിയായ ദീപപ്രകാശത്തിൽ കരിങ്കല്ലുപോലെ കഠിനമായ അവളുടെ മുഖം വ്യക്തമായി കാണാം. വനജ പതുക്കെ തൊട്ടിയും കയറു

മെടുത്തു. പിന്നെയും ഇത്തിരിനേരം വെറുതെനിന്നു. അവൾ ഒരു ധൃതിയും കാണിക്കുന്നുണ്ടായിരുന്നില്ല. പിന്നെ ഒച്ചയുണ്ടാക്കാതെ തൊട്ടി വേർപെടുത്തിയെടുത്ത് മാറ്റിവെച്ചു. എന്നിട്ട് കയറുമെടുത്ത് അവൾ പോകുന്നത് പശുവിന്റെ ആലയ്ക്കുനേരെയാണ്. ആലയിൽ കുറച്ച് വിറകല്ലാതെ, പശുക്കളൊന്നും ഉണ്ടായിരുന്നില്ല. അതും അവൾക്കറിയാമെന്നു തോന്നുന്നു. അത്ര പരിചയമില്ലാത്ത വീടൊന്നുമല്ലല്ലോ ഇത്. ആലയുടെ ഉറപ്പുള്ള ഉത്തരത്തിൻമേൽ കയർകെട്ടി എങ്ങനെയല്ലാമോ അവളൊരു കുരുക്കുണ്ടാക്കി.

ഒരു നിമിഷം അവൾ ആരെയെല്ലാമോ ഓർത്തു. പരദൈവങ്ങളേയും രഘുനന്ദനേയും മനസ്സാ പുണർന്നു. കുരുക്ക് കഴുത്തിൽ ഇറുക്കി. അവൾ പുൽത്തൊട്ടിയുടെ വക്കത്തുനിന്ന് അങ്ങോട്ടു ചാടി. ഒന്ന് പിടഞ്ഞ് പിന്നെ വനജ അനങ്ങാതായി.

ആരാണത് ആദ്യം കണ്ടതെന്ന് അറിയില്ല. മതിമറന്നുറങ്ങുന്നവരിലാരോ സമയബോധം വന്ന് എഴുന്നേറ്റതാവാം, മുഖം കഴുകാനോ മറ്റോ കിണറ്റിൻകരയിൽ വന്നതാകാം. പ്രത്യേകിച്ചൊരു ഉദ്ദേശ്യവുമില്ലാതെ ആലയിലേക്ക് നോക്കിയതാവാം. ഒരലർച്ചയുണ്ടായി എന്നത് തീർച്ച. ആരായാലും ഒന്ന് പതറും. പെട്ടെന്നുതന്നെ മംഗലപ്പുരയിൽ ഓരോരുത്തരും ഈ വാർത്തയറിഞ്ഞു. ഒരു വേവലാതിയുമില്ലാതെ തൂങ്ങിയാടുന്ന വനജയെ നോക്കി. ആലയ്ക്ക് ചുറ്റും ആള് കൂടി.

''ഇദ് ഞമ്മളെ ദാമോദരൻവൈദ്യറെ മോളല്ലേ, വനജ''

ആരോ അവളെ തിരിച്ചറിഞ്ഞു. ഇടനെതന്നെ മറ്റാരോ രഘൂട്ടിയെ വിവരമറിയിക്കാൻ അകത്തേക്ക് പാഞ്ഞു.

അഴിഞ്ഞുപോയ മുണ്ട് വാരിയുടുത്ത് ഉറക്കച്ചടവുമായി രഘൂട്ടി പുറത്തുവന്നു. മറ്റുള്ളവരോടൊപ്പം ഇത്തിരിനേരം നോക്കിനിന്ന് രഘൂട്ടി പറഞ്ഞു.

''ഇദ് ഞാൻ പ്രതീക്ഷിച്ചിന്''

''എന്നിറ്റെന്താടാ നേരത്തെ പറയാഞ്ഞിന്? ആരെങ്കിലും ഒറക്കൊയിച്ച് നിക്കായിര്ന്നില്ലേ,കുരിപ്പേ. മംഗലത്തിന്റെന്നാ ഓളെയൊര് കെട്ടിത്തൂങ്ങല്.''

കുമാരേട്ടൻ കലിതുള്ളി.

കാഴ്ച മതിയായ മട്ടിൽ പിരിഞ്ഞുപോകുന്നവർ പ്രത്യേകിച്ചൊന്നും പറഞ്ഞില്ല. പെട്ടെന്ന് എന്തെങ്കിലും പറയാൻ തോന്നാഞ്ഞിട്ടാവും.

''ഞാനന്നേരേ ഓനോട് പറഞ്ഞിന്, ഇദൊന്നും ശര്യാവില്ലാന്ന്. ഇപ്പെന്തായി? പക്കേങ്കില് അന്നേരം ഇദൊന്നും തിരിയൂല്ലല്ലോ. ലവ്വല്ലേ. ലവ്വ്.''

കുമാരേട്ടൻ പിറുപിറുത്തുകൊണ്ടിരുന്നു.

അപ്പോൾ മംഗലപ്പുരയിലെ സ്ത്രീകളോ? ഒരു പെണ്ണല്ലേ, അങ്ങനെ തൂങ്ങിനില്ക്കുന്നത്? അവരെല്ലാം അകത്തളങ്ങളിൽ ഒതുങ്ങിനിൽക്കുകയായിരുന്നു. ആരും പുറത്തേക്ക് വന്നില്ല, രഘുനന്ദനന്റെ പെങ്ങൾ വനജ ആകെ അസ്വസ്ഥയാണ്. ഏട്ടന്റെ മംഗലം മുടങ്ങുമോ? എങ്കിൽ

അടുത്ത ഊഴക്കാരിയായ അവളുടെ കാര്യം കഷ്ടത്തിലാവും, ആരാണിങ്ങനെയൊരു വീട്ടിൽ പെണ്ണന്വേഷിച്ചുവരിക?

''ന്റെ മോളൊന്നും ബിജാരിക്കണ്ട. ഓരോരോരോ തലമുറിയന്റെ മക്കള് ഓരോ തോന്ന്യാസം കാണിച്ചിറ്റെന്റെ മോളകാര്യം എടങ്ങാറാവല്ലേ, ന്റെ ദൈവത്താറേ....?''

മകളെ ചേർത്തുപിടിച്ച് ജാന്വേടത്തി തേങ്ങി.

രാത്രി കാവൽക്കാരായി ഉറങ്ങിയിരുന്നവരുടെ ഇടയിലും അതിനെക്കുറിച്ചായി പിന്നെ സംസാരം. ആർക്കും തല ശരിക്ക് പൊങ്ങുന്നില്ല. ശീട്ടുകളും ഗ്ലാസുകളും അവിടവിടെ ചിതറിക്കിടക്കുന്നു, പെട്ടെന്ന് എന്തോ ഓർത്ത് കലവറയിൽ കടന്ന്, ബിരിയാണിച്ചെമ്പിന്റെ അരുകിൽ കിടന്ന കുപ്പിയിൽ ബാക്കിയായത് മുഖം കഴുകാതെതന്നെ ഒറ്റ വലിക്ക് അകത്താക്കി, ദാമുവേട്ടൻ പറഞ്ഞു.

''ഓരോര്ത്തിക്ക് ചാകാങ്കണ്ട സലേ, ഇനീപ്പൊ പോലീസില് അറിയിക്കണ്ടേ? പറഞ്ഞാത്തന്നെ ഓറെപ്പാ വെര്വാ? ഭാസ്കരാ, ഞമ്മക്ക് ഞമ്മളെ പണി നോക്കാ. പന്തലെല്ലാം ഒന്ന് വൃത്തിയാക്ക്യാട്ടെ''

നമ്മുടെ പോലീസുകാരല്ലേ? അവരങ്ങിനെ ധൃതിയൊന്നും കാണിക്കില്ല. അവരെയും കാത്തുനിന്നാൽ മുഹൂർത്തം തെറ്റും. ആരും ആരെയും കാത്തുനിൽക്കാതെ പന്തല് വൃത്തിയാക്കാൻ തുടങ്ങി. മേശകളെല്ലാം മടക്കിയിട്ടു. കസേരകൾ രണ്ടുവശത്തുമായി നിരനിരയായി പിടിച്ചിട്ടു. മൂന്നുനാലു പെണ്ണുങ്ങൾ ചൂലുമെടുത്തുവന്ന് അടിച്ചുവാരാനും തുടങ്ങി. പിന്നെ ദാമുവേട്ടനും കൂട്ടരും വയറ് വൃത്തിയാക്കിയും കുളിച്ചും ഒന്ന് ഏലായി വരാൻ വീടുകളിലേക്ക് തിരിച്ചു.

മംഗലത്തിന് ക്ഷണിക്കപ്പെട്ടവർ ഓരോരുത്തരായി എത്തിക്കൊണ്ടിരിക്കുന്നുണ്ട്. കുശലം പറയുന്നതിനിടക്കോ പത്രം വായിക്കുന്നതിനിടക്കോ ആരെങ്കിലും തൂങ്ങിമരിച്ച രസം പറയും. കേട്ടപാടെ അതൊന്നു കാണുവാൻ ക്ഷണിക്കപ്പെട്ടവർ കുതിക്കും. പിന്നെയവർ അതിനെക്കുറിച്ചും ചർച്ചചെയ്തുകൊണ്ടിരുന്നു.

''ഞാൻ പണ്ടേ കാണലുണ്ട് ഇവറ കളി. ന്റെ പീട്യേന്റെ ബാക്കേപ്രത്തൂടെയല്ലേ ഇവറെ പോക്കെല്ലാം. ഞാനന്നേരെ കണക്ക് കൂട്ടീന്, ഇദ് ശര്യവാൻ പോന്നില്ലാന്ന്....''

''ന്നാലും മങ്ങലത്തിനൊര് ബൗസില്ലാണ്ടായി.''

''ആന്നുല്ലപ്പാ, ഇക്കാലത്ത് ഇങ്ങനെയെന്തെല്ലാം നടക്ക്ന്ന്! ഇന്നത്തെ പേപ്പർല് ങ്ങള് വായിച്ചിനോ? നാപ്പത്തഞ്ച് വയസ്സുള്ള ഒര്ത്തി ഇര്പത്ത് മൂന്ന് വയസ്സ്ള്ള ഒരത്തന്റെ കൂട പോയൂട്ട് പോലും. ചിരിവെരന്ന്. കാലങ്ങൻത്ത്യാന്ന് കൂട്ടിക്കോളീ.''

വനജയുടെ ഭാഗം പറയാൻ ആരുമുണ്ടാവില്ല. അമ്മയെ തല്ലിയാലും രണ്ടുപക്ഷം എന്നാണ്. ഇപ്പോൾ അതും ഇല്ലെന്ന് തോന്നുന്നു. ഇതിൽ അത്ഭുതവുമില്ല. അതുകൊണ്ട് കാര്യങ്ങൾ ഇങ്ങനെയൊക്കെ ആവുന്നതിൽ അവിശ്വസിക്കേണ്ടതുമില്ല. അവിശ്വസനീയമായത് സംഭവിക്കും എന്ന് നേരത്തെ പറഞ്ഞതിന് നമ്മുടെ ജീവിതസാമ്പ്രദായ

ങ്ങളുടെതായ ഒരു തിരുത്ത്; അത്രയേ വേണ്ടൂ.

പാർട്ടിക്ക് പോകാനുള്ള വാഹനങ്ങൾ വന്നുകഴിഞ്ഞു. പറഞ്ഞില്ലേ, അല്പം വിശാലമായിത്തന്നെയാണ് ക്ഷണിച്ചതും ഒരുങ്ങിയതും. വൈകിപ്പോയ മട്ടിൽ വീഡിയോക്കാരൻ കിതച്ചെത്തി. സദാനന്ദന്റെ ക്യാമറ അപ്പോഴും മുഖം ചുളിച്ചു. നേരിയ കസവുള്ള മുണ്ടും ക്രീം നിറത്തിലുള്ള ഷർട്ടും രഘുനന്ദനൻ അണിയുന്നത് വിശദമായിത്തന്നെ വീഡിയോവിൽ പകർത്തി. വൈകിക്കേണ്ട. മംഗലപ്പാർട്ടിയങ്ങനെ ഇറങ്ങിത്തുടങ്ങി.

രഘൂട്ടി ബസ്സിലാണ് കയറിയത്. കൂട്ടുകാർ പിടിച്ചു കയറ്റുകയായിരുന്നു. വഴിനീളെ പാട്ടും മക്കാറാക്കലുമായി മുഹൂർത്തത്തിന് പതിനഞ്ചു മിനിട്ടു മുമ്പേ പാർട്ടി പെൺവീട്ടിലെത്തി. അവിടെ അപ്പോഴേക്കും വിവരമെല്ലാം പറന്നെത്തിയിരുന്നു.

‘‘ആന്നും സാരോല്ല കുമാരാട്ടാ.’’

പെണ്ണിന്റെ അച്ഛൻ സമാധാനിപ്പിച്ചു.

‘‘കരുണാട്ടാ, ന്റെ മോൻ രഘൂട്ടിക്കിതില് കുറ്റൊന്നും ഇല്ല കേട്ടാ.’

‘‘ങ്ങള് ചെക്കനോട് മണ്ഡപത്തില് കേറാൻ പറ. ബാക്ക്യെല്ലാം പിന്നെ നോക്കാന്ന്....’’

വൈകിയതിനാൽ നേരിട്ട് പെൺവീട്ടിലെത്തിയ വിവരം കുമാരേട്ടന്റെ ചെവിയിൽ മന്ത്രിച്ചു. ആ മുഖത്ത് അന്നേരം ആശ്വാസം തെളിയുന്നുണ്ട്. മംഗലപ്പാർട്ടി വിട്ട് ഉടനെ പോലീസ്ജീപ്പ് വന്നുവത്രേ. അളക്കലും പിടിക്കലുമെല്ലാം കഴിഞ്ഞ് കീറിമുറിച്ച് ഉറപ്പുവരുത്താൻ വനജയെ അവർ കൊണ്ടുപോയത്രേ....

പുതിയ പെണ്ണിന്റെ പേരും വനജയെന്നാണ്. ഈ നാട്ടിൽ വേറെ പേരില്ലേ, പെൺകുട്ടികൾക്കിടാൻ എന്ന് ചോദിക്കാം. അതിലൊന്നും വലിയ കാര്യമില്ല. അച്ഛനമ്മമാർ ഓമനിച്ച് കണ്ടുവെക്കുന്ന പേരല്ലേ? പല വീട്ടിലും ഒരേ വാത്സല്യം ഉറവെടുത്തുവെന്നുവരാം. ഈ നാട്ടില് എത്രകോടി ആൾക്കാരുണ്ട്? അത്രയും കോടി പേരുകൾക്ക് എവിടെപ്പോകാനാണ്?

സുമംഗളമായി ചടങ്ങുകൾ കഴിയവേ പുതിയപെണ്ണ് വനജ, രഘുനന്ദനന്റെ നല്ല പാതിയായി. കൂട്ടുകാരുടെ ഉറക്കെയുള്ള മക്കാറാക്കലിൽ രഘൂട്ടി ചൂളുന്നുണ്ട്. കുഴപ്പം വല്ലതും വിളിച്ചുപറയുമോ? അതൊന്നും ഉണ്ടാവില്ല. ഇന്നലെത്തന്നെ ആരോ ഒരുത്തൻ ഓർമ്മിപ്പിക്കാൻ ഒരുങ്ങിയപ്പോഴേക്കും നിർത്തിയത് രഘൂട്ടി സ്മരിച്ചു. ആദ്യത്തെ പന്തിക്ക്, ആദ്യത്തെ കസേരകളിൽത്തന്നെ ചെക്കനെയും പെണ്ണിനെയും ആരോ പിടിച്ചിരുത്തി. ഒരു മുഹൂർത്തംകൊണ്ട് ഒരുപാട് അടുത്തവരായി അവരങ്ങനെ ചിരിച്ചും മുഖം കാണിക്കാനെത്തുന്നവരെ പരസ്പരം പരിചയപ്പെടുത്തിയും ഊണ് കഴിച്ചുകൊണ്ടിരുന്നു. ഇടയിൽ ഒരു നേരത്ത് മുന്നിലിരിക്കുന്ന പെണ്ണിന്റെ അമ്മായിയും പെങ്ങൾ വനജയും കേൾക്കാതെ, പുത്തൻപെണ്ണ് വനജ തൂങ്ങിയാടിയ വനജയെക്കുറിച്ചു പറഞ്ഞു:

''ഞാ കേട്ട് കാര്യം.ന്നാലുമാ പെണ്ണിന്റെയൊര് ധൈര്യേ!''

ഇനിയും എന്താണ് കാത്തുനിൽക്കുന്നത്? ബാക്കിയെന്തുണ്ട്? മടക്കം; സൽക്കാരത്തിന് ക്ഷണിക്കാനായി പെൺകൂട്ടുകാർ ഒപ്പം വരുന്നത്; വലതുകാൽ വെച്ച് ശുഭമായി കയറുന്നത്, രാത്രിയാകുമ്പോൾ മംഗല പ്പുരയിൽ ആളൊഴിയുന്നത്; രഘുനന്ദനന്റെ വിരിമാറിൽ ചാഞ്ഞ് വനജ കിന്നാരം പറയുന്നത്; ആദ്യമായി ഒരു പെണ്ണിന്റെ ഉടുപുടവകൾ രഘു നന്ദൻ അഴിക്കുന്നത്.... ഒക്കെ സാധാരണം. ശ്വാസോച്ഛ്വാസംപോലെ പതിവുള്ളത്. കുറേയേറെ ദിവസത്തെ തിരക്കും ബഹളവും അങ്ങ നെയൊക്കെയല്ലെ തീരുക?

ഇതിലൊരിടത്തും വരാത്ത കുറച്ചുപേരുണ്ട്. ജീവനൊടുക്കിയ വനജ യുടെ അച്ഛൻ, ദാമോദരൻ വൈദ്യർ, അമ്മ, താഴെയുള്ള മൂന്നു കുട്ടികൾ. അവരിപ്പോൾ എന്തുചെയ്യുകയാവും? അലമുറയിടുകയായിരിക്കുമോ? തൂണും ചാരി, വൈദ്യർ എല്ലാം പോയപോലെ, അകത്ത് ഭാര്യ അല മുറയായി തളരുന്നത്, സഹോദരങ്ങൾ കൂടെ കരയുന്നത് - ഇങ്ങനെയൊ ക്കെയാകുമോ? അതോ, ഇവിടെയിപ്പോൾ കണ്ടപോലെ - വേണ്ട, അങ്ങോട്ട് പോകാതിരിക്കുകയാണ് നല്ലത്.

ഹമ്മേ, ആത്മഹത്യയും പാഴായിപ്പോകുന്ന ലോകമാണല്ലോ ഇത്!

മാപ്പ്

എളുപ്പമൊന്നും തിരിച്ചുനടന്ന് തീർക്കാനാവാത്ത ദൂരമുണ്ടാവും ഈ മുത്തശ്ശിയുടെ ഓർമകൾക്ക്. വന്ന കാര്യമൊന്നും പറയാതെ അവരെ ഞാനങ്ങനെ നോക്കിയിരുന്നു. മുഴുവനും നരച്ച ഉള്ളുള്ള തലമുടി. ഇപ്പോഴും മങ്ങിയിട്ടില്ലാത്ത കണ്ണുകൾ. ഇളകിയാടുന്ന വെപ്പുപല്ലിന്റെ ചിരി. മെലിഞ്ഞുമെലിഞ്ഞ ശരീരം. കഞ്ഞിപ്പശയുള്ള മുണ്ടും ബ്ലൗസും.

‘‘വയസ്സ് തൊണ്ണൂറ്റഞ്ചൊക്കെ കഴിഞ്ഞു. കുട്ടീ’’ എന്നവർ പറഞ്ഞു. അതിന്റെ നാലിലൊന്ന് പ്രായംപോലുമില്ലാതെ, ഇവരുടെ മുന്നിലിരിക്കുമ്പോൾ, എന്റെ തന്റേടമെല്ലാം പൂഴിയരിക്കുന്ന വലയിലൂടെയെന്നപോലെ ചോർന്നുപോകുന്നുണ്ട്. എനിക്ക് ഈ മുത്തശ്ശിയുടെ മുന്നിൽ അമർന്നിരിക്കാനാവുന്നില്ല.

‘‘എവ്ട്ന്നാ മോള് വരണേ?’’ ചാരുകസേരയിൽ മലർന്നു കിടന്നുകൊണ്ട് അവർ ചോദിച്ചു.

കുറേ വടക്കുനിന്നാണ് എന്ന് ഞാൻ പറഞ്ഞു.

‘‘കോഴിക്കോടോ കണ്ണൂരോ കാസറഗോഡോ?’’

‘‘കണ്ണൂര്. തലശ്ശേരിയെന്നു പറയും. അതിനടുത്താ.’’

‘‘എപ്പഴും കൊഴപ്പങ്ങളുണ്ടാവണ സ്ഥലങ്ങളാ, അല്ലേ?’’ എന്നുമവർ ചോദിച്ചു. ഈ മുത്തശ്ശിക്ക് എല്ലാമറിയാം. ചോദിക്കാൻ തീരുമാനിച്ചവയിൽ പെട്ടെന്ന് മാറ്റം വരുത്തേണ്ടതുണ്ട്. എന്റെ കൈയിലുള്ള കോപ്പുകളെല്ലാം തീർന്നു പോയതുപോലെ. നഗ്നയായതുപോലെ, ഞാൻ.

അവർ പതുക്കെ എഴുന്നേറ്റ് അകത്തേക്ക് പോയി. കുറച്ചുനേരം കഴിഞ്ഞ് ഒരു സ്റ്റീൽ പാത്രത്തിൽ വെള്ളവുമായി വന്ന് ഇരുത്തിയിൽ വെച്ചു.

‘‘ചോദ്യം ചോദിച്ച് വെള്ളം കുടിക്കണംന്ന് തോന്നുമ്പൊ നമ്മക്ക് കുടിക്കാനാ’’ വെപ്പുപല്ലുകൾ ഇളക്കിക്കൊണ്ടവർ ചിരിച്ചു.

പിൻവലിക്കുന്ന പരാതികൾപോലെ ചോദ്യങ്ങളൊന്നൊന്നായി എന്നിൽ നിന്നും നഷ്ടമായിക്കൊണ്ടിരുന്നു. എന്തു ചോദിക്കാൻ? ഈ

ക്കൽ ശരീരത്തിൽനിന്നൊഴുകിപ്പോകുന്ന ചോരയെ ഞാനെത്ര ശപിച്ചിട്ടുണ്ടെന്നറിയാമോ? അതാണെന്റെ പഠിപ്പുനിർത്തിയത് എന്നാണെന്റെ വിചാരം. അമ്പലത്തിലെ ശാന്തിക്കാരനോ അങ്ങനെയേതെങ്കിലും അപ്ഫനോ ജീവിതത്തിലേക്ക് കടന്നുവരുന്നതുവരെയോ ഉണ്ടാകൂ ആ കുട്ടിക്കാലം... സമ്മന്തം...''

''പക്ഷേ, നിക്കൊരാളെ ഇഷ്ടപ്പെടാനുള്ള സാവകാശം കിട്ടി. എങ്ങാനെയാന്ന് ചോദിച്ചാ ഉത്തരോന്നുല്യ. കിട്ടി, അത്രതന്നെ. വലിയ ഭാഗ്യാന്നാ അന്നൊക്കെ വിചാരിച്ചതേ. കാണാൻ വല്ല്യ ഭങ്ങ്യാന്നൂല്ല്യ. ഉയരം കൊറഞ്ഞ്, അവര്ടെ കൂട്ടത്തില്വെച്ച് കറുത്തിട്ട്, അങ്ങനെയൊരു രൂപം....''

''ആകെയൊര് ശരണ്ണോല്യാത്ത പ്രകൃതിയായിരുന്നു. വെകിളിയാന്നാ ഞാനാദ്യം കരുതിയതേ. എപ്പോഴും ഒരു നീരസഭാവാ. എന്നെക്കാണുമ്പൊ ആ മുഖോന്ന് തുടുക്കും. കറുത്ത മുഖം തുടുക്കുന്നത് കണ്ടിട്ടുണ്ടോ? കഷ്ടാണത്. എനിക്കെന്തോ ഇഷ്ടായി. പറയുമ്പൊ വല്ല്യ വല്ല്യ കാര്യങ്ങളാ പറയുക. നമ്പൂരാര്ടെ കൂട്ടത്തില് പ്രത്യേകിച്ചൊര് അവകാശോല്ലാത്തോരാ, അപ്ഫന്മാര്. ഇങ്ങനെ തിണ്ണ നെരങ്ങി നടക്കും....''

''പക്ഷേ, ഇങ്ങേര് അങ്ങനെയൊന്നും അല്ലാന്നാ കേട്ടത്. അന്ന് എല്ലാം കേട്ടുകേൾവിയാ. ഇന്നത്തെപ്പോലെ പത്രങ്ങളും ടീവിയൊന്നും ഇല്ലല്ലോ. നാടകം കളിച്ചതൊക്കെ പെട്ടന്നറിഞ്ഞു. ഒണക്കപ്പുല്ലിന് തീപ്പിടിച്ചപോലെയാ ആ വാർത്തകളൊക്കെ പരന്നത്. പെണ്ണുങ്ങളുടെ കാര്യം പറയുന്ന ആളാണെന്നാ കേട്ടത്. വല്ലാത്ത ഒരഭിമാനൊക്കെ തോന്നി. പെണ്ണുങ്ങളില് ഞാനും പെടൂലോ എന്നാണ് വിചാരിച്ചത്...''

''അമ്പലത്തിലേക്ക് പോകുന്ന വഴിയില് വെച്ച് ഞാനത് ചോദിച്ചു. ലോകത്തിലെ എല്ലാ സ്ത്രീകൾക്കും വേണ്ടിയാണ് ആ നാടകം കളിച്ചത് എന്നാണ് പറഞ്ഞത്. ഇരുട്ടിയ നേരായിരുന്നോണ്ട് കുളക്കരയിൽ വെച്ചാ കെട്ടിപ്പിടിച്ച് ഉമ്മവെച്ചത്. ഇരുട്ടിന്റെയൊന്നും ആവശ്യം അന്നുണ്ടായിരുന്നില്ല. ഇന്നത്തെപോലെയല്ല. അന്ന് നമ്പൂരാര് കേറിപ്പിടിച്ചാ ചോദിക്കാൻ ആരുമുണ്ടാവില്ല... ഇന്നത്തെ നമ്മടെയാ മന്ത്രി പെട്ടന്ന പാട് ഞാൻ പത്രത്തില് വായിച്ചതാ... എനിക്കൊറപ്പാ. ഗത്യന്തരമില്ലാതെ മതം മാറിയ ഏതോ അപ്ഫന്റെ പാരമ്പര്യത്തില് വര്ന്ന ആളായിരിക്കും ആ മന്ത്രി..'' ഞാനാ മുത്തശ്ശിയെത്തന്നെ നോക്കിയിരിക്കുകയാണ്. അവരുടെ മുഖത്ത് എന്തെല്ലാമോ ഭാവങ്ങൾ കടകം മറിയുന്നുണ്ടാവുമെന്നാണ് കരുതിയത്. ഒന്നുമില്ല, എല്ലാം പറഞ്ഞുകൊണ്ടിരിക്കുന്ന ഭാവംമാത്രം. പോക്കുവെയിലിന്റെ ഒരു കിരണം മുത്തശ്ശിയുടെ മുഖത്തു വീഴുന്നുണ്ടെന്ന് തോന്നി. അവരറിഞ്ഞും അറിയാതെയും എടുത്ത ഫോട്ടോകളുടെ കൂട്ടത്തിൽ ഇതൊന്ന് മികച്ചതായിരിക്കുമെന്ന് വിചാരിക്കുമ്പോൾ 'ടിക്' എന്നൊരു ശബ്ദം കേട്ടു.

''കാസറ്റ് തീർന്നതാ. മറിച്ചിട്ടോളൂ'' എന്ന് മുത്തശ്ശി പറഞ്ഞു. അതു ചെയ്യുമ്പോൾ എന്റെ കൈയ്യൊന്നുവിറച്ചു. എന്തൊരു ഞാൻ!

"നമ്പൂരിയെ മനുഷ്യനാക്കുകയാ എന്റെ ലക്ഷ്യം എന്നൊരു ദിവസം എന്നോടു പറഞ്ഞു. അപ്പൊ എന്റെ മുന്നിൽ നിൽക്കുന്നത് കുറുക്കനോ പോത്തോ എന്നു ഞാൻ ചോദിച്ചു. അന്നേരം അങ്ങേര് ചിരിച്ചു. ഇതൊന്നും എന്റെ വാരസ്യാര് കുട്ടിക്ക് മനസ്സിലാവില്ല എന്നാ പറഞ്ഞത്. ഞാനൊന്നും മറുപടി പറഞ്ഞില്ല. അന്നും ഇന്നും എനിക്ക് കാര്യങ്ങൾ മനസ്സിലാകാതെ പോയിട്ടില്ല. വിധവാവിവാഹം, സ്വജാതിവേളി... ഇ. എം.എസ്, ഐ.സി.പി, എം. ആർ.ബി, പ്രിയദത്ത, കല്ലാട്ട് എന്നൊക്കെ ഞാൻ കേൾക്കുകയും അറിയുകയും ചെയ്തിരുന്നു.പക്ഷേ, എന്റെ ശരീരത്തിൽ മുലകുടിക്കുന്ന ഒരു കുട്ടിയെപ്പോലെ അമർന്നു കിടന്നിരുന്ന അങ്ങേരോട് ഞാനൊന്നും പറഞ്ഞില്ല..."

"ഞാൻ പറഞ്ഞില്ലേ, ഇരുട്ടിയനേരത്ത് കുളക്കരയിൽ വെച്ചൊരുമ്മ. ഒരു ചുംബനം. അതേ പോലെ ഒരു ഇരുട്ടിയ നേരത്ത്, എന്റെ വീട്ടുമുറ്റത്ത് ആകെ തളർന്നവനായി, ഇരുട്ടിലും കരുവാളിച്ച മുഖവുമായി, വിറച്ചു കൊണ്ട്... നന്നായി വിറച്ചുകൊണ്ട്.... എന്നെ കുറേ നേരം നോക്കിനിന്ന് അങ്ങേർ പറഞ്ഞു. സഭയുടെ തീരുമാനമാ. സ്വജാതിവേളി. ഞാൻകൂടെയെടുത്ത തീരുമാനമാ.."

"ദേവന് ഞാൻ കെട്ടിയൊരുക്കുന്ന മാലകളിലെ പൂക്കൾ പോലെ വെറുതെയങ്ങനെ കുരുങ്ങുന്നവളല്ല ഞാൻ. എനിക്ക് പെട്ടെന്ന് കാര്യം മനസ്സിലായി. സ്വാതന്ത്ര്യസമരൊക്കെ കത്തുന്ന കാലല്ലേ. ആദർശം ആദർശം എന്നൊക്കെ ദിവസവും കേൾക്കും. ഒരു വിവരവുമില്ലാത്ത ആൾക്കാരൊക്കെ ഗാന്ധിജിന്നൊക്കെ പറഞ്ഞു നടക്കുന്ന കാലം. എനിക്ക് മനസ്സിലായി, എന്റെ നമ്പൂരി പറഞ്ഞത് എനിക്ക് കൃത്യമായി മനസ്സിലായി. ആദർശത്തിനുവേണ്ടി, എന്നെയങ്ങ് തള്ളിക്കളയുക... അന്നൊക്കെ ഒരു സംബന്ധക്കാരന് ഭാര്യയെന്ന നിലയിൽ കഴിയുന്നവളെ ഉപേക്ഷിക്കാൻ അത്രയേ സമയം വേണ്ടൂ. മാപ്ളമാര് തലാഖ് ചൊല്ലുന്ന പോലെ..."

"ഞാനന്ന് ഗർഭിണിയാ. മാലോകരറിയുന്ന ജന്മം തന്നെയായിരിക്കും എന്നു പ്രതീക്ഷിച്ചിരിക്കുമ്പോഴാ...അന്നു ഞാനിതാ ഈ പൂമുഖപ്പടിയിൽ. അകത്തുള്ള എന്റെ അമ്മയും ഒന്നുമറിയുന്നില്ല. എന്നെ തലാഖ് ചൊല്ലി അങ്ങേർ എല്ലാം നശിച്ചവനെപ്പോലെ പിൻതിരിയുമ്പോ ഞാൻ വിളിച്ചു ചോദിച്ചു. എന്തു തെറ്റാ ഞാൻ ചെയ്തത്?"

അടിയിൽ നിന്ന് തീവെച്ച ഒരു ഉണക്കമരം പോലെ ഞാൻ കത്തുകയായിരുന്നു. പനിവരുന്നതുപോലെ ഞാൻ വിറച്ചു. വാർത്തകൾക്കു പിന്നാലെ ഓടുന്ന എന്റെയീ ജന്മത്തെ ശപിച്ചുകൊണ്ട് കാൽമുട്ടിൽ തലങ്ങി കൂനിക്കൂടിയിരിക്കുമ്പോൾ മുത്തശ്ശി തുടർന്നു.

"ഞാനൊറ്റയായി. എന്റെ മോളും. ഇടയ്ക്കുവെച്ച് എന്നെ ബാക്കിയാക്കി അവളും ഈ ലോകത്തുനിന്നുപോയി. ഈ വയസ്സുവരെ ജീവിച്ചിരിക്കുമെന്ന് ഞാൻ കരുതിയതേയില്ല. പക്ഷേ, ജീവിച്ചു. ക്യാപ്റ്റൻ ലക്ഷിമിയെക്കാൾ മൂത്തവളാ ഞാൻ. എന്നാലും ഇത്രയും വർഷങ്ങൾ കഴിഞ്ഞിട്ടും അന്നത്തെ ഇരുളുംനേരത്തിൽ എന്നോടു പറഞ്ഞതിന്

ഞാൻ മാപ്പു കൊടുത്തിട്ടില്ല... ഇന്നും...''

''ആരുമില്ലാതെയും ആരുമറിയാതെയും പത്തറുപതുകൊല്ലങ്ങളായുള്ള ഈ ജീവിതമുണ്ടല്ലോ. അങ്ങേരുടെ ആദർശവേളിയിലെ കുട്ടികൾ... ഇവിടെ വരാറുണ്ട്. നിർബ്ബന്ധിച്ചാൽ ഞാനവരുടെവരേയും പോകാറുമുണ്ട്. പക്ഷേ ആ രാത്രിക്ക് മാപ്പുകൊടുക്കാൻ എനിക്കാവില്ല. എന്റെ ജീവിതമായിരുന്നു. പകരം വെക്കാൻ ഈ പാവം വാരസ്യാർക്ക് പുനർജന്മമോഹവുമില്ല.''

നല്ലവണ്ണം ഇരുട്ടി. എനിക്കിനി തിരിച്ചുപോകാനാകുമെന്ന് തോന്നുന്നില്ല. അല്ലെങ്കിലും ഒരു പണി പൂർത്തിയായതിന്റെ തൃപ്തിയോടെ, സന്തോഷത്തോടെ ഇവിടെനിന്ന് പോകാൻ എനിക്കാവില്ല. എനിക്ക് പനിക്കുകയല്ല. ഉരുകുകയാണ്. ലാവപോലെ ഉരുകിപ്പരക്കുകയാണ്.

''എനിക്കൊന്നുറങ്ങണം. മുത്തശ്ശീടെ മടിയിൽ ഞാൻ കെടന്നോട്ടെ. ഒരു കൊതി, അത്രയേ ഉള്ളൂ..'' ഞാൻ പറഞ്ഞു. ഈ സംഭാഷണനേരത്തിൽ ആ മുത്തശ്ശി ആദ്യമായി ചിരിച്ചു. ചരിയുന്ന എന്റെ തല അവരുടെ ഉണങ്ങിയ തുടകളിൽ ചേർത്തുവെച്ചു. എന്റെ ഉറക്കത്തിലേക്കുള്ള മയക്കത്തിൽ അവർ ഇങ്ങനെ പറയുന്നത് കേട്ടു.

''എത്രയെത്രകൊല്ലം കഴിഞ്ഞാ ഒരു കുട്ടി എന്റെ മടിയിൽ...ഓ...ആയിക്കോട്ടെ...''

പാഴ്വയലിലെ താമസക്കാർ

ഒരു ദിവസംകൂടിയൊടുങ്ങുന്നു. നിലാവും നക്ഷത്രജാലങ്ങളുമില്ലാത്ത ആകാശം. കാറ്റിന്റെ ഒരു വീശുപോലുമില്ല. വേനൽമേഘങ്ങൾ ഉണ്ടാക്കുന്ന കുമിർച്ച. ഒൻപത് അൻപത്തിരണ്ടിനു പോകേണ്ട കുർള ഇനിയും എത്തിയില്ലല്ലോ എന്നോർത്ത്, ഇരുട്ടുള്ള സ്ഥലം നോക്കി നടന്നിറങ്ങുന്നത് സാവിത്രിയും സീതയും. തീവണ്ടിയാപ്പീസിന്റേയും മറുകരയിലുള്ള കടകളുടെയും വെളിച്ചത്തിന്റെ വിരലുകൾ പാഴ്വയലിൽ കുറേയേറെ ദൂരം നീട്ടിനിൽക്കുന്നുണ്ടാവും. അത് ഒരിക്കലും അണയുകയില്ല. അതിനാൽ, അതിനുമപ്പുറമുള്ള ഏതെങ്കിലും ഇരുട്ടിലേക്ക് വേണം പെണ്ണുങ്ങൾക്ക് ഒളിച്ചു കയറാൻ. വെളിച്ചാണെങ്കിലും മുലക്കച്ചകെട്ടി ശരീരത്തെ കുളിപ്പിച്ചെടുക്കാം; കുളിച്ചില്ലെങ്കിലും കുഴപ്പമൊന്നുമില്ല. പക്ഷേ ഈ കാര്യം അങ്ങനെയല്ലല്ലൊ.

സാവിത്രിയും സീതയും, മാഞ്ഞുപോയ വയൽവരമ്പുകളിൽക്കൂടി നടന്ന് വെളിച്ചത്തിന്റെ അവസാനത്തിലെത്തി. ഇരുട്ടിലവർ സ്വയം മറഞ്ഞു.

''എടിയേ, ദൈവം എന്നതിന് സ്ത്രീലിംഗം ഇല്ലെന്ന്! അല്ലെങ്കിലും ഒരാൾക്കെന്തിനാടീ രണ്ടു ലിംഗം?....ഹ....ഹ....ഹ....'' സാരി കയറ്റിക്കുത്തി സാവിത്രി പറഞ്ഞു.

''നീയൊന്നു വേഗം വരുന്നുണ്ടോ? ഇപ്പം അടപ്പുവിട്ടു പോകും. അന്നേരമാ അവടെയൊര്....ഫ'' സീതയ്ക്ക് തിടുക്കം.

പിന്നെ സാവിത്രി ഒന്നും മിണ്ടിയില്ല. വാസ്തവത്തിൽ അവൾക്കും തിരക്കില്ലാതെയില്ല. വൈകുന്നേരം മുതൽ പിടിച്ചു വെക്കുന്നതാണ്. രണ്ടുനാളായി വയറ്റിലുണ്ടൊരു കുലുക്കവും പിരട്ടലും. വെളിച്ചത്തിന്റെ വിരലുകളെത്താത്തൊരിടത്തിൽ അവർ രണ്ടുപേരും പുറംതിരിഞ്ഞിരുന്നു.

തീവണ്ടിയാപ്പീസിനു പിന്നിലെ പാഴ്വയലിൽ പ്ലാറ്റ്ഫോമിനോട് ചേർന്ന കൂറ്റൻ നാട്ടുമാവിന്റെ കീഴെ, ഉയർന്നു നിൽക്കുന്ന കൂടാരങ്ങ

ളുടെ എണ്ണം ഏഴ്, അതിനുള്ളിലും പുറത്തുള്ള തുറന്ന ഭൂമിയിലുമായി ജീവിക്കുന്നവരുടെ എണ്ണം മുപ്പത്തിയഞ്ച്, പന്ത്രണ്ട് പുരുഷൻമാർ, എട്ടു സ്ത്രീകൾ, പതിനഞ്ചു കുട്ടികൾ. കൂടാരങ്ങൾ വീടുകളല്ല. കുട്ടികൾക്കു പോലും അതിൽ കഴിയാനാവില്ല. കൈയ്യിലുള്ള കുറച്ചു സാധനങ്ങൾ വെക്കാം. അത്രതന്നെ.

''പഴയ വയലായതുകൊണ്ട് എളുപ്പം കുഴിച്ചാ വെള്ളം കിട്ടും....'' നൂറ്റിഒന്നാമത്തെ കൂടത്തുണി കല്ലിട്ട് ഉരച്ചു കുഴകുന്നതിനിടയിൽ അരുന്ധതി അപ്പുറത്ത് പടിഞ്ഞിരിക്കുന്ന ഊർമിളയോടുപറഞ്ഞു.

''എളുപ്പം കുഴിക്കാം, ശരിയാ...'' ഏതോ ലോകത്തിൽ നിന്നെന്നോണം ഊർമിള മൊഴിഞ്ഞു. ദൂരെയെവിടെയോ ഉള്ള ഒരു വെളിമ്പ്രദേശത്തുനിന്ന് കൂടാരങ്ങൾ പുഴക്കിയെടുത്ത്, കള്ളവണ്ടി കയറി ഇങ്ങോട്ട് മാറുന്നതിനിടയിൽ മുങ്ങിക്കളഞ്ഞ തന്റെ കണവനെക്കുറിച്ച് ഓർക്കുകയാണ് അവൾ. ചുരുണ്ട മുടി, നേരിയ മീശ, ചുവന്ന കണ്ണുകൾ,വലതുകൈത്തണ്ടയിൽ ഓം എന്ന പച്ചകുത്തിയ പാട് - ഇത്രയേ ഊർമിളയ്ക്ക് ഓർമയുള്ളൂ.

അടിച്ചുനനച്ച പഴയ കുടത്തുണികൾ. കീറിയതും പിഞ്ഞിയതും. ഏറെ നടന്നു സമ്പാദിച്ചവയാണ്. അരുന്ധതി അതെല്ലാം വയൽപ്പരപ്പിൽ ഉണങ്ങാനിട്ടു. വെയിൽ മൂത്തു. വിയർപ്പൊഴുകുന്നു. അരുന്ധതിക്ക് വെയിൽ സഹിക്കാനാവുന്നില്ല. പിന്നെ എങ്ങനെയാണീ ഊർമിള പ്പെണ്ണ് ഇങ്ങനെ നിലാവുകൊള്ളുന്നതുപോലെയിരിക്കുന്നത്.

''ഊർമിളേ, സ്ത്രീകളെക്കാൾ കരുത്തരാണ്, ജോലിയെടുക്കുന്നവരാണ്, പുരുഷൻമാർ എന്നൊരു അഹങ്കാരം അവർക്കുണ്ട്. ശരിയാ, അവരുടെ മസിലുകൾ വലുതാ. പക്ഷേ ഈ ലോകത്തിലെ എഴുപതു ശതമാനം ജോലികൾ ചെയ്യുന്നത് സ്ത്രീകളാണ്. വെള്ളം കൊണ്ടുവരുന്നതും വിറക് പെറുക്കുന്നതും അടുക്കളപ്പണിയും. പക്ഷേ, കണക്കിൽ പെടാത്ത പണികളാ.....''

''ശരിയാ, എളുപ്പം കുഴിക്കാൻ പറ്റും.'' ഊർമിള വീണ്ടും പിറുപിറുത്തു.

വെയിൽപ്പന്തലിന്റെ മറ്റൊരു ഭാഗത്ത് ഉച്ചഭക്ഷണം തിളച്ചുകൊണ്ടിരുന്നു. ചോറു വേറെ, കറി വേറെ എന്നൊന്നുമില്ല. തിളക്കുന്ന അരിയിലേക്ക് പച്ചക്കറിയരിഞ്ഞും മുളകരച്ചതുമെല്ലാം വാരിയിടുന്നു. വേവുമ്പോൾ തീയണച്ച് അടുപ്പിനുമുകളിൽത്തന്നെ സൂക്ഷിച്ചുവെക്കുന്നു. കാറ്റടിക്കുമ്പോൾ അടുപ്പിലെ ചാരം അവിടെയെല്ലാം പറന്നുപൊങ്ങും.

പതിനഞ്ചു കുട്ടികളിൽ എട്ടെണ്ണത്തിന് കുപ്പായങ്ങളൊന്നുമില്ല. ബാക്കിയേഴ് പെൺകുട്ടികൾ. മുട്ടുമറയാത്ത ഒറ്റക്കുപ്പായം.

''എടീ, ശരിക്കിരിക്കടീ അലവലാതീ...... ലോകം മുഴുവൻ കാണിച്ചേ പെണ്ണ് ഇരിക്കൂ......'' എന്ന് കൂട്ടത്തിലൊരമ്മ മൂന്നു വയസ്സുകാരി മകളെ ശാസിച്ചു. അവൾ ഒന്നു ഞെട്ടി; ഉടുപ്പു ശരിയാക്കി.

''എടിയേ, ഇന്ത്യയിൽ ആൺകുട്ടികളെക്കാൾ ഇരുപതുശതമാനത്തിലധികം പെൺകുട്ടികൾ ആദ്യത്തെ അഞ്ചുവയസ്സിൽ മരിക്കുന്നു. ജനി

ക്കുന്ന ഒരു കോടി ഇരുപതുലക്ഷം പെൺകുട്ടികളിൽ പതിനഞ്ചുലക്ഷം ഒന്നാം പിറന്നാൾ സദ്യയുണ്ണുന്നില്ല. ഹാ.... പ്പീ.....ബർത്ത് ഡേ.....ടൂ.... യൂ..... പെണ്ണായതുകൊണ്ടുമാത്രം മുലപ്പാലും പോഷകാഹാരങ്ങളും നിഷേധിക്കുന്നതുകൊണ്ട് സംഭവിക്കുന്നതാണിത്.'' – പാത്രത്തിൽ കോരി വെച്ച കലക്കുവെള്ളത്തിൽ പച്ചക്കറിയും മീനും കഴുകുന്നതി നിടയിൽ സാവിത്രി പറഞ്ഞു.

''ചെലക്കാൻ തുടങ്ങി, സാവിത്രി നീയാ പച്ചക്കറി വേഗം കഴുകി യിട്, മീനിങ്ങോട്ട് താ, കാലമാടൻ ഇപ്പോഴെത്തും –'' സീത ചൊടിച്ചു.

''ഇത് ഞാമ്പറിഞ്ഞതല്ലടിയേ, സീതാമ്മാ, കാറ്റ് പറഞ്ഞതാ....'' സാ വിത്രി വീണ്ടും സീതയെ ചൊടിപ്പിക്കാൻ നോക്കി.

''അവൾടമ്മന്റെ കാറ്റ്. ഇപ്പം വരൂടീ. നട്ടുച്ചക്ക് നാലുകാലുമ്മല്. അപ്പകിട്ടണതെല്ലാം വാങ്ങിവെച്ചേക്ക്..... പൂതിമാറട്ടെ''

സീത നെടുവീർപ്പിട്ടു. സാവിത്രി പെട്ടെന്ന് മിണ്ടാതെയും അനങ്ങാ തെയുമായി. അവളുടെ വിരലുകളിലൂടെ അരിഞ്ഞ പച്ചക്കറികൾ ഊർ ന്നു പോയി. ഒരു വിറയൽ അവളുടെ മെലിഞ്ഞ ശരീരത്തിലൂടെ കടന്നു. അന്നേരം കൈകൊണ്ട് കുഴിച്ചെടുത്ത വെള്ളക്കുഴിയുടെ അക്കരെയി രുന്ന് തുണി നനയ്ക്കുന്ന അരുന്ധതി വിളിച്ചു പറഞ്ഞു.

''സ്ത്രീയുടെ ജീവിതത്തിലെ മറ്റൊരു ദു:ഖകരമായ അധ്യായം കാ യികവും ലൈംഗികവുമായ കലാപങ്ങൾക്ക് അവളുടെ ശരീരം ഇരയാ വുന്നു എന്നതാണ്. ഭാര്യയെ തല്ലുന്നത് പുരുഷന്റെ അവകാശമാണ് എന്ന രീതിയിലാണ് കാര്യങ്ങളുടെ കിടപ്പ്. അതനുഭവിക്കുന്നത് ഒരവ കാശവും. ഈ കലാപങ്ങൾ ശാരീരികമായ മുറിവുകൾ മാത്രമല്ല, മാ നസികമായ പിരിമുറുക്കം, ഭയം, തളർച്ച എന്നിവയും ഉണ്ടാകുന്നു....''

മരത്തണലിൽ പഴമ്പാഴയയിൽ മുഴുവനും ഉന്തിയ വയറുമായി തളർ ന്നു കിടക്കുന്ന കൗസല്യയുടെ വിളറിയ ചുണ്ടിൽ ചെറിയൊരു ചിരി വിടർന്നു. സാവിത്രിയ്ക്കും അരുന്ധതിയ്ക്കും നട്ടപ്പെരാന്ത് ഉണ്ടോ എന്നവൾ സംശയിച്ചു. അതാണ് അവളുടെ ചിരിക്ക് കാരണം. ഉറഞ്ഞു തുള്ളിപ്പറയുന്ന പോലെയാണ് രണ്ടുപേരും പറയുക. അന്നേരം അവർ ആളുമാറും.

കൗസല്യയ്ക്ക് എഴുന്നേൽക്കാൻ വയ്യ. മൂന്നാമത്തെ പ്രസവത്തിന്റെ ചുറ്റുപാടുകളിലേക്ക് പ്രവേശിക്കുമ്പോൾ കൗസല്യക്ക് കഠിനമായ അമർഷവും വേദനയും ക്ഷീണവുമെല്ലാം തോന്നുന്നുണ്ട്. തലയ്ക്കു ള്ളിൽനിന്നെന്തെല്ലാമോ വിങ്ങിപ്പൊട്ടുവാൻ തയ്യാറാവുന്നുണ്ട്, കണ്ണു കളിൽ മൂടൽ പരക്കുന്നുണ്ട്.

''പഴന്തുണിയിൽ പൊതിഞ്ഞ ഇറച്ചിക്കഷണം......'' കൗസല്യ കിട ക്കുന്ന കിടപ്പുകണ്ട് കാർക്കിച്ചു തുപ്പിക്കൊണ്ട് ഊർമ്മിള പറഞ്ഞു.

''ഫാ....നിന്റെ അമ്മയാടീ, ഇറച്ചിക്കഷ്ണം'' കൗസല്യ ആട്ടി.

''പത്തൊമ്പത് വയസ്സേ ആയുള്ളൂ. അപ്പഴക്കും മൂന്നാമത്തേതി നേം....'' നിലാവുപോലെ പരക്കുന്ന കരുണ നിറഞ്ഞ നോട്ടവുമായി ഊർമ്മിള പറഞ്ഞു. അവളുടെ കണ്ണുകൾ വായിച്ചറിഞ്ഞ് കൗസല്യ

വിമ്മിട്ടപ്പെട്ടു. എന്തിനാണ് അവളെ ആട്ടിയത്. നാലുകാലിൻമേൽ വരുന്നൊരുത്തൻ തനിക്കുണ്ട്. അവൾക്കോ? വരും വഴിയിൽ ഉപേക്ഷിക്കപ്പെട്ട ഒരു കുഞ്ഞാണല്ലോ ഊർമ്മിള. കൗസല്യക്ക് കരച്ചിൽ വന്നു.

''എവിടടീ ഉദ്യോഗസ്ഥകൾ?'' എട്ടിൽ ബാക്കിയുള്ള മൂന്ന് സ്ത്രീകളെക്കുറിച്ചുള്ള ചോദ്യമാണ് സാവിത്രി ചോദിച്ചത്. എന്നിട്ട് ഇത്രയും കൂട്ടിച്ചേർത്തു.

''ഇപ്പെത്തും ചീഞ്ഞ തക്കാളീം മീനും നനഞ്ഞ വെറുകുചുള്ളിയുമായി ഉദ്യോഗസ്ഥകൾ ഇപ്പെത്തും. പായ വിരിക്ക്.....''

''കളിയാക്കണ്ടടീ, അവര് കൊണ്ടുവരുന്നത്കൊണ്ടാണ് നീയൊക്കെ ഞണ്ണുന്നേ. ഓർത്തോ'' സീത വീണ്ടും ചൊടിച്ചു.

''നമ്മടെ കാലമാടൻമാര് രാവിലെത്തന്നെ കുളിച്ചൊരുങ്ങി എങ്ങോട്ടാണാവോ പോകുന്നേ?''

വെയിൽ താണുതുടങ്ങുന്നു. കുട്ടികൾക്ക് കൊടുത്ത് ബാക്കിയുള്ള ഭക്ഷണം തണുത്തു കഴിഞ്ഞു. സീതയും സാവിത്രിയും അരുന്ധതിയും ഊർമിളയും കാത്തിരുന്നു. വിശപ്പു താങ്ങാനാവാതെ കൗസല്യ ഞെരങ്ങി.

''എന്തങ്കിലും...താ....സഹിക്കാമ്പറ്റ്ന്നില്ല....'' അവൾ കരഞ്ഞു പറഞ്ഞു. തളർവാതം വന്ന ഒരു സ്ത്രീയുടെ കരച്ചിൽപോലിരുന്നു അത്.

''സാവിത്രിയക്കാ എന്തെങ്കിലും താ അല്ലെങ്കി ഞാനിപ്പ ചാവും..........ഹമ്മേ...''

ഒരു പരന്ന പാത്രത്തിൽ കൗസല്യക്ക് ഭക്ഷണം വിളമ്പി. ബാക്കി അടച്ചുവെച്ചു. സാവിത്രി, ഇപ്രകാരം പറഞ്ഞു. 'ശരിയെടി മോളെ, നിനക്കുവേണ്ടി, ഭാവശുദ്ധികൾ ഇന്ന് ഞങ്ങള് മാത്രം ദീക്ഷിക്കാം. കൂട്ടുകുടുംബമാകുമ്പോൾ ഇങ്ങനെ ചില സൗകര്യങ്ങളുണ്ട്. അണുകുടുംബമായിരുന്നെങ്കി നീ വെഷമിച്ചേനെ....''

ഊണുകഴിച്ച് പകുതിയാകവേ, അടിവയറിൽ നിന്നൊരാളൽ. ഒരു കൊളുത്തിപ്പിടി. കൗസല്യ വേഗം വയറ് താങ്ങി. വേദന.

''ഹമ്മേ.......'' അവൾ ഉറക്കെ നിലവിളിച്ചു.

അപ്പോഴേക്കും അവളുടെ സാരി നനഞ്ഞു. ചോര മണ്ണിലേക്ക് ഒഴുകിയിറങ്ങി. കൗസല്യ വേദനകൊണ്ട് തീവണ്ടിയാപ്പീസ് കിടുങ്ങുമാറ് നിലവിളിച്ചു. ഓടിക്കൂടിയവർ അവളെ എടുത്തു ബഞ്ചിൽ കിടത്തി.

''എന്തിനാണ് പ്രസവത്തിൽ അമ്മമാർ മരിക്കുന്നത്'' സാവിത്രി ചോദിച്ചു. ''വികസിത രാജ്യങ്ങളിൽ പത്ത് അമ്മമാർ മരിക്കുമ്പോൾ ഇന്ത്യയിൽ അഞ്ഞൂറ് അമ്മമാരാണ് മരിക്കുന്നത്. പോഷകാഹാരക്കുറവ്, തൂക്കക്കുറവ്, വിളർച്ച, ശൈശവവിവാഹം, തുടർച്ചയായ ഗർഭധാരണം ഇവയെല്ലാമാണ് ഇതിനുകാരണം...... മരമാണെടീ, നമ്മെളെല്ലാം, മരത്തടി.''

''അവള് തൊടങ്ങി....'' സീത ചൊടിച്ചു.

''ഞാമ്പറഞ്ഞതല്ല, കാറ്റു പറഞ്ഞതാ.''

രാത്രി അവകാശത്തോടെ കടന്നുവന്നു. ഉറക്കം വരുമ്പോൾ മുപ്പത്തഞ്ചുപേരും പ്ലാറ്റ്ഫോറത്തിൽ തലങ്ങും വിലങ്ങും കിടക്കും. അപ്പപ്പോൾ കുതിച്ചുപോകുന്ന തീവണ്ടികളാൽ ഭൂമി കുലുങ്ങുന്നത് അറിഞ്ഞും അറിയാതെയും എല്ലാവരും ഉറങ്ങുന്നു.അന്നേരം തൊട്ടിൽ ആടുന്നതുപോലെയാകും അവർക്ക് തോന്നുക.

''മുടിയാനായിട്ട്.......''തീവണ്ടിയുടെ പോക്കിൽ ഉറക്കം ഞെട്ടിയ അരുന്ധതി ആക്രോശിച്ചു. ''എപ്പോഴാണാവോ വെസ്റ്റ് കോസ്റ്റിന്റെ എഴുന്നള്ളത്ത്? അതും പോയാപ്പിന്നെ മലബാറ് വരുന്നത് വരെ സുഖായ്റ്റ് ഒറങ്ങായിരുന്നു.''

കുഞ്ഞുങ്ങളും അമ്മമാരും പിന്നെ രാത്രി വൈകിയെത്തിയ പുരുഷൻമാരും അങ്ങോട്ടുമിങ്ങോട്ടും തലവെച്ച് ഉറക്കമായി. തീവണ്ടിയാപ്പീസിലെ ഒരിക്കലും കെടാത്ത വെളിച്ചം അവർക്കു കാവലായി. കൂർക്കം വലികൾ പതഞ്ഞുയർന്നു.

അന്നേരമാണ് സാവിത്രിയക്കയുടെ കണവൻ പതുക്കെ, പതുക്കെ തപ്പിത്തപ്പിയെത്തുന്നത്. നിരന്നും നിരതെറ്റിയും ഉറങ്ങുന്ന മുപ്പത്തിനാലുപേരിൽനിന്ന് അയാൾ തന്റെ വെളിവു തെറ്റിയ കണ്ണുകൾകൊണ്ട് സാവിത്രിയെ കണ്ടുപിടിച്ചു. അവളുടെ ചന്തിയിൽ ആഞ്ഞൊന്നടിച്ചുകൊണ്ട് അയാൾ മെല്ലെ വിളിച്ചു.

''എടീ....''

സാവിത്രി ഞെട്ടി കണ്ണുതുറന്നു. മുന്നിൽ സ്വന്തം പുരുഷൻ ആടിയാടി. അവളുടെ കണ്ണുകളിൽതീ കത്തി. അതേ കണ്ണുകളോടെ അവൾ എഴുന്നേറ്റ്, മുടിവാരിക്കെട്ടി, സാരി കുടഞ്ഞ് ചപ്പുംപൊടിയും കളഞ്ഞ്, നേരേ നാട്ടുമാവിന്റെ ഇരുട്ടിലേക്ക് നീങ്ങി. ഇരുട്ടിൽനിന്നുകൊണ്ട് അവൾ പിറുപിറുത്തു.

''വന്ന് തൊലയ്, പണ്ടാരം''

ആകാശത്തോളം ഇലകൾ വിരിച്ചുനിൽക്കുന്ന നാട്ടുമാവിന്റെ ചുവട്ടിൽ മലർന്നുകിടന്നു. പിന്നെയവൾ ഒരു മരത്തടിയായി, ആ മരത്തടിക്ക് മുകളിൽ വീണ്, മരം വെട്ടുകാരന്റെ വന്യതയോടെ, അയാൾ കാമം തീർത്തു.

ബോധമറ്റ് കിടക്കുന്ന പുരുഷന്റെ തലയ്ക്ക് ഒരു ചവിട്ടു കൊടുത്തു, സാരിത്തുമ്പുകൾകൊണ്ട് മുഖംതുടച്ച് സാവിത്രി വീണ്ടും ഉറങ്ങാനൊരുങ്ങി....

ഒരുനാളിലവളിങ്ങനെ...

ഒരിക്കൽ വിശാലമായിരുന്ന വയൽ. ഇടയിൽ നികത്തിയുണ്ടാക്കിയ ഒരു ചെറിയ തെങ്ങിൻതോപ്പ്. ഒറ്റയൊറ്റ വീടുകൾ.

വയലിന്റെ അതിരായ നിരത്തിലൂടെ തിരക്കിട്ടു പോകുന്ന ഒരു ട്രാക്റ്റർ, അല്പം കഴിഞ്ഞ് ഒരു ജോടി മൂരികളും കലപ്പയുമായി വരുന്ന ഉഴവുകാരൻ. മെലിഞ്ഞ് ഉണങ്ങിയ ഒരാൾ. ദൂരെ വയൽ വരമ്പിലൂടെ ധൃതിയിൽ നടന്നുവരുന്ന ജനിത എന്ന പെൺകുട്ടി. താൻ പഠിക്കുന്ന പാരലൽകോളേജിലേക്കാണ്. അല്പം വൈകിപ്പോയോ എന്ന വേവലാതി മുഖത്തുള്ളത്, അടുത്തു വരുമ്പോൾ വ്യക്തമാകും.

മഴമേഘങ്ങൾ നിരന്ന ആകാശത്തിന്റെ മങ്ങൽ. ചുറ്റിപ്പറക്കുന്ന പരുന്തുകൾ.

ചിരപരിചയംകൊണ്ട് വഴുക്കലിക്കുന്ന ഇടങ്ങൾ അവൾ ബാലൻസ് ചെയ്ത് താണ്ടുന്നുണ്ട്. വെള്ളം തേമ്പിനിൽക്കുന്ന സ്ഥലങ്ങളിൽ പാവാട അല്പം ഉയർത്തിയും അതുകഴിഞ്ഞാൽ ലേശം ഭയപ്പാടോടെ പൊടുന്നനെ താഴ്ത്തിയും ജനിത വരുന്നു.

ഒന്നു പാളുന്നു. നില വീണ്ടെടുക്കുന്നു.

വയൽപ്പരപ്പിൽ ഇപ്പോൾ ജനിതയെ മാത്രമേ കാണുന്നുള്ളൂ. ഒറ്റയൊറ്റ വീടുകളുടെ മുൻവാതിലുകളും ജനലുകളുമെല്ലാം കൊട്ടിയടച്ചപോലെയാണ്.

എരാക്കപ്പൂക്കൾ വിരിഞ്ഞുനിൽക്കുന്ന ഇടം.

ജനിത സന്തോഷത്തോടെ അങ്ങോട്ടു നോക്കുന്നു. ചൂടാനും മാല കെട്ടാനും പറ്റാത്ത എരാക്കപ്പൂക്കൾക്ക് നീല നിറമാണ്. അല്ലെങ്കിൽ വയലറ്റ് എന്നുപറയാം.

വയലറ്റ് നിറത്തിൽ നീളമുള്ള ഒരു തുണി, ദുപ്പട്ട പോലുള്ളത്, അപ്പൂപ്പൻ താടിപോലെ പാറിപ്പാറി, പറന്ന് മഞ്ഞപ്പൂക്കൾ പൂത്തിരിക്കുന്ന ഒരു മരക്കൊമ്പിൽ ഉടക്കി തൂങ്ങുന്നു.

ജനിത വഴുതുമോ എന്നു ശ്രദ്ധിച്ച് നിരത്തിലേക്ക് കയറുന്നു.

അതൊരു ബസ്റ്റോപ്പാണ്. വേറെയാരുമില്ല.

"ഭഗവതീ......" അവൾ വിളിക്കുന്നു. "വേറെ ആരും ഇല്ലല്ലോ. പാസു കാരെ കണ്ടാൽ ബസ് നിർത്തൂല്ലല്ലോ."

ജനിതയുടെ മുഖത്ത് വേവലാതി കനക്കുന്നു.

അവൾ അങ്ങോട്ടുമിങ്ങോട്ടും നോക്കുന്നു.

ഈശ്വരനോടെന്നപോലെ അവൾ മുകളിലേക്ക് നോക്കുമ്പോൾ ഒരു പരുന്ത് ശരവേഗത്തിൽ താഴേക്കു വന്ന് ഞൊടിയിടകൊണ്ട് ഒരു വലിയ പച്ചത്തവളയെ വയലിൽനിന്നു റാഞ്ചിയെടുത്ത് മുകളിലേക്ക്.....

തവളയുടെ അവസാനത്തെ കരച്ചിൽ.

വയലിന് വെള്ളം നൽകുന്ന തോട്. ഒഴുക്കിൽ ഉലയുന്ന ജലസസ്യങ്ങൾ. പിടിച്ചുനിൽക്കാൻ വാൽ ചലിപ്പിക്കുന്ന കണ്ണിക്കുറിയൻ മീനുകൾ.

തോട് നിരത്തിനടിയിലൂടെ പോകുന്നതിനു മുകളിലുള്ള കലുങ്ക്

"അവിടെയും ആരുമില്ലല്ലോ" എന്നു ജനിത പറയവേ,

കലുങ്കിൽ ഒരു യുവ കോമളൻ ഇരുന്നുകൊണ്ട് പ്രവേശിക്കുന്നു.

വിടന്റെ ഭാവം. ചെരിഞ്ഞ തല.

ഏറ്റവും പുതിയ രീതിയിൽ തൊപ്പിപോലെ ക്രോപ് ചെയ്തെടുത്ത തലമുടി.

കയ്യില്ലാത്ത തിളങ്ങുന്ന മേൽക്കുപ്പായം. വരകളും പുള്ളികളുമുള്ള ഇറുകിയ പാന്റ്സ്:

അഡിഡാസിന്റെ സ്നീക്കേഴ്സ്. പാദുകങ്ങൾ.

ജനിത മുഖം തിരിച്ചു മറുവശത്തുനോക്കുമ്പോൾ അവൻ:

നിന്റെ കടമിഴികൊണ്ടെന്റെ
കണ്ണിണയിൽ ബല്ലേ ബല്ലേ...........

ജനിതയുടെ മനസ്സ്.

അമ്മ. മുപ്പത്തിയഞ്ചു വയസ്സ്. അമ്പത്തിയഞ്ചിന്റെ രൂപം. കാൽഭാഗം പോലും പണിതീരാത്ത വീടിന്റെയുള്ളിൽ മാലയിട്ടുവെച്ചിരിക്കുന്ന അച്ഛന്റെ പടം. ചോറ്റുപാത്രവുമായി പണിക്കിറങ്ങും മുൻപ് ഒരു നിമിഷം അന്തിച്ചു പോകുന്ന അമ്മ. മെലിഞ്ഞുണങ്ങിയ ശരീരം. നിശ്ചയദാർഢ്യമുള്ള മുഖം.

ജനിതയുടെ അനിയൻ പുസ്തകങ്ങൾ അലക്ഷ്യമായി മേശമേൽ നിന്ന് വലിച്ചെടുത്ത് പുറത്തേക്ക്. അവന്റെ നടത്തത്തിൽ സിനിമാറ്റിക് ഡാൻസിന്റേതായ ചില ചുവടുകൾ. അതു കാണുന്ന അമ്മ. ചോറ്റുപാത്രം താഴെവെച്ച് തലയിൽ കൈവച്ച്, അമ്മ : "ന്റെ മുത്താപ്പാ, ഇച്ചെക്കനെന്താപ്പാ ഇങ്ങനെയായിപ്പോയേ!"

കലുങ്കിലെ യുവകോമളൻ.

നിരത്തിൽ നിന്നും രണ്ടു സ്റ്റെപ്പ് വെച്ച് പാടുന്നു.

"മധുരപ്പതിനേഴുകാരി........... എന്റെ
മധുരപ്പതിനേഴുകാരീ..........ീ........"

ജനിതയുടെ ശരീരം.

അവൾ പുസ്തകങ്ങളോടൊപ്പം അരയിൽ കൈകുത്തിനിന്നു ചോദിക്കുന്നു: ''ആരാടാ നിനക്ക് എന്റെ വയസ്സ് പറഞ്ഞുതന്നത്?''

അവന്റെ പാട്ട് പൊടുന്നനെ നിലച്ചു.

ആക്രാമകമായി ചുവടുകൾ വെക്കുന്ന ഒരു സിനിമാറ്റിക് നൃത്തസംഘം. പാട്ടുകൊഴുക്കുന്നു. ഇപ്പോൾ ചാടിവീഴും എന്ന ഭാവങ്ങൾ. സംഘത്തിന്റെ നായകൻ യുവകോമളൻ. ജനിത കൈ നീർത്തി ഒരടി കൊടുക്കുന്നു.

പാട്ടുനിന്നു. ഡാൻസും. യുവകോമളനും സംഘവും അങ്ങനെയങ്ങ് അപ്രത്യക്ഷമായി. ശൂന്യമായ കലുങ്ക്.

ജനിത പിന്നെ നടത്തത്തിന് വേഗത കൂട്ടുന്നു. എന്തോ കണ്ടുപേടിച്ചതുപോലെ ഇടയ്ക്ക് തിരിഞ്ഞുനോക്കിക്കൊണ്ടുള്ള വേഗതയേറിയ നടത്തം പിന്നെയൊരു ഓട്ടമായി മാറി. അരികിലുള്ള അടുത്ത ബസ് സ്റ്റോപ്പ്. ഒന്നു രണ്ടു കടകൾ, ബസ് കാത്തുനിൽക്കുന്ന കുറച്ചു പേർ. ജനിത കിതച്ചുകൊണ്ട് ആശ്വാസം കൊണ്ടു. നെറ്റിയിലെ വിയർപ്പ്.

ബസ് വന്നു നിൽക്കുന്നു. എല്ലാവരും കയറിക്കഴിഞ്ഞേ ജനിതയ്ക്ക് കയറാവൂ. പാസ് ആണല്ലോ. ഒരുങ്ങിനിൽക്കുന്ന ജനിത. പെട്ടെന്ന് ബെല്ലടിക്കുന്നു. അവൾ ഓടിക്കയറുന്നു. കണ്ടക്ടറുടെ അസംതൃപ്തമായ മുഖം.

''പാസ്കാര് പിള്ളേരേകൊണ്ട് മതിയായിഷ്ടാ'' എന്ന് ഡ്രൈവറോട്. റിയർവ്യൂ മിററിൽ ഡ്രൈവറുടെ രോഷം. അതു തീർക്കാനെന്നോണം ഒരു സഡൻ ബ്രേക്ക്, നിൽക്കുന്ന യാത്രക്കാരെല്ലാം വല്ലാതെ മുന്നോട്ടായുന്നു.

''ഒന്നുമുന്നോട്ട് നിൽക്കണേ. ഫുട്ബോള് കളിക്കാനുള്ള സ്ഥലോണ്ടല്ലോ..... അങ്ങോട്ട് നിക്ക് പെണ്ണേ'' എന്ന് കണ്ടക്ടർ ജനിതയെ ചുമൽ പിടിച്ചു തള്ളുന്നു.

തന്നിലേക്കമരുന്ന ഒരു ശരീരം, അത് ആൺശരീരമാണ് എന്നറിയാവുന്നതുകൊണ്ട് ജനിത മുന്നോട്ടേക്ക് നീങ്ങിനിൽക്കുന്നു. ആ ശരീരം വീണ്ടും അടുക്കുന്നു.

ജനിതയുടെ മുഖത്ത് അറപ്പ്.

പാതിയടഞ്ഞ കണ്ണുകളുമായ്, സുഖത്തിൽ അയാൾ.

അറപ്പുപരന്ന മുഖം കനൽപോലാകുന്നു. പെട്ടെന്ന് തിരിയുന്ന ജനിത. കനൽ കെടുന്ന മുഖം, അമ്പരപ്പ്, നിരാശത.

''മാഷേ.....'' അവൾ വിളിച്ചു.

പെട്ടെന്ന് മാഷ് പിന്നോട്ടു വലിഞ്ഞ്, 'ആളെറങ്ങാനുണ്ടേ' എന്നു വിളിച്ചു പറഞ്ഞ് തിരക്കിലൂടെ നുഴഞ്ഞ് പുറകിലേക്ക് മാറുന്നു.

അടക്കി കരയുന്ന ജനിത.

''ആ കോളെജ്...... കോളെജ്..... ഓസിന് ബസില് കേരിയ പിള്ളറെല്ലാം എറങ്ങിയാട്ടെ-'' കിളിയുടെ അറിയിപ്പ്. തുരുതുരാ, ഭയപ്പാടോടെ, ഓടിയിറങ്ങുന്ന കുട്ടികൾ.

കണ്ടക്ടറുടെ പുച്ഛഭാവം.

കലങ്ങിയ മുഖവുമായി ഇറങ്ങുന്നത് ജനിത.

കോളെജിലേക്കുള്ള വഴിയിൽ വർണ്ണശബളമായ കമാനം: ''ഉത്തരമേഖല പാരലൽ കോളേജ് കലോത്സവം 2004'' അടിയിൽ സ്പോൺസർചെയ്ത സ്വർണക്കടയുടെ പേര്. അതിന്റെ ഉടമസ്ഥന്റെ ചിരിക്കുന്ന പടം.

ഡബിൾ ബെല്ലടിച്ച ബസ് വിടാൻ തുടങ്ങുമ്പോൾ ഓടിക്കയറിയ കണ്ടക്ടർ രോഷത്തോടെ: ''കൂത്തടിക്കാനും പാസ്സാ!''

ജനിതയുടെ ശൂന്യമായ മുഖം. അവൾ നടക്കുന്നു. ''ഹായ്, ജനിത'' എന്ന വിളി. അവൾ ഇടതുവശത്തേക്കു തിരിഞ്ഞുനോക്കുന്നു.

മറ്റൊരു യുവകോമളൻ.

''എന്താ രൂപേഷ്?''

''ഞാൻ നിന്നെ കാത്തുനിൽക്കുകയായിരുന്നു.''

''എന്തിനാ രൂപേഷ്?'' നിർവികാരയായി അവൾ.

''മറന്നോ?'' കലോത്സവത്തിന്റെ ദിവസം എനിക്കൊരു ട്രീറ്റ് തെരാന്ന് പറഞ്ഞത് മറന്നോ?'

അമ്പരക്കുന്ന ജനിത.

''നീ മറന്നാലും ഞാൻ മറക്കൂല്ല'' - രൂപേഷ്

വീണ്ടും എളിയിൽ കൈകുത്തി നിൽക്കുന്ന ജനിത.

''എന്തിനായിരുന്നു?'' - അവൾ ചോദിച്ചു.

''അത്....അത്....''വിക്കുന്ന രൂപേഷ്. ഒടുവിൽ പൊടുന്നനെ കിട്ടിയ മാതിരി അത്....നിന്റെ ബർത്തഡേക്ക്.

''ഇന്ന് എന്റെ പിറന്നാളല്ലല്ലോ''- ജനിതയുടെ കനക്കുന്ന ശബ്ദം.

''അന്ന് ഞാൻ ലീവായിരുന്നല്ലോ'' എന്നു രൂപേഷ്.

അവനെ വളരെ രൂക്ഷമായി ശ്രദ്ധിക്കുന്നു. ജനിത.

രൂപേഷ് തുടരുന്നു: ''പിറ്റേന്ന് ട്രീറ്റ് ചോദിച്ചപ്പോ, നീ പറഞ്ഞു കലോത്സവത്തിന്റെ ദിവസം നമുക്ക് ഒരുമിച്ചു പോയി ഫ്രീസിങ്ങ് പോയന്റിൽനിന്ന് ഐസ്ക്രീം വാങ്ങിത്തരാം....''

''ഞാനങ്ങനെ പറഞ്ഞോ?'' സംശയിക്കുന്ന ജനിത.

''പിന്നെ! ഇത്രവേഗം മറന്നോ. അല്ലെങ്കിലും ഈ ഗേൾസ് ഇങ്ങനെയാ. എല്ലാം വേഗം മറക്കും.''

ജനിതയുടെ മനസ്സ്:

പണികഴിഞ്ഞ് തിരിച്ചുവരുന്ന അമ്മ. ഇലയിൽ പൊതിഞ്ഞ പച്ചമീൻ ഒരു കയ്യിൽ. മുളക്, ഇഞ്ചി, കറിവേപ്പില, മുരിങ്ങക്ക - സഞ്ചിയും തൂക്കുപാത്രവും മറുകയ്യിൽ. അമ്മയുടെ ചിരി.

''ഞാൻ വിടൂല്ല. വാക്കുപാലിക്കണം'' - രൂപേഷ്.

ഓർമയിലെവിടെയും അങ്ങനെയൊരു വാഗ്ദാനം കാണാഞ്ഞ്, കുരുക്ക് തിരിച്ചറിഞ്ഞ്, കണ്ണുകൾ ദൃഢമാക്കുന്ന ജനിത. അവൾ എളിയിൽ നിന്ന് കയ്യെടുത്ത് പുസ്തകം മാറോട് ചേർത്ത്, ഒരു കാൽ മുന്നോട്ട് വച്ച്....

''രൂപേഷേ, ഞാനീ പുസ്തകമെല്ലാം ക്ലാസില് വെച്ചിട്ട് വരാം.

ബുക്കൊക്കെയായിട്ട് ഫ്രീസിങ്ങ് പോയിന്റില് പോയാ ഒരു രസോണ്ടാവില്ല. നീയിവിടെ നിൽക്കണേ...''

നടന്നകലുന്ന ജനിത.

''ഐ വെയ്റ്റ് ഫോർ ഫിഫ്റ്റീൻ മിനുട്സ്''- പാരലൽ കോളെജ് ഇംഗ്ലീഷിൽ രൂപേഷ്.

തിരിഞ്ഞു നോക്കാതെ ജനിത. കാത്തുനിൽക്കാനായി ഒരുങ്ങുന്ന, രൂപേഷ്. ജീൻസിന്റെ പിൻകീശയിൽ നിന്ന് വട്ടച്ചീർപ്പെടുത്ത് തലമുടി ഒതുക്കുന്നു. ശൃംഗാരം. കൈകളിൽ, ഒരു നിമിഷം, സിനിമാറ്റിക് നൃത്ത ചലനം.

ബസ് സ്റ്റോപ്പിൽ നിന്ന് കോളെജ് വരെയുള്ള ദൂരം ഇരുവശത്തും ബഹുവർണ്ണ പ്ലാസ്റ്റിക് തോരണങ്ങൾ.

പാടിക്കൊണ്ടിരിക്കുന്ന സിനിമാ ഗാനം നിർത്തിയിട്ട് ഒരു അനൗൺസ്മെന്റ്.

ഉത്തരമേഖലാ പാർലൽകോളെജ് കലോത്സവം ഏതാനും നിമിഷങ്ങൾക്കകം ഉദ്ഘാടനം ചെയ്യപ്പെടുന്നു.

പാട്ട് തുടരുന്നു.

പാട്ട് നിൽക്കുന്നു അനൗൺസ്മെന്റ്: വിദ്യാഭ്യാസ രംഗത്ത് പ്രാന്തവൽക്കരിക്കപ്പെട്ട സമാന്തര കലാലയങ്ങളിലെ കലാപ്രതിഭകൾ മാറ്റുരയ്ക്കുന്ന മഹാമേള... പാട്ട്.

മുന്നോട്ടു നടക്കുമ്പോൾ, അപ്പോൾ നിർത്തിയ ബസ്സുകളിൽ നിന്ന് ഇറങ്ങിയ കൂട്ടുകാരികളിലേക്ക് ജനിത.

എല്ലാവരും എന്തോ പറഞ്ഞ് ചിരിക്കുന്നു. അതിലൊരുവൾ ജനിതയുടെ പുറത്ത് പതുക്കെ അടിക്കുന്നു, ഒഴിഞ്ഞു മാറുന്ന ജനിത ചിരി.

മണ്ണിൽ നിന്ന് പൊടുന്നനെ പറന്നുയരുന്ന പൂമ്പാറ്റകളുടെ ദൃശ്യം. അനൗൺസ്മെന്റ് ഉയരുന്നു.

ഈ മഹാമേള ഉദ്ഘാടനം ചെയ്യുന്നത് നമ്മുടെ.....

ജനിതയും കൂട്ടുകാരികളും പെട്ടെന്ന് ഒരു വശത്തേക്ക് മാറുന്നു. വലിയ ശബ്ദമുണ്ടാക്കിക്കൊണ്ട് ഒരു ഗുഡ്സ് ഓട്ടോ. അതിൽ നിറയെ പ്ലാസ്റ്റിക് കസേരകളാണ്.

അകന്നുപോകുന്ന ഓട്ടോ. തെളിയുന്ന അനൗൺസ്മെന്റ്. ജനനായകനായ മന്ത്രിയാണ്.....

അതു കേൾക്കുന്ന ജനിത നടുങ്ങുന്നു. അടുത്തുള്ള കൂട്ടുകാരിയുടെ ചുമലിൽ അമർത്തിപ്പിടിക്കുന്നു. ഹതാശമായ മുഖം. ഇതുവരെയില്ലാത്ത ഒരു ഭയം.

കലോത്സവ വേദിയുടെ കവാടം. തിരക്ക്, ബഹളം,തകർക്കുന്ന പാട്ട്. ആഘോഷങ്ങളുടെ വേള. പ്രമുഖ പത്രങ്ങൾ സൗജന്യമായി വിതരണം ചെയ്ത സപ്ലിമെന്റുകൾ വായിക്കുന്ന കാണികൾ.

ഇരിക്കാൻ ഇടം തേടുന്ന ജനിതയും കൂട്ടുകാരികളും.

പാട്ട് നിലയ്ക്കുന്നു.

അനൗൺസ്മെന്റ് : ബഹുമാനപ്പെട്ട മന്ത്രിയിതാ ഏതാനും നിമിഷ

ങ്ങൾക്കകം വേദിയിലെത്തുകയാണ്. കലോത്സവം ആരംഭിക്കാൻ പോകുകയാണ്. പ്രതീക്ഷകളുടെ പൊന്നിൻ.....

കൂട്ടുകാരികളുടെ ഇടയിലിരുന്ന് ചകിതയാവുന്നു, ജനിത. അവളുടെ നെറ്റിയിൽ ഉരുണ്ടുകൂടുന്ന വിയർപ്പുതുള്ളികൾ.

ഭയം ജനിക്കുന്ന മുഴക്കത്തോടുകൂടി അറിയിപ്പ് തുടരുന്നു.

"എനിക്ക് വയ്യ" എന്ന് പറഞ്ഞ് ജനിത തളരുന്നു.

"നിനക്കെന്തെടാ പറ്റിയത്" - എന്നു കൂട്ടുകാരികൾ. അവരുടെ മുഖത്തും അവരറിയാതെ ഭയം പരക്കുന്നു.

അടിമുടി വിറക്കുന്ന ജനിത.

കൂട്ടുകാരികളുടെ കാൽച്ചുവട്ടിലേക്ക് മറഞ്ഞിരിക്കാൻ ശ്രമിക്കുന്ന ജനിത.

"എന്താ, എന്തുപറ്റി ജനിതേ" എന്ന് കൂട്ടുകാരികൾ.

ജനിത മുഖം പൊത്തുന്നു.

അറിയിപ്പ്: 2004 ലെ ഉത്തര കേരളാ പാരൽ കോളേജ് കലോത്സവത്തിന്റെ വർണാഭമായ ഉദ്ഘാടന സമ്മേളനം ഇതാ ആരംഭിക്കുകായാണ്.

ഉദ്ഘാടന വേദിയിലേക്കിതാ, ജനനായകനായ നമ്മുടെ ബഹുമാനപ്പെട്ട.....

അയാളും എന്നെ കാണും..... വിറച്ചുകൊണ്ട് ജനിത.

കൂട്ടുകാരികളുടെ കാൽച്ചുവട്ടിലേക്ക് മറഞ്ഞിരിക്കാൻ ശ്രമിക്കുന്ന ജനിത.

എന്താ, എന്തുപറ്റി ജനിത എന്ന് കൂട്ടുകാരികൾ.

ജനിത മുഖം പൊത്തുന്നു.

അറിയിപ്പ്: ഉത്തര മേഖല പാരൽ കോളേജ് കലോത്സവത്തിന്റെ വർണാഭമായ ഉദ്ഘാടന സമ്മേളനം ഇതാ ആരംഭിക്കുകയാണ്.

ഉദ്ഘാടന വേദിയിലേക്കിതാ, ജനനായകനായ നമ്മുടെ ബഹുമാനപ്പെട്ട.....

"അയാളും എന്നെ കാണും....." വിറച്ചുകൊണ്ട് ജനിത.

"നീയെന്താ ഇങ്ങനെ..... നീയൊന്നനങ്ങാണ്ട് നിക്ക്.... ആൾക്കാരെന്താ വിചാരിക്ക്യാ...." എന്നൊക്കെ കൂട്ടുകാർ.

സന്നിപാതജ്വരബാധയാലെന്ന പോലെ ജനിത.

ചുണ്ടുകൾ കൂട്ടിയടിക്കുന്നു.

അയാളും എന്നെ കാണും...

അയാളും എന്നെ കാണും...

അമ്മേ എന്നൊരു വലിയ നിലവിളി.

വിനിമയം

വാഹനങ്ങളുടെ സർവ്വാധിപത്യം നിലനിൽക്കുന്ന രാവിലെ ഒൻപത രമണി നേരത്ത്, നെഹ്റു സ്റ്റേഡിയത്തിനും മുഖ്യതപാലാപ്പീസിനും ഇടയിലുള്ള നിരത്തു മുറിച്ചു കടക്കാൻ വെമ്പി നിൽക്കുന്നു, കമറുദ്ദീൻ. ഭാഗ്യം വിതരണം ചെയ്യുന്ന അയാളുടെ വാഹനത്തിൽ നിന്നു വിളം ബരങ്ങൾ മുറയ്ക്ക് നടക്കുന്നു:

‘‘........മണിക്കൂറുകൾക്കുശേഷം ഒരു ടിക്കറ്റ് തരൂ എന്നു പറഞ്ഞാൽ നിരാശയായിരിക്കും ഫലം...... ഇതാ കേരള സംസ്ഥാന ഭാഗ്യക്കുറിയു ടെ.......’’ തുരുതുരാ വന്നുകൊണ്ടിരിക്കുന്ന വാഹനങ്ങൾക്ക് ഇടവേള കളില്ല. സൈക്കിൾ ഇക്കരെ വെച്ച് പോകാനുമാവില്ല. അയാൾ ഒരൊ ഴിവിനായി കാത്തു. അന്നേരം ലിമിറ്റഡ് സ്റ്റോപ്പ് ബസ്സുകളുടെ ഒരു നിര അയാളുടെ മുന്നിലൂടെ പ്രകാശവേഗത്തിൽ കടന്നുപോയി. ഒരു മയവുമില്ല, ആ പോക്കുകൾക്ക്.

‘‘ഓന്റെയെല്ലാം ചായിന്റെ പോക്കാണ്, പടച്ചോനേ...’’ എന്ന് ഉള്ളാ ലെ പ്രാകുന്നു, കമറുദ്ദീൻ. അയാളുടെ സൈക്കിൾ മുൻവശത്തു പീലി വിരിക്കുന്ന ഒരു മയിലുപോലെയായിരുന്നു. ഹാൻഡിൽ ബാറിൽ നീള മുള്ള കാർഡ് ബോഡിൽ പരത്തിയലങ്കരിച്ചു പിടിച്ചിരിക്കുന്ന, പല വർണങ്ങളിൽ ലോട്ടറിടിക്കറ്റുകൾ. പിന്നിൽ കാരിയറിൽ ബാറ്ററി, ചെറിയ ടേപ്പ്റിക്കോഡർ, സ്പീക്കറുകൾ.കറുത്ത ബാറ്ററിപോലെ അയാളുടെ ആകാംഷ കനക്കുന്നു........ കനക്കുന്നു...........

ഒരു സെക്കന്റിന്റെ നൂറിലൊരംശം നേരത്ത് വാഹനഗതാഗതം ഇല്ലാ തായപ്പോൾ, ഭാഗ്യങ്ങളുടെ ഭാരമുള്ള സൈക്കിൾ ആഞ്ഞുന്തി കമറു ദ്ദീൻ വീതികൂടിയ ആ നിരത്ത് മുറിച്ചു കടന്നു.

‘‘അള്ളാ,കൈച്ചലായി......’’ എന്ന് ആശ്വാസം കൊള്ളുന്നു, കമറു ദ്ദീൻ. അയാൾ സൈക്കിൾ ഒന്നു കൂടി ഉന്തി.

മുന്നിൽ മുഖ്യതപാലാപ്പീസ് കെട്ടിടം.

കവാടം കടന്ന് അയാൾ സൈക്കിൾ ഒരു കാറിനടുത്ത് നിർത്തി,

സ്റ്റാന്റിലാക്കി, ടേപ്പ് ഓഫാക്കി. ഇതിങ്ങനെ ഇവിടെ വെച്ചു പോയാൽ അപകടമാവില്ലേ എന്നു ശങ്കിച്ചു കൊണ്ടിരിക്കവേ, മൂന്നുനാലു കാക്കകൾ മതിലിന്മേൽ പറന്നു വന്നിരുന്നു:

ജീവിതത്തിൽ ആദ്യമായി,ഇതാ തപാലാപ്പീസിന്റെ വരാന്തയിൽ, ഞാൻ കമറുദ്ദീൻ. എഴുത്തും വായനയും പഠിക്കാഞ്ഞിട്ടല്ല. നാളിതുവരെ ഒരു കത്ത് ആർക്കും അയച്ചിട്ടുമില്ല;സ്വന്തം മേൽവിലാസത്തിൽ വന്നിട്ടുമില്ല. ഇപ്പോൾ പുറത്തുള്ള കെട്ടിയോൾക്ക്. എഴുത്തും വായനയും അറിയാത്തതുകൊണ്ട് ഓളും എഴുതാറില്ല. ഈ രണ്ടുമാസത്തിൽ രണ്ടു തവണ ഫോൺ ചെയ്തു. അതുതന്നെ.

ഇപ്പോൾ എനിക്ക് ദുബായിലുള്ള ജബൽ അലി എന്ന സ്ഥലത്തേക്ക് രണ്ടു കമ്പിയടിക്കണം. ഒന്നെന്റെ കെട്ടിയോൾക്കും പിന്നെ ഓളുടെ അറബി മുതലാളിക്കും. ഇവിടെ അതിനുള്ള സൗകര്യമുണ്ടാകും എന്ന് ബാലകൃഷ്ണാട്ടൻ പറഞ്ഞതുകൊണ്ട് ഇവിടെയെത്തി. ഇനി എവിടെയാണ് അന്വേഷിക്കേണ്ടത്? എങ്ങനെയാണ് കമ്പിയടിക്കുക?

ഹാൻഡിൽ ബാറിലെ ലോട്ടറി ടിക്കറ്റുകളുടെ മയിൽപ്പീലി ഇളക്കിയെടുത്ത്, സൈക്കിൾ പൂട്ടി, കമറുദ്ദീൻ മുഖ്യതപാലാപ്പീസിന്റെ വരാന്തയിലേക്കും അവിടെ നിന്ന് ഉള്ളിലേക്കും കയറി. വിശാലമായ അകത്തളം. നിറഞ്ഞു കത്തുന്ന റ്റ്യൂബ് ലൈറ്റുകൾ. ഉള്ളിൽ തിരക്കാണ്. ഓരോ കൗണ്ടറിന്റെ മുന്നിലും വലിയ നിര. ഇത്രയധികം പേർ എങ്ങോട്ടൊക്കെയാണ് കമ്പിയടിക്കുന്നത്? കമറുദ്ദീന് അതിശയമായി.

''സിനിമാടാക്കീസില്ണ്ടാവൂല ഇത്ര വെല്ല്യ ക്യൂ.....'' കമറുദ്ദീൻ നൊടുഞ്ഞു.

ആരോടാണ് ചോദിക്കുക?

മുന്നിൽ കണ്ട ആളോട് ചോദിക്കാമെന്നു കരുതി കമറുദ്ദീൻ അടുത്തപ്പോൾ അയാൾ ''വേണ്ട, വേണ്ട'' എന്ന് തലയാട്ടിക്കൊണ്ട് ഒഴിഞ്ഞുമാറി. മറ്റൊൾ കൈയ്യുയർത്തി വിലക്കി. ഭാര്യയ്ക്ക് കമ്പിയടിക്കാൻ വന്നാലും കമറുദ്ദീൻ ഒരു ലോട്ടറിവില്പനക്കാരൻ തന്നെ. പരസ്യമായി വേണ്ടെന്നു പറയുന്ന പലരും രഹസ്യമായി ലോട്ടറിടിക്കറ്റു വാങ്ങാറുണ്ട് എന്നറിയുന്നവൻ, കമറുദ്ദീൻ. പിന്നെ ഓരോരുത്തരോടും ചോദിക്കണമോ വേണ്ടയോ എന്ന് തീർച്ചയാക്കാനാവാതെ മുഖ്യതപാലാപ്പീസിന്റെ വിശാലമായ അകത്തളത്തിൽ അയാളൊന്നലഞ്ഞു. വല്ലാതെ ചുരുങ്ങിപ്പോകുന്നതായിത്തോന്നുന്നു, കമറുദ്ദീന്.

ഒടുവിൽ രണ്ടാമത്തെ വാതിലിന്നരികിൽ ലക്കോട്ടിന് സ്റ്റാമ്പൊട്ടിച്ചുകൊണ്ടിരിക്കുന്ന ഒരു ലുങ്കിക്കാരനോട് കമറുദ്ദീൻ അല്പം വിക്കോടെ ചോദിച്ചത്, ഇങ്ങനെ:

''ഈ കമ്പിയടിക്കുന്നത് ഏട്ന്നാന്ന്?''

ലുങ്കിക്കാരൻ കമറുദ്ദീനെ ഒന്നു തറപ്പിച്ചുനോക്കി. എന്നിട്ട് അയാൾ പറഞ്ഞതിങ്ങനെ:

''കമ്പി, കമ്പിയാപ്പീസില്, അത് പോസ്റ്റോഫീസാ. പെറ്റ അമ്മേനേം കുഞ്ഞിനേം പോലെ രണ്ടും രണ്ട് സ്ഥലത്താക്കീറ്റ് കാലെത്ര്യായീടോ.

ഏടട്യേനും ഇത്രനാളും? ഒരു കാര്യം ചെയ്യ്. നേര യോഗശാല റോട്ടിന് പിടിച്ചോളീ. ആടന്ന് ആരൊടെങ്കിലും ചോയ്ച്ചാ മതി.''

അങ്ങനെയല്ലല്ലോ ബാലകൃഷ്ണാട്ടൻ പറഞ്ഞത് എന്നായി കമറുദ്ദീന്റെ ചിന്ത. പോസ്റ്റോഫീസില് തന്നെ കമ്പയടിക്കുന്ന ഏർപ്പാടുണ്ടാവും എന്നാണല്ലോ പീടിക തുറക്കുന്നേരം ബാലകൃഷ്ണാട്ടൻ തിരിഞ്ഞു നോക്കാതെ പറഞ്ഞത്. ഈ ലുങ്കിക്കാരൻ ചതിക്കാൻ പറഞ്ഞതാകുമോ? കമറുദ്ദീൻ അയാളെ സൂക്ഷിച്ചുനോക്കി. അയാളും കമറുദ്ദീനെ നോക്കുന്നുണ്ടായിരുന്നു. പൊടുന്നനെ രണ്ടു പേരും ഒരുമിച്ച് കണ്ണുകൾ പിൻവലിച്ചു. ലുങ്കിക്കാരൻ സ്റ്റാമ്പൊട്ടിച്ച ലക്കോട്ട് തിരിച്ചു വെച്ച്. ഒരു തവണ കറങ്ങി നേരെ എതിർവശത്തുള്ള ക്യൂവിൽ ഏറ്റവും ഒടുവിൽ നിൽക്കുന്ന പെൺകുട്ടിയോട് പതുങ്ങിച്ചോദിച്ചു:

''കമ്പി അടിക്കുന്നത് ഏടയ്യാ?''

പെൺകുട്ടി മുഖമുയർത്തി കമറുദ്ദീനെ നോക്കി. എന്നിട്ട് ചുണ്ടുകൾ കോട്ടി, അറിയില്ല എന്ന് കാണിച്ചു. എന്നിട്ട് അവൾ ക്യൂവിൽ തന്റെ മുന്നിൽ നിൽക്കുന്ന കൂട്ടുകാരനോട് ചോദിച്ചത് ഇങ്ങനെ:

''ഈ ടക് ടക് കമ്പിപ്പരിപ്പാടി ഇപ്പോഴുമുണ്ടോ?''

''ഫണ്ണി, ആരാണിക്കാലത്ത് കമ്പിയടിച്ച് മരിക്കുന്നേ?''

കൂട്ടുകാരൻ എന്തുമറുപടി പറഞ്ഞു എന്ന് കമറുദ്ദീൻ കേട്ടില്ല. അല്പമകലെ ആ ലുങ്കിക്കാരൻ ഇങ്ങോട്ടുതന്നെ നോക്കുന്നുണ്ട്. അയാളുടെ മുഖത്ത് നിറഞ്ഞ പരിഹാസം. വെള്ളത്തിൽ എഴുതിക്കൊണ്ടേയിരിക്കുന്ന എഴുത്താണിക്കൂറയെപ്പോലെ കമറുദ്ദീൻ പിന്നെയും അവിടെക്കിടന്നു തിരിയുന്നുണ്ട്. അയാൾ എഴുതുന്നതൊന്നും അയാൾക്കുതന്നെ തിരിയുന്നില്ല.

സ്റ്റാമ്പ് കൗണ്ടറിൽ നിന്ന്, ഒടുവിൽ കമ്പിയാപ്പീസ് യോഗശാല റോട്ടിൽതന്നെയെന്ന വിവരം നേടിയ കമറുദ്ദീൻ തിടുക്കത്തിൽ പുറത്തു കടന്നു. സൈക്കിൾ തുറന്ന് ഭാഗ്യക്കുറിയുടെ മയിൽപ്പീലി ഹാന്റിൽ ബാറിൽ വെച്ച് അയാൾ ടേപ്പ് റിക്കാർഡർ തുറന്നു. നേരത്തെ നിർത്തിയിട്ടേടത്തുനിന്ന് അയാളുടെ വിളംബരം തുടങ്ങി:

''.....ർക്കു വേണ്ടിയും കാത്തുനിൽക്കാതെ...നാളെയാണ്.....നാളെയാണ്......നാളെ...നാളെ.....കേരള സംസ്ഥാന ഗവണ്മേന്റിന്റെ പെരിയാർ ഭാഗ്യക്കുറിയുടെ നറുക്കുകളാണ് ഈ ഭാഗ്യ......''

യോഗശാലാ റോഡിൽ കുറച്ചു ദൂരം പോയതിനുശേഷമാണ് വണ്ടി നിർത്തി, ടേപ്പ് ഓഫാക്കി ആദ്യം കണ്ടയാളിനോട് കമറുദ്ദീൻ ഇങ്ങനെ ചോദിച്ചത്:

''ഈട ഏടട്യോ ആന്ന് കമ്പിയാപ്പീസ്, അല്ലേ?''

അയാൾ പിന്നിലുള്ള ഒരു കെട്ടിടം ചൂണ്ടിക്കാണിച്ചു. സൈക്കിൾ തിരിച്ച് ടേപ്പ് ഓണാക്കി, കമറുദ്ദീൻ:

''വേഗമാകട്ടെ....... ഒരുപാടു തവണ ലോട്ടറി ടിക്കറ്റുകൾ വാങ്ങി മടുത്തയാളാകാം നിങ്ങൾ.......നിരാശരാവാതെ......നിരാശരാവാതെ. ഇതാ സംസ്ഥാന ഗവൺമെന്റ് പെരിയാർ ഭാഗ്യക്കുറിയുടെ ഒരു ടിക്കറ്റ്...

ആർക്കറിയാം ഇത്തവണ....''

മുന്നിൽ അഞ്ചുനില കെട്ടിടം. സൈക്കിൾ പൂട്ടുന്നു. കമറുദ്ദീൻ ഭാഗ്യക്കുറിയുടെ മയിൽപ്പീലി കൈയ്യിലെടുത്ത്, അയാൾ കെട്ടിടത്തിന്റെ അകത്തേക്കു കടന്നു. പുറത്ത് കൂട്ടില്ലാതെ കമറുദ്ദീന്റെ സൈക്കിൾ, തനിച്ചായി.

കൈയ്യിലെ കാർഡ്ബോർഡ് ബോഡ് പിന്നിൽ ചേർത്തു പിടിച്ചു കൊണ്ട് അയാളങ്ങനെ നിൽക്കവേ മുന്നിൽ ലിഫ്റ്റ് വിശാലമായി തുറന്നു. അഞ്ചാറാളുകൾ അതിനുള്ളിൽ നിന്ന് പുറത്തേക്കു വന്നു. കമറുദ്ദീനെ തള്ളിമാറ്റിക്കൊണ്ട് അവർ പുറത്തേക്കു പോയി.

മുന്നിൽ അതാ തുറന്നു കിടക്കുന്ന ലിഫ്റ്റ്. ഇത് മുകളിലേക്ക് പോകാനുള്ളതാണെന്നറിയാം, കമറുദ്ദീന്. പക്ഷെ എങ്ങനെ പോകും? പരുങ്ങി നിൽക്കവെ ലിഫ്റ്റിന്റെ വാതിൽ അടഞ്ഞു. തള്ളുന്ന ഒരു ശബ്ദത്തോടെ അത് മുകളിലേക്കു പൊങ്ങി. അന്നേരം ഒരു ചെറുപ്പക്കാരൻ ഓടിക്കിതച്ചെത്തി, ലിഫ്റ്റ് പോയതു കണ്ട് വിഷണ്ണനായി. അയാൾ വേഗത്തിൽ ചുവരിന്മേൽ ഒരു സ്വിച്ചമർത്തി. അവിടം ചോരച്ച പോലെ ചുവന്നു. കമറുദ്ദീൻ അല്പം കൂടി വിക്കിക്കൊണ്ട് അയാളോടു പറഞ്ഞു:

“ചങ്ങായീ, എന്നേം കൂട്ടണേ മേലേക്ക്....''

“ഏതു നിലയിലാ?'' എന്നു ചോദിക്കുന്നു, ചെറുപ്പക്കാരൻ.

“കമ്പിയാപ്പീസിന്റെ..''

“അത് നാലാം നിലയിൽ. നിങ്ങൾക്കെങ്ങോട്ടാ ടെലിഗ്രാം ചെയ്യേണ്ടത്?'' ചെറുപ്പക്കാരൻ ചോദിച്ചു.

“ജബലലി എന്ന സ്ഥലത്തേക്ക്''

“മൈ ഗുഡ്നെസ്. ജബലലി ഗൾഫിലല്ലേ? എന്ത് വിശേഷം അറിയിക്കാനാ?''

“അതെല്ലാം പറയാന്റെ ചങ്ങായീ. ങ്ങള് ന്നെയൊന്ന് സഹായിക്കണം. എനക്ക് രണ്ട് കമ്പിയടിക്കണം. ഒന്നെന്റെ കെട്ട്യോക്ക്, മറ്റേത് ഓളെ അറബിമൊതലാളിക്ക്......''

“കമ്പിയടിക്കാൻ അധികം ചെലവാകും. നിങ്ങൾക്ക് ഇ-മെയിൽ അയച്ചാ പോരേ? അറബിക്ക് ഇ-മെയിൽ അഡ്രസ് ഇണ്ടാവൂലോ. നല്ല ലാഭാന്ന്.....''

കമറുദ്ദീൻ പറയുന്നു:

“ഇ-മെയിൽ ഏതു മെയിലാണ് എന്ന് എനിക്കറിയില്ല. അതിനെക്കുറിച്ച് കേട്ടിട്ടുമില്ല. എങ്കിലല്ലേ അത് ലാഭമാണോ നഷ്ടമാണോ എന്നൊക്കെ ചിന്തിക്കൂ? അറിയാത്തോന് ആനയേയും അറിയില്ല.''

നാലാം നിലയിൽ ലിഫ്റ്റ് തുറന്ന് ഇരുവരും പുറത്തിറങ്ങുന്നു. അവിടെയും കംപ്യൂട്ടർ കൗണ്ടറുകൾ. ടെലിഫോൺ ബൂത്തുകൾ, കണ്ണാടിക്കൂടുകൾ. കമറുദ്ദീൻ വീണ്ടും ചുരുങ്ങുന്നു..... ചുരുങ്ങുന്നു...അയാളുടെ പിന്നിൽ മയിൽപ്പീലി വീശിയാടി.....

അതറിഞ്ഞുകൊണ്ടെന്നോണം ചെറുപ്പക്കാരൻ പറഞ്ഞു: “ങ്ങള് ബേജാറാവാണ്ട, അഡ്രസും വിവരവും തന്നാൽ ഞാൻ കമ്പി ഫോറ

മെല്ലാം പൂരിപ്പിച്ചു തരാം.''

പടച്ചോനോട് നന്ദി പറയുന്നു, കമറുദ്ദീൻ. എന്നിട്ട് കീശയിൽ നിന്ന് ഒരു തുണ്ടു കടലാസെടുത്ത് ചെറുപ്പക്കാരന് നേരേ നീട്ടി.

''എന്ത് വിവരാന്ന് അറിയിക്കണ്ടേ?''

''ഞാമ്പറയ്ന്നപോലെ എഴ്തണേ. ആയിസ്സാക്ക്ള്ള കമ്പീല് കമറുദ്ദീൻ മയ്യത്തായി, ഉടനെ പുറപ്പെടുകാന്നു.'' ഒരു നിമിഷം വിറയ്ക്കുന്നു, കമറുദ്ദീൻ. എന്നിട്ട് തുടരുന്നു. ''അറബിമൊതലാളിക്ക്ള്ള കത്തിൽ ആയിസ്സാന്റെ കെട്ട്യോൻ മയ്യത്തായി; ഓളെ വേഗം തെന്ന അയക്കണം,ന്നു''

പറഞ്ഞു തീരവെ അയാൾ കിതച്ചു. ചുമച്ച് ചുമച്ച് പിന്നെ അയാൾക്ക് ശ്വാസം മുട്ടുന്നപോലെ തോന്നി.

''നിങ്ങൾ തന്നെയല്ലെ കമറുദ്ദീൻ, പിന്നെന്താന്ന് ഇങ്ങനെയൊര് കമ്പി?'' ചെറുപ്പക്കാരൻ ചോദിച്ചു.

''അതെങ്ങിനെ, ചങ്ങായീ, ങ്ങക്ക് മനസ്സിലായി?നമ്മളെ അഞ്ച് കുട്ട്യേളെ ഉമ്മയാന്നു ആയിസ്സ. രക്ഷപ്പെടുമല്ലോന്ന് വിജാരിച്ചാണ് ഓളെ ഞമ്മള് ദുബായിലേക്കയച്ചത്. ആര് രക്ഷപ്പെടാനാണ്? ഓളെ വെല്ലാണ്ട് കഷ്ടപ്പെടുത്തുന്നാന്ന് പോലും. എഴ്താനും വായിക്കാനും അറിയാത്തോണ്ട് എങ്ങന്യോ ഒരു കാസറ്റില് എല്ലാം പറഞ്ഞിറ്റ് ഓള് അയച്ച് തന്നിന്..... കേക്കാനും പറയാനും കൊള്ളാത്ത കഷ്ടപ്പാടാ,ന്റെ ചങ്ങായീ......''

കമറുദ്ദീൻ ആകെ കലങ്ങിപ്പോയി. അയാൾ അരികിലുള്ള കസേരയിൽ ഇരുന്നു.

കമറുദ്ദീൻ എക്സ്പയേഡ്. സ്റ്റാർട്ട് ഇമ്മീഡിയറ്റ്ലി എന്നും

ആയിഷാസ് ഹസ്ബന്റ് എക്സ്പയേഡ്. പ്ലീസ് സെന്റ് ഹേർ ഇമ്മീഡിയറ്റ്ലി എന്നും

രണ്ടു ഫോറങ്ങളിൽ വിലാസങ്ങളോടൊപ്പമെഴുതി ആ ചെറുപ്പക്കാരൻ കൗണ്ടറിൽ കൊടുത്തു. അന്നേരം കമറുദ്ദീൻ ആടിയെഴുന്നേറ്റ് കൗണ്ടറിനടുത്തെത്തുകയും കുറച്ച് പണമെടുത്ത് ചെറുപ്പക്കാരനെ ഏല്പിക്കുകയും ചെയ്തു. വല്ലാത്തൊരു വിഷണ്ണത കമറുദ്ദീന്റെ മുഖത്ത് പരന്നു വന്നു.

യന്ത്രത്താൽ എഴുതിയ രശീതികൾ കൈയ്യിൽ ഏറ്റു വാങ്ങുമ്പോൾ വിറക്കുന്നു, കമറുദ്ദീൻ. ബാക്കി പണം അയാളുടെ കീശയിൽ വെച്ചു കൊടുത്തു, ചെറുപ്പക്കാരൻ. എന്നിട്ട് കമറുദ്ദീന്റെ തോളിൽ പിടിച്ച് അയാൾ പറഞ്ഞു:

''വരൂ താഴത്ത് കൊണ്ടാക്കാം.''

കമറുദ്ദീൻ ചെറുപ്പക്കാരനെ ഒന്നു നോക്കി. ആ നോട്ടത്തിൽ വലിയ ശൂന്യതയാണ് എന്നു കണ്ട് ആ ചെറുപ്പക്കാരൻ അമ്പരന്നു. കമറുദ്ദീന്റെ മുഖത്ത് അർത്ഥങ്ങളൊന്നുമുണ്ടായിരുന്നില്ല. എന്നോ മരിച്ചു പോയ ഒരു മനുഷ്യന്റെ മുന്നിലാണ് നില്ക്കുന്നത് എന്ന് ചെറുപ്പക്കാരന് തോന്നി. ഈ മരിച്ച മനുഷ്യനു് നടക്കാൻ കഴിയുമായിരുന്നു. പതുക്കെ

അടികൾ വെച്ച് നടക്കുന്നതിനിടയിൽ കമറുദ്ദീൻ ചെറുപ്പക്കാരനോട് ചോദിച്ചത് ഇങ്ങനെ:

''ങ്ങക്ക് ഇവിടെ ഒന്നും ചെയ്യാനൊന്നും ഇല്ലേന്നോ?''

''ഇപ്പം പണി ഇതുതന്നെ. കമറുദ്ദീൻക്കാ വരൂ,'' ചെറുപ്പക്കാരൻ അയാളെ വീണ്ടും ലിഫ്റ്റിൽ കയറാൻ സഹായിച്ചു. ലിഫ്റ്റ് പുറപ്പെടവേ, ഭൂമിയുടെ ആഴത്തിലേക്ക് താഴ്ന്നു പോകുന്നതായി തോന്നി, കമറുദ്ദീന്. ലിഫ്റ്റ് തുറന്ന് പുറത്തിറങ്ങവേ, ചെറുപ്പക്കാരന്റെ കൈപിടിച്ച് കമറുദ്ദീൻ ചോദിച്ചത് ഇങ്ങനെ:

''ന്റെ ചങ്ങായീ. ങ്ങക്ക് കേക്കണ്ടാ ആ കാസറ്റ്. ങ്ങള് ന്റെ ഭാഗ്യക്കുറീന്റെ കാസറ്റല്ലേ കേട്ടിട്ടുണ്ടാവുള്ളൂ. അയിന്റെ കൂടെ, ചങ്ങായീ, ഇദും കേട്ടുനോക്ക്, രക്ഷപ്പെടുവല്ലോന്ന് വിജാരിച്ചു കേറ്റി അയച്ചതാന്ന്, ആയിസ്സാനെ.......അറബീനെക്കൊണ്ട് ഓളാകെ എടങ്ങാറായി........''

കമറുദ്ദീൻ. മുണ്ട് വകഞ്ഞുമാറ്റി, അടിട്രൗസറിന്റെ കീശയിൽ നിന്ന് ഒരു കാസറ്റെടുത്തു. ടേപ്പ്റിക്കോഡറിൽ ഉള്ള ഭാഗ്യക്കുറിയുടെ കാസറ്റ് എടുത്തു മാറ്റി, ഇത് നിക്ഷേപിച്ചു. എന്നിട്ട് ടേപ്പ്റിക്കാഡർ ഓണാക്കി. പൊടുന്നനെ വലിയ ശബ്ദത്തിൽ ടേപ്പ് റിക്കാഡർ വിളിച്ചു പറയാൻ തുടങ്ങി.

''എനക്ക് മതിയായെന്റെ കമറൂക്കാ...''

ചെറുപ്പക്കാരൻ ചാടി വീണ് അത് ഓഫാക്കി. എന്നിട്ട് പറഞ്ഞു:

''ഇത്രയും ഒച്ചേല് വേണ്ട. എല്ലാരും കേൾക്കും.''

''കേക്കട്ടെന്റെ ചങ്ങായീ...... ഇദെല്ലാം ഞാൻ മാത്രം കേട്ടാപ്പോരല്ലോ. ജനങ്ങളും കേക്കട്ടെ. ഭാഗ്യക്കുറി വിക്ക്ന്നോന്റെ ഭാഗ്യത്തിന്റെ കളി നാട്ട്കാര് അറിയണ്ടെ?''

കമറുദ്ദീന്റെ ടേപ്പ് റിക്കാഡർ പാടി:

''എന്നെയീടന്ന് എങ്ങനെയെങ്കിലും രച്ചിക്കണം, ന്റെ കമറൂക്കാ. ആരും വീട്ടിലില്ലാത്തേരാ ഞാനിത് ടേപ്പില് പിടിച്ച് വെക്കുന്നേ..... സാധനം മേടിക്കാമ്പോയേരം കടേല് ഒരു മലയാളി ചെക്കനെ കണ്ടിന്, സുരേശ്. ഓനാന്ന് ഇങ്ങനെ ചെയ്യാമ്പറഞ്ഞ് തന്നത്. ഓനീ കാസറ്റ് ങ്ങളെ കൈയ്യില് എത്തിക്കാനും പറഞ്ഞിന്. എത്തോന്ന് പടച്ചോനിക്കറിയാം.....''

''ന്റെ കമറുക്കാ...... അറബിമൊതലാളീന്റെ കയ്യീന്ന്ങ്ങളെന്നെ എത്രേംവേഗം രച്ചിക്കണം. അയാള് വെല്ലാത്തൊര്ത്തനാ. ന്റെ കുപ്പായം പൊന്തിച്ചോക്കും. ആടേം ഇടേം ഇട്യേല്ലം പിടിച്ച് വേദനയാക്കും.... അടിക്കും..... കുത്തും.... ഒരുസം അയാളെന്നെ നശിപ്പിക്കും..... ന്നെ രച്ചിക്കണം....''

ഭാഗ്യവാഹനത്തിൽ നിന്ന് അസാധാരണമായ വിളംബരങ്ങൾ കേട്ട് പകച്ച്, അപ്പേഴേക്കും അഞ്ചു പത്താളുകൾ കമറുദ്ദീന്റെ വണ്ടിക്ക് ചുറ്റും കൂടിയിരുന്നു. ചുമരിൽ ചാരിനിന്നുകൊണ്ട് ചെറുപ്പക്കാരൻ അതുകേട്ടുകൊണ്ടിരുന്നു. പുതിയ പ്രഖ്യാപനങ്ങൾക്ക് എന്തർഥമാണ് എന്ന് തിരിച്ചറിയാൻ കൂടി നിന്നവർക്കായില്ല. അതിലൊരാൾ ചോദിച്ചത് ഇങ്ങനെ:

“സിനിമേന്റെ ഡയലോഗാ?”

ടേപ്പ്റിക്കോഡർ ഓഫാക്കി, സൈക്കിൾ സ്റ്റാന്റിൽ നിന്നിറക്കി, പുറപ്പെടുമ്പോൾ കമറുദ്ദീൻ പറഞ്ഞതിങ്ങനെ:

“ഇതാണ് ഞമ്മളെ കഥ. ഞാമ്പോട്ടെ, ചങ്ങായീ......കമറുദ്ദീൻ ഒന്നും മറക്കുല്ല, പിന്നെ കാണാ.......”

ചെറുപ്പക്കാരൻ ഒന്നും മറുപടി പറഞ്ഞില്ല. കൂടി നിന്നവർ കഥയറിയാതെ പിരിഞ്ഞു തുടങ്ങി. കമറൂദ്ദീൻ സൈക്കിളിൽ കയറി, യോഗശാല റോഡ് തിരിച്ചു ചവിട്ടിക്കയറിക്കൊണ്ടിരുന്നു.... ആറു നിരത്തുകൾ ചേരുന്ന സന്ധിയെത്തിയപ്പോൾ അയാൾ നിർത്തി. അന്നേരം റോട്ടിൽ തിരക്കായിരുന്നു. ഒരുപാടു വാഹനങ്ങൾ വരിവരിയായി അരിച്ചരിച്ചു നീങ്ങുന്നു. ആകെ കുരുങ്ങിക്കിടക്കുകയായിരുന്നു.

എതിർഭാഗത്തുനിന്ന് ഒരു ജാഥ വരുന്നുണ്ടായിരുന്നു. അതിന് നല്ല നീളവും ഉണ്ട്. “രാവിലത്തന്നെ ജാഥയോ” എന്ന് അത്ഭുതപ്പെടുന്നുണ്ട്, കമറുദ്ദീൻ.

ജാഥയിൽ വളരെക്കുറച്ചുപേർ മാത്രം, മുദ്രാവാക്യങ്ങൾ ഏറ്റുവിളിക്കുകയും അധിക പേരും മരണജാഥയിലെന്നപോലെ മൗനമായിരിക്കുകയും ചെയ്തുകൊണ്ടിരുന്നു. ഇതു കടന്നുപോകാൻ കുറെയേറെ നേരമെടുക്കും. ബസ്സുകളും കാറുകളും ഇവിടെത്തന്നെ കുടുങ്ങിക്കിടക്കും. സൈക്കിൾ പോലും കടന്നുപോകാനാവാത്ത വിധം എല്ലായിടവും അടഞ്ഞിരിക്കുന്നു. കമറൂദ്ദീന് ദേഷ്യം വന്നു. അയാൾ ടേപ്പ്റിക്കാഡർ, പെട്ടെന്ന് ഓണാക്കി.

“ഇദും കൂടി കേൾക്ക്,” അയാൾ പിറുപിറുത്തു.

ജാഥയിലെ ദുർബലമായ മുദ്രാവാക്യം വിളികളിലേക്ക് ആയിഷയുടെ ഈ വിലാപം കൂടി:

“കമറുക്കാ, ഞാ പിന്നേം പറയ്യാന്ന്. ഈടന്നു രക്ഷിക്കണം. ഇല്ലേങ്കില് ഞാ ചത്തുപോകും. അറബീന്റെ കെട്ട്യോളും കണക്കാന്ന് കമറൂക്കാ. അറബിയില്ലാത്തേരം “ഞാനോളെ തടവി സുഖിപ്പിക്കണം. എനക്ക് കയ്യൂല്ല അദെല്ലാം പറയാന്....ങ്ങള് എന്തെങ്കിലും ചെയ്യണം. എനക്കെന്റെ കുട്ട്യേളെ കണ്ടിറ്റ് മരിച്ചാമതി.....”

അമ്പതും കഴിഞ്ഞുള്ള വർത്തമാനങ്ങൾ

ആഘോഷിക്കാനും ആഹ്ലാദിക്കാനും എന്തൊക്കെയോ ഉണ്ടല്ലോ,നിങ്ങൾക്ക്. നല്ലതുതന്നെ. കൂട്ടയോട്ടം പോലുള്ള വഴിപാടുകളാണ് ഏറിയകൂറും. എന്നാലെന്താ? അമ്പതുവർഷത്തെ സ്വാതന്ത്ര്യം എന്നത് ചില്ലറക്കാര്യമൊന്നുമല്ല. ആരൊക്കെ എങ്ങനെയൊക്കെ കഷ്ടപ്പെട്ട് നേടിയതാവണം, അത്. ചിലപ്പോൾ എത്ര ആഗ്രഹിച്ചാലും കൈയ്യിൽ വരാത്ത ഒന്നാണ്താനും. എനിക്കറിയാം. ഇതിനിടയിൽ ഞാൻ ചിലതു പറയുവാനൊരുമ്പെടുകയാണ്. അതെല്ലാം നിങ്ങളുടെ കാതിലെത്തുമ്പോഴേക്കും ആരവങ്ങൾ അടങ്ങിയിരിക്കും. നിശ്ശബ്ദതയിൽ ഒലിക്കുന്ന ശബ്ദം കൂടുതൽ വ്യക്തമായി കേൾക്കാനാകും.

പറഞ്ഞു തുടങ്ങുമ്പോൾ, ആദ്യമായി ഒരു പ്രശ്നമുണ്ട്.

എങ്ങനെ അഭിസംബോധന ചെയ്യാം എന്നുതന്നെ അറിയില്ല.

എന്റെ സഹജീവികളെ....

എന്റെ കൂട്ടുകാരേ.....

ഈ വിളികൾക്ക് നിങ്ങളിലുണ്ടാവുന്ന അർത്ഥമല്ല, പറയുന്നേരം എനിക്കുതന്നെ തോന്നുന്നത്. അങ്ങനെ വരുമ്പോൾ, പറയുന്നത് അതേ അർത്ഥത്തിൽ നിങ്ങൾക്ക് മനസ്സിലാവണമെന്നില്ല. നിങ്ങളുടെ ഭാഷയിലെ പല വാക്കുകളും എനിക്ക് ഉപയോഗിക്കാനേ പാടില്ല. ചിഹ്നങ്ങൾ, വികാരങ്ങൾ എന്നിവയും കരുതലോടെ എടുത്തു പെരുമാറണം. നാം തമ്മിൽ ജീവിതത്തിന്റെയും മറ്റെന്തോ ഒന്നിന്റെയും അകലമുണ്ട്. ആ "മറ്റെന്തോ" മരണമല്ല. ആ വാക്കിന് നിങ്ങൾ കൊടുത്തിരിക്കുന്ന പൊരുൾ എനിക്ക് ഉൾക്കൊള്ളാനാവില്ല. നിങ്ങളുടെ മൊഴിയിൽ എനിക്കാവില്ല; എന്റെ മൊഴിയിൽ നിങ്ങൾക്കും.

നമ്മൾ എങ്ങനെ വർത്തമാനം പറയും?

വളരെ ഞെരുക്കുന്ന സന്ദർഭമാണിത്. എങ്കിലും ഒന്നും ചെയ്യാനാവില്ല. നാം തമ്മിൽ ചില ലോകങ്ങളുടെ വ്യത്യാസമുണ്ട്. വളരെ വിശാലമായ ഒരു തരത്തിൽ എല്ലാം മനസ്സിലാകും എന്ന വിശ്വാസത്തോടെ,

പറയട്ടെ:

എന്റെ സഹജീവികളായിരുന്നിരിക്കേണ്ടവരേ...

എന്റെ കൂട്ടുകാരാവാമായിരുന്നവരെ...

എന്നൊക്കെ വിളിക്കുന്നതായി, കേൾക്കുക. ഈ അകലം അവസാനം വരെ ഉണ്ടായിരിക്കുകയും വേണം. എങ്കിലേ പറയുന്നു - കേൾക്കുന്നു എന്ന നിലയിൽ നാം തമ്മിൽ ബന്ധപ്പെടുന്നുള്ളൂ. എപ്പോൾ ഈ അകലം അനുഭവപ്പെടാതാകുന്നുവോ, അപ്പോൾ വിനിമയത്തിന്റെ ബിന്ദു തൂർന്നു എന്ന് അറിയണം. നിറഞ്ഞ കോപ്പയിൽ വീണ്ടും ചായ ഒഴിക്കാൻ കഴിഞ്ഞില്ല എന്ന് അതിഥിയും ആതിഥേയനും തിരിച്ചറിയുന്ന നിമിഷംപോലെ ഒരു മുഹൂർത്തമാണത്.

ഞാൻ ഒരു പ്രദർശനമാണ്. അല്ല, പ്രദർശനത്തിലെ ഒരു പടം. പടത്തിന്റെ ഒരു ഭാഗം. നിങ്ങൾക്കു കിട്ടിയ സ്വാതന്ത്ര്യത്തിന്റെ അമ്പതാം വാർഷികാഘോഷം അവസാനിപ്പിക്കുന്ന ഒന്നായി രാജ്യം ചുറ്റുന്ന ഒരു പ്രദർശനം. അതിന്റെ ഒടുവിലത്തെ ഇടമാണ് ഇത്. നിരവധി ഫോട്ടോകൾ. അവയിൽ ഒന്നിൽ ഞാനും.

കശുവണ്ടിയുടെ ആകൃതിയിലുള്ള ഒരു ആസ്പത്രിപ്പാത്രത്തിൽ പപ്പും പൂടയുമില്ലാത്ത പക്ഷിക്കുഞ്ഞിനെപ്പോലെ, ഞാൻ. ഉണ്ടക്കണ്ണുകൾ. ഉറച്ചിട്ടില്ലാത്ത തല. തലവഴി ഉടൽ മുഴുവനും മൂടുന്ന നനുത്ത പാടപോലുള്ള ചർമ്മം. എണ്ണതേച്ചു കുളിപ്പിച്ചുകിടത്തിയപോലെ ഇരുണ്ട ചുവപ്പുനിറത്തിൽ, ഒരു അപൂർണ്ണത. മടക്കിപ്പിടിച്ച കൈകൾ. കാലുകൾക്കിടയിൽ ഇനിയും രൂപം ശരിയായി പ്രാപിച്ചിട്ടില്ലാത്ത എന്റെ ലിംഗം, സ്ത്രീലിംഗം.

ഫോട്ടോയിൽ മറുപാതി എന്നരികിൽ മലർന്നു കിടക്കുന്ന അമ്മയാണ്. ആസ്പത്രിക്കട്ടിലിന്റെ ഇരുമ്പുപലക മേൽക്കൂരപോലെ ഞങ്ങൾക്കു മുകളിലാണ്. അതിൽ ആര്, എങ്ങനെ കിടക്കുന്നു എന്നു ഫോട്ടോയിലില്ല. കൈകൊണ്ട് മുഖം പൊത്തുന്നതിന് തൊട്ടുമുമ്പെടുത്ത പടമായതിനാൽ, അമ്മയുടെ മുഖത്തുള്ള വെറുപ്പ്, ദേഷ്യം, സങ്കടം, ഞെട്ടൽ, പുച്ഛം എല്ലാം തെളിഞ്ഞുകാണാം. നിങ്ങൾ നവരസങ്ങൾ എന്നു പറയും. എനിക്ക് എല്ലാം ഒന്നാണ്. ഞാൻ കാരണമാണ് ഇവയെല്ലാം അമ്മയുടെ മുഖത്ത് പതിഞ്ഞത്.

പറയാനോർത്തവ പറയണമെന്നായത് ഇപ്പോഴാണ്. അതിനു കാരണങ്ങളുണ്ടാവാം. ഇല്ലാതെയുമാകാം. കാരണകാര്യങ്ങളുടെ ഈരെഴക്കുരുക്കിൽ സംഭവങ്ങളെ നിബന്ധിക്കുന്നത് നിങ്ങളുടെ രീതി. എനിക്കതുമായി പൊരുത്തപ്പെടാനാവില്ലെന്നല്ല, അങ്ങനെയൊന്ന് സാധ്യമല്ല എന്നാണ് പറയേണ്ടത്. പറയുമ്പോൾ പലപ്പോഴും കാര്യങ്ങൾ മറ്റൊന്നായിത്തീരുന്നു. ഇതാ, ഇപ്പോൾ ഞാൻ പറയാൻ പോകുന്നത് ഈ വലിയ രാജ്യം ചുറ്റി സഞ്ചരിച്ച് ഫോട്ടോ പ്രദർശനം എന്റെ നാട്ടിലെത്തിയിരിക്കുന്നു, എന്നാണ്. എന്റെ നാട് എന്നതിന് എന്റെ അമ്മയുടെ നാട് എന്നേ അർത്ഥമുള്ളൂ.

അമ്മതന്നെ ഈ പ്രദർശനം കാണാനെത്തിയാൽ എന്താവും എന്നൊ

രു ചിന്ത-അതാണ് പറഞ്ഞത്. ഞാൻ നിങ്ങളുടെ മൊഴിയിൽ പറയാൻ തുടങ്ങിയാൽ പറയുന്നത്. പറയുന്നത് എന്തെന്ന് എനിക്ക് തന്നെ അറിയില്ല. പാടമൂടിയ ഈ ശരീരത്തിന്റെ ഏതു ഭാഗം വെച്ചാണ് ഞാൻ ചിന്തിക്കുക?

ശരി. അങ്ങനെത്തന്നെ തുടരട്ടെ.

അമ്മ വന്നാൽ എങ്ങനെയിരിക്കും? പടം കണ്ട് അമ്മ സ്വയം തിരിച്ചറിയും. തീർച്ചയായും പ്രദർശനം കാണാൻ വന്ന മറ്റുള്ളവർക്കോ ഇതിന്റെ സംഘാടകർക്കോ അമ്മയെ തിരിച്ചറിയാനാവില്ല. കാരണം, അവർ മെലിഞ്ഞും വിളറിയുമിരിക്കും. മുടിയുലഞ്ഞും കൺകലങ്ങിയുമാവും വരിക. അടുത്തു കിടക്കുന്നത് ആരെന്നും എന്തെന്നും പറയാൻ അമ്മയ്ക്കാകുമോ? ആകും. പക്ഷേ, മകളുടെ മുഖമല്ല, സംഭവത്തിന്റെ ഓർമ്മയാണ് അമ്മയെ തിരിച്ചറിയിക്കുക.

പ്രദർശനശാലയ്ക്ക് പുറത്തുകടന്ന്, ഏതെങ്കിലും മൂലയിലെ മരച്ചുവട്ടിൽ ചെന്നുനിന്ന് അമ്മ കരയും. എന്തു വിളിച്ചാണ് അമ്മ കരയുക? ''എന്റെ മോളെ'' എന്നോ? പിറക്കാനാവാതെ, അനുവാദം കിട്ടാതെ, പാതിയിൽ നിർത്തിവെച്ച ജീവനെയും അമ്മ അതുതന്നെയാണ് വിളിക്കുക. എന്റെ അമ്മ നിങ്ങളുടെ ഭാഷയാണല്ലോ സംസാരിക്കുന്നത്.

പ്രദർശനശാലയിൽതന്നെ അമ്മ ബോധംകെട്ടു വീണു എന്നു കരുതുക. അങ്ങനെ സംഭവിക്കാനാകും കൂടുതൽ സാധ്യത. കണ്ടുകൊണ്ടിരിക്കുന്നവർ എന്താണ് കരുതുക? ഈ പ്രദർശനത്തിന്റെ ലക്ഷ്യ വേദിയായ വിജയം അവർ ഒരു അടയാളത്തിൽ കണ്ടുപിടിച്ചേക്കാം. അമ്മയാരാണെന്ന് അവർക്കറിയില്ലല്ലോ. ഞാനാരെന്ന് വളരെ സാമാന്യമായി അടിക്കുറിപ്പിലുണ്ട്. തമ്മിലുള്ള ബന്ധം കണ്ടുപിടിക്കണമെന്നില്ല.

''സ്വാതന്ത്ര്യം സ്ത്രീക്ക് എന്തായിരുന്നു?'' എന്ന പൊതു തലക്കെട്ടിൽ നടക്കുന്ന പ്രദർശനമാണിത്. ജീവിതത്തിന്റെ നാനാതുറകളിൽ, അതെ നാനാതുറകളിൽ സ്ത്രീ നേടിയതും നഷ്ടപ്പെടുത്തിയതും തടഞ്ഞുവെക്കപ്പെട്ടതും പിടിച്ചടക്കിയതുമായ സന്ദർഭങ്ങളുടെ രേഖകളാണിവയെല്ലാം. അത് ഒരു പ്രത്യേകത. രണ്ടാമത്തേത് ഫോട്ടോ എടുത്തവർ മുഴുവനും സ്ത്രീകളാണ് എന്നത്രെ. മൂന്നാമത്തേത് സംഘാടകരും സ്ത്രീകളാണ്. സംഘാടകർ ആദ്യമേ പറയുന്നു: സ്ത്രീയെ മാലാഖയായും തെറ്റുവളായും ചിത്രീകരിക്കാൻ ഞങ്ങളില്ല. അമ്പത് വർഷത്തിൽ ഇന്ത്യൻ സ്ത്രീ വളർന്നതും തളർന്നതും ഏതുവരെ? വിരൽതുമ്പിലെ മുളവടിയുടെ മുകളിൽ ഒരഭ്യാസം കാണിക്കുന്ന കൊച്ചുകുട്ടി ഒരു പ്രതീകമായി സ്വയം മാറുന്നത് നിങ്ങൾക്ക് കാണാൻ കഴിയും. വിമാനമോട്ടാനും ബില്യാർഡ്സ് കളിക്കാനും സ്ത്രീക്കാവും. പക്ഷേ, ജനാധിപത്യത്തിന്റെ പരമോന്നത സഭയിൽ, ഒരു വലിയ ആൾക്കൂട്ടത്തിനിടയിൽ മൂന്നോ നാലോ സ്ത്രീകളെയേ നിങ്ങൾക്ക് കാണാനാവൂ. പ്രാർത്ഥിക്കുന്നു, വണ്ടിയുന്തുന്നു, വെള്ളം ചുമക്കുന്നു, കല്ലുടയ്ക്കുന്നു, മോഡലാവുന്നു, വേശ്യകളായി മാടിവിളിക്കുന്നു. നോക്കുക: തുണിപൊക്കികാണിക്കുന്ന ഈ മനുഷ്യജീവിക്ക് പുല്ലിംഗവും സ്

ത്രീലിംഗവും ഇല്ല. പക്ഷേ, ആകർഷിക്കാൻ പെൺവേഷമാണ് ഈ നപുംസകം കെട്ടിയിട്ടുള്ളത്. ദുർഗയായും കാളിയായും സ്ത്രീയുണ്ട്. സമരം ചെയ്യാനും. ശാരീരികമായ പീഡനം നേരിട്ട് അനുഭവിച്ചിട്ടില്ലാത്ത ഒരു വ്യക്തിക്കോ ജനതയ്ക്കോ അതെന്താണെന്ന് പറഞ്ഞാൽ മനസ്സിലാവില്ല; അതിൽ നിന്നുള്ള മോചനം എന്നതുകൊണ്ട് എന്താണുദ്ദേശിക്കുന്നത് എന്നും അറിയാനാവില്ല. സ്ത്രീ ആഭരണങ്ങൾ അണിയേണ്ടവളും ആടുകയും പാടുകയും ചെയ്യേണ്ടവളും ചമഞ്ഞൊരുങ്ങി നിൽക്കേണ്ടവളും വേണ്ട നേരത്തിൽ എല്ലാം വലിച്ചെറിയേണ്ടവളും ആകുന്നു. അവൾ നഗ്നയാകണം, അഴകുള്ള ശരീരം അവളുടെ അസ്തിത്വത്തിന്റെ കേന്ദ്രമായിത്തീരുന്നു.

പ്രദർശനം ഇങ്ങനെ പറയുന്നു. തുടരുന്നു. പടത്തിലാവുമ്പോൾ കിട്ടുന്ന അനുഭവം ഒന്ന്; അത് പറഞ്ഞുകേൾക്കുമ്പോൾ കിട്ടുന്നത് വേറൊന്ന്. വാക്കുകൾ ചിന്നംവിളിപോലെയായിത്തീരും ചിലപ്പോൾ. എന്തിനാണ് ശബ്ദമുയർത്തുന്നത് എന്ന് തിരിച്ചറിയാൻ കഴിയാതെ പോകും; അധികമായാൽ, കാമത്തിനും വിശപ്പിനും കോപത്തിനും ഒരേ ഉയർന്ന ഒച്ചതന്നെ മതിയാകും.

ഏഴാമത്തെ പടമാണ് എന്റേത്. 'ജനനം' എന്ന ഉപവിഭാഗത്തിൽ ഏഴാമത്തെ പടം. എന്തോ വീണ്ടും ഭാഷയുടെ പ്രശ്നം വരുന്നു. ഇതിനെന്നല്ല, പലതിനും ഭാഷ പ്രശ്നമാവുകയാണെന്ന് കണ്ടുകഴിഞ്ഞു. പറയുന്നതല്ല മനസ്സിലാക്കുക. മനസ്സിലാകുന്ന രീതിയിൽ പറയാൻ വയ്യാതിരിക്കുക. പറഞ്ഞത് പതിയാതാവുക. പതിഞ്ഞത് ഓർമ്മയിൽ നിൽക്കാതിരിക്കുക ഓർമ്മയിലുള്ളത് ആവശ്യമില്ലാത്തതാവുക. എല്ലാം കുഴങ്ങുന്നതും കലങ്ങുന്നതും തന്നെ.

'ജനന'ത്തിലാണ് എന്റെ ഛായ. എന്നാൽ ഞാൻ ജനിച്ച ഒരു ജീവിയല്ല. ആറാം പടത്തിലെ അൾട്രാ സൗണ്ട് സ്കാനറിൽ ഞാനൊരു പെൺകുട്ടിയാണെന്ന് തെളിഞ്ഞുവന്നപ്പോൾ എല്ലാവരും കൂടി എന്നെ അവസാനിപ്പിച്ചതാണ്. അപ്പോൾ ഞാനൊരു ശരീരം മാത്രമായിരുന്നുവോ? ഒരു ജീവി എന്ന നിലയിൽ നിങ്ങൾക്കാർക്കെങ്കിലും എന്നെ സംബോധന ചെയ്യാനാവുമോ? പിറന്നിട്ടേയില്ല എന്നിരിക്കെ, മരിച്ചുവെന്ന് പറയാനാവുമോ? നിങ്ങളുടെ ഭാഷയിൽ പിന്നെങ്ങനെ പറയുമെന്ന് എനിക്കറിയില്ല. ജനനം, മരണം എന്നീ വാക്കുകൾ കീഴ്മേൽ മറിയുന്നു. അല്ലെങ്കിൽ കലങ്ങുന്നു. മുൻപിൻ മാറുന്നു.

ആൺബീജവും പെൺബീജവും ചേർന്നു കഴിഞ്ഞാൽ അതൊരു ജീവനായി. അങ്ങനെ വിശ്വസിക്കുന്നവാരാണധികവും. പക്ഷേ, അന്നേരവും, മാറ്റുന്ന സന്തോഷത്തിന്റെ ആ വേളയിൽ, വിവരമറിയും നേരത്ത്, 'ഒരച്ഛനാവാൻ പോകുന്നു' എന്നോ 'അമ്മയാകാൻ പോകുന്നു എന്നോ ആണ് പറയുക. 'അച്ഛനായി' എന്നോ 'അമ്മയായി' എന്നോ അല്ല. ശരി ഭ്രൂണഹത്യ പാപമാണെന്ന് പറയുന്നവരുണ്ട്. ഇവിടെയും വാക്ക് ഉടയുന്നു. അങ്ങനെയെങ്കിൽ പത്ത് മാസം അമ്മയുടെ ഗർഭ സാന്ത്വനത്തിൽ കിടന്ന കുഞ്ഞ് പിറന്ന് രണ്ട് മാസമാകുമ്പോൾ ഒന്നാം പിറന്നാൾ

കൊണ്ടാണം. ലളിതമായ ഗണിതം അങ്ങനെയാണ് ഉത്തരം തരുന്നത്. പക്ഷേ, ആരെങ്കിലും, ലോകത്തിൽ ആരെങ്കിലും, അങ്ങനെ ചെയ്യുന്നതായി അറിവില്ല. പിറന്ന് പിന്നെയും പന്ത്രണ്ട് മാസം കഴിഞ്ഞാണ്.

ഹാ....പ്പീ.....ബേ.....ത്ത്ഡേ.....ടൂ......യൂ.

അപ്പോൾ ബീജങ്ങൾ സംയോജിക്കുമ്പോൾ നടക്കുന്നതെന്താണ്? എനിക്കറിയില്ല. ആർക്കെങ്കിലും പറഞ്ഞുതരാൻ കഴിയുമെങ്കിൽ പറഞ്ഞു തരിക. നിങ്ങളുടെ നാൾവഴിക്കണക്കനുസരിച്ച്, ഞാൻ പുറത്ത് വന്നതിന്റെ ഒന്നാം വാർഷികത്തിന് ഒരുനാൾ മുമ്പേ ഈ പ്രദർശനം അവസാനിക്കും. എന്റെ പിറന്നാൾ! വാക്കുകൾക്കു അർത്ഥമില്ലാത്ത ഒരു ഭാഷയിൽ നിന്നുതന്നെ വീണ്ടും വീണ്ടും വാക്കുകൾ എടുത്തു പയോഗിക്കുന്നതിൽ കാര്യമില്ല. അതുപോട്ടെ. രാജ്യം ചുറ്റുന്നതിനിടയിൽ ഏറ്റവും അവസാനത്തെ ഇടമാണിത്. ഇത്തരം പ്രദർശനങ്ങളുടെ സ്വാഭാവിക പരിണതിയെന്നോണം ഏതെങ്കിലും ഒരു പുരാവസ്തു സൂക്ഷിപ്പുശാലയിൽ ഞാനും കേറും. പിന്നെ മിക്കവാറും എന്നെയീ ലോകം കാണില്ല. ഞാൻ ലോകത്തേയും.

പിറവിക്കുമുമ്പേ പെൺകുഞ്ഞിനെ തിരഞ്ഞുപിടിച്ച് നശിപ്പിക്കൽ എന്നൊക്കെ കേൾക്കുമ്പോഴേക്കും, നിങ്ങൾ ധർമ്മപുരിയെന്നോ ഉസലം പട്ടിയെന്നോ ഒക്കെയുള്ള ധൃതിയായ നിഗമനങ്ങളിലെത്തും. അങ്ങനെയൊന്നുമില്ല. എവിടെയും ഇങ്ങനെയൊക്കെ നടക്കുന്നുണ്ട്. മഹാനഗരമായ ചെന്നൈക്കടുത്ത തിരുവഞ്ചേരി എന്ന ഗ്രാമമാണ് എന്റെ സ്വന്തം നാട്. നീണ്ടു പരന്നു കിടക്കുന്ന വയൽക്കൂട്ടം. ഗ്രാമത്തിന്റെ കാവൽദൈവമായ അയ്യനാരും മറ്റും ഇപ്പോഴും വാളുമേന്തി തലയുയർത്തി നില്പ്പുണ്ട്. വയൽവരമ്പുകളിൽ അവിടവിടെയായി വേപ്പുമരങ്ങൾ തളിർത്തു വിടർന്നു നിൽക്കും. കാറ്റടിക്കുമ്പോൾ വിസ്താരമാർന്ന ആ വയൽപ്രദേശം ആകെയൊന്നുലയും. പനന്തത്തകൾ പാറിപ്പറക്കുന്നുണ്ടാവും. മോട്ടോറിലൂടെ കുതിച്ചുവീഴുന്ന കിണറ്റിലെ വെള്ളം ചാലുകളിലൂടൊഴുകിയെത്തും. എരുതുകൾ നീർച്ചാലിൽ മൂക്കമർത്തി വെള്ളം കുടിക്കും. പൊടിയും പുകയും അഴുക്കുമില്ലാത്ത കാറ്റ് അടിയിലൂടെ നെൽക്കതിരുകളെ ഉലച്ചും മുകളിലൂടെ മരത്തലപ്പുകളെ കുലുക്കിയും അങ്ങോട്ടുമിങ്ങോട്ടും അടിച്ചു പായുന്നുണ്ടവും. സായന്തനത്തിൽ ആകാശത്തിൽ ചുവപ്പും മഞ്ഞയും നീലയും കലരും. മണ്ണ് കുഴച്ചു തേച്ചു മിനുക്കിയ മുറ്റം അടിച്ചുവാരി ശുദ്ധമാക്കിക്കൊണ്ട് അമ്മ, ദിവസത്തിലെ അവസാനത്തെ മിനുക്കുപണികളിലാകും. ഇനി കുളിക്കണം. പൊട്ടും പൂവും വെക്കണം. ഓർമ്മയുണ്ടാവുമോ? എന്നെക്കുറിച്ചുള്ള ഏന്തെങ്കിലും ഒന്ന്? പറയാനാവില്ല. ഒരുപക്ഷേ, അമ്മ അടുത്ത ഗർഭം ചുമക്കുകയുമാവാം. അടുത്തതും എന്റെ ജനുസ്സിൽ പെട്ടതാണെങ്കിൽ....അമ്മയ്ക്കും മരിക്കേണ്ടിവരും.

മറുപടി

പുതിയ ജീവിതം നിന്നെ നല്ലവിധത്തിൽ പരിചരിക്കുന്നുണ്ടെന്നും പുതിയ വാസസ്ഥലം സൗകര്യങ്ങളുള്ളതാണെന്നും കരുതട്ടെ.

നിന്റെ കയ്യക്ഷരം വീണ്ടും കണ്ടപ്പോൾ.... മറ്റൊന്നും കാര്യമാക്കണ മെന്നില്ലാതായെനിക്ക്. അതുമതി. എന്റെ ആശങ്കകളും ആകാംക്ഷക ളും പാറിപ്പറന്നു മാഞ്ഞുപോയി. പഴയതുപോലെ ഈ തെരുവിന്റെ മുന്നിലൂടെ നീ പോകാറുണ്ടെന്നും കായ്കറിച്ചന്തയിൽ നല്ല പച്ചക്കറി തിരഞ്ഞെടുക്കാൻ ഞാൻ നിന്നെ സഹായിക്കാറുണ്ടെന്നും..... എല്ലാം പഴയതുപോലെതന്നെയാണ് നടക്കുന്നതെന്നും ഞാൻ കരുതി. നിന്റെ കയ്യക്ഷരത്തിന് അങ്ങനെയൊരു മാസ്മര ശക്തിയുണ്ടായി. മാറിയ തൊന്നും അംഗീകരിക്കാതിരിക്കാൻ വെമ്പുന്ന എന്റെ മനസ്സിന് അത് ഇന്ധനമായി.

ഇനിയാണ് ഞാൻ നിന്റെ ചോദ്യങ്ങളിലേക്ക് വരുന്നത്. എണ്ണമിട്ട് നാല് ചോദ്യങ്ങൾ. മുഖ്യമായ ഇടത്തിൽ അടിവര. പ്രബന്ധമെഴുതുന്ന രീതിയാണത്. വികാര രഹിതനാണെന്ന് തോന്നിപ്പിക്കാൻ നീയെടു ക്കുന്ന അടവാണിതെന്ന് എനിക്ക് മനസ്സിലായി. അത്രയെങ്കിലുമൊക്കെ നിന്നെ എനിക്കറിയാം എന്ന് ഉറപ്പ്.

നാലു ചോദ്യങ്ങളും അവയുടെ അടിവരകളും പരസ്പരബന്ധമു ള്ളവയാണ്, സങ്കീർണ്ണമാണ് എന്നൊക്കെയാവാം ചോദിക്കുന്നേരം നിന്റെ മനസ്സിൽ ഉള്ളത്. അത്രയ്ക്കൊന്നുമില്ല. ചുരിക്കിപ്പറഞ്ഞാൽ ഭാര്യയോടൊത്ത് നീ ജീവിക്കാൻ തുടങ്ങിയത് കൊണ്ട് എനിക്ക് മുറി വേറ്റു എന്നും എനിക്ക് കോപം ആയി എന്നും നീ കരുതുന്നു. ഇവിടെ ഉണ്ടായിരുന്നപ്പോൾ എന്നപോലെ നീ തനിച്ചല്ല എന്നതും എനിക്ക് ഇനി നിന്നെ കാണാൻ വരാൻ കഴിയില്ല എന്നതും എന്നെ തകർത്തു എന്ന് നീ കരുതുന്നു.

ഹ! എന്റെ രീതിയിൽ വിശദീകരിക്കട്ടെ. എനിക്ക് കഴിയാവുന്ന വി ധത്തിലും. നമ്മുടെ സംഭാഷണങ്ങളിൽ ഈ വിഷയം കടന്നുവരാതി

രിക്കാൻ ഞാൻ ആകാവുന്നത്ര ശ്രമിച്ചിരുന്നു. എനിക്കറിയാം, അത് വിലക്കപ്പെട്ടതും സ്പർശിച്ചുകൂടാത്തതും ആയിരുന്നു. എന്നിട്ടും ഒരു നാൾ നിന്റെ വിവാഹത്തെക്കുറിച്ച് ഞാൻ ചോദിച്ചു. തീവണ്ടിയാത്രയിലെ കടകട ശബ്ദത്തിനിടയിൽ അതു കേട്ടില്ലെന്ന് നീ നടിച്ചു. കേട്ടുവെന്ന് എനിക്കറിയാമായിരുന്നു. എനിക്കറിയാമെന്ന് നിനക്കും അറിയാമായിരുന്നു. ഒരു സ്റ്റേഷനിൽ നിർത്തി, പിന്നെ ഇടക്കുണ്ടാവാറുള്ള തീപ്പൊരിയോടെ വൈദ്യുതിത്തീവണ്ടി വീണ്ടും ഓടാൻ തുടങ്ങിയപ്പോൾ നീ എന്നോട് അലക്ഷ്യമായി ചോദിച്ചു, എന്താ പറഞ്ഞത്? ഞാനന്നേരം പറഞ്ഞു: ഒന്നും പറഞ്ഞില്ലല്ലോ.

എനിക്കറിയാം, നീ വിവാഹിതനായെന്ന്. എന്നിട്ടും നീ ഇപ്പോൾ നിന്റെ ഒരു ഭാഗം എനിക്കായി നീട്ടി. ഞാൻ നിനക്കായും നീട്ടുന്നു.അത്ര തന്നെ.

നിനക്ക് കഴിയാവുന്നത്ര തുറന്ന് നീ പറഞ്ഞിട്ടുണ്ട്.

എനിക്ക് കഴിയാവുന്നത്ര ഞാനും......

നിന്റെ കണ്ണുകൾ എന്റെ ശരീരചർമ്മത്തിൽ തിളങ്ങിനിന്ന വിയർപ്പുമണികളെ ഒപ്പിയെടുക്കുന്നത് ഞാൻ കണ്ടിട്ടുണ്ട്. അമ്മയ്ക്കും ഭർത്താവിനും ശേഷം എന്നെ അനാവൃതാമാക്കിയത് നീ മാത്രമാണ്. നിന്റെ വിരലുകൾ എന്റെ തൊലിയുടെ അടിയിലേയ്ക്ക്, വെണ്ണയിൽ കത്തി എന്നപോലെ, ഇറങ്ങിപ്പോകുന്നത് ഞാൻ അനുഭവിച്ചിട്ടുണ്ട്. വേനലിൽ ഉണങ്ങിപ്പോയ ഒരു കുളത്തിലേയ്ക്ക് പുതുമഴവെള്ളം വന്നുനിറയുന്നതുപോലെ, ആർദ്രമായി, നിന്നിൽനിന്ന് ഉറവകൾ എന്നിൽ വന്നുനിറഞ്ഞതും ഞാൻ ഏറ്റെടുത്തിട്ടുണ്ട്. പിന്നെയാ കുളം ഇതുവരെയും വറ്റിയില്ല.

നിനക്ക് കഴിയാവുന്നത്ര തുറന്ന് നീ പറഞ്ഞിട്ടുണ്ട്.

അതുമതി. മുന്നോട്ടു പോകാൻ എനിക്ക് അതുമാത്രം മതി. നിന്നെയോ നിന്റെ കൂട്ടുകാരിയേയോ മുറിപ്പടുത്തണം എന്ന് എനിക്കാഗ്രഹമില്ല. അവൾ പാവമാണെന്നും വലിയ വിദ്യാഭ്യാസമൊന്നും അവൾക്കില്ല എന്നും നീയെഴുതിയത് ഞാൻ വായിച്ചു. ഒരു ഉപദേശം തരട്ടെ: ഈ അവൾ/ഇവൾ വിളിയൊന്നും വേണ്ട. അതൊരു പഴഞ്ചൻ ബോധത്തിന്റെ തുടർച്ചമാത്രമാണ്. നിന്റേതായ ഒന്നും ആ വിളിയിൽ ഇല്ല.

എന്നെ വഞ്ചിച്ചു എന്നോ മുറിപ്പെടുത്തി എന്നോ ഉള്ള തോന്നലാലാവാം നീ ചോദ്യങ്ങൾ ചോദിച്ചത്. അത്തരം ആശങ്കകൾ വേണ്ട. വളരെയധികം യാഥാർത്ഥ്യ ബോധത്തോടുകൂടി കാര്യങ്ങൾ മനസ്സിലാക്കാൻ എനിക്കു കഴിയും. എന്റെ ജീവിതത്തിലെ ആദ്യത്തെ യാഥാർത്ഥ്യമല്ല നീ. 'ഞാൻ ഒറ്റയായി' എന്നൊരു ദിവസം അറിഞ്ഞില്ലേ? അതിനേക്കാൾ വലിയ സത്യവുമല്ല ഇത്. എന്റെ വഴി ഞാൻ തിരഞ്ഞെടുത്തതാണ്. അതിലൂടെ ഒറ്റയ്ക്കു പോകാൻ തീര ുമാനിച്ചതാണ്. കുറച്ചു ദൂരം എങ്ങനെയോ, അവിചാരിതമായി നീ ഉണ്ടായി. ഒരു നാൾ ബസ്സിൽ വെച്ച് ചില്ലറയില്ലാതെ പരുങ്ങിയപ്പോൾ നീ എടുത്തു തന്നതുപോലെ യാദൃച്ഛികമായി നീ ഉണ്ടായി. അതിൽ നിന്റെ ഭാഗം ഒരിക്കലും ഭർത്താവിന്റേതായിരുന്നില്ല; മറിച്ച് ആശ്വാസത്തിന്റേതായിരുന്നു.

ശരിതന്നെ. ചിലനേരങ്ങളിൽ വല്ലാത്ത ഏകാന്തത തോന്നും. ഈ ലോകത്തിൽ ഞാനൊറ്റയ്ക്കേ ഉള്ളൂ എന്നും തോന്നും. ആ തോന്നൽ അസഹനീയമായി വളരും. അന്നേരം എന്തുചെയ്യണമെന്നറിയാതെ പരവശയായിപ്പോകും. ചില ദിവസങ്ങൾ അങ്ങനെയാണ്. അപ്പോൾ, പതുക്കെ, വളരെ പതുക്കെ ഈ പാരവശ്യത്തേയും നിസ്സഹായതയെയും കീഴ്പ്പെടുത്തിക്കൊണ്ട് ഇടതുനെറ്റിയിൽ തലവേദന ഉയിരെടുക്കും. അത് രൂക്ഷവും കഠിനവുമായിക്കൊണ്ടിരിക്കും. തീർത്തും അസഹ്യമാകുമ്പോൾ കുട്ടികളുടെയാരുടെയെങ്കിലും റിബൺ എടുത്ത് തലയിൽ മുറുക്കിക്കെട്ടി, ചാരു കസേരയിൽ മലർന്നുകിടക്കും. എന്റെ ഏകാന്തതയെ അങ്ങനെ തലവേദന പരിഹരിക്കും. തലവേദന ഇത്രയ്ക്കു കഠിനമാവുന്നില്ലെങ്കിൽ ഹൃദയ സ്ഫോടനത്താൽ ഞാൻ മരിച്ചു പോകുമായിരുന്നു.

വേറൊരു വിവാഹത്തിന് നിർബന്ധിക്കുന്നവരുണ്ട്. പറയാൻ എളുപ്പവും ചെയ്യാൻ വളരെ പ്രയാസമുള്ളതുമായ കാര്യങ്ങളില്ലേ? അതിലൊന്നാണിത്. ഞങ്ങളുടെ മതത്തിലേയ്ക്ക് മാറുകയാണെങ്കിൽ ഞാനാലോചിക്കാം എന്ന് എന്റെ ഒരാപ്പീസർ വലിയൊരു തമാശപോലെ ഒരിക്കൽ പറഞ്ഞു. ആ തമാശ കേട്ടതേ നാണക്കേടായി എന്നാണെനിക്ക് തോന്നിയത്. പിന്നെ, ഒരു ഫയലുമായും ഞാനയാളുടെ മുന്നിൽ പോയിട്ടില്ല. ഇത്തരം വാഗ്ദാനങ്ങൾ, പലതരം, എന്റെ മുന്നിൽ നിരത്തപ്പെടാറുണ്ട്. ഒരു വിവാഹിതയോടു പറയാൻ സങ്കോചപ്പെടുന്ന കാര്യങ്ങൾ എന്നെ കാണുമ്പോൾ പറയണമെന്ന് ചിലർക്ക് തോന്നാറുണ്ട്.

അന്നൊരിക്കൽ നിന്നെ പിരിഞ്ഞതിനുശേഷം, ഞാൻ നേരെ മാർക്കറ്റിലേക്കു പോയി. അല്ലറചില്ലറ സാധനങ്ങൾ വാങ്ങിക്കൊണ്ടിരിക്കുന്നേരം രണ്ടുതരം പ്രദർശനങ്ങൾ നഗരമധ്യത്തിൽ നടക്കുന്നതിനെക്കുറിച്ചോർത്തു. പുസ്തകങ്ങളുടേതാണൊന്ന്. അടുത്തത് വീട്ടുപകരണങ്ങളുടേതും. ഉടനെ വൈദ്യുതിത്തീവണ്ടി കയറി. പുസ്തക പ്രദർശനത്തിൽനിന്നൊന്നും വാങ്ങിയില്ല. ഗൃഹോപകരണങ്ങൾ - കൗതുകമുള്ള ഒന്നു രണ്ടു പാത്രങ്ങൾ വാങ്ങി. പിന്നെ കുറേയേറെ നേരം നെഹ്റു പാർക്കിൽ ഇരുന്നു. വാച്ച്മാൻ വന്ന് അടയ്ക്കാൻ പോകുന്നു എന്നു പറഞ്ഞപ്പോഴാണ് എഴുന്നേറ്റത്. ആകെയൊരു മന്ദതാളം. നീയെന്നെ വല്ലാതെ ക്ഷീണിപ്പിച്ചു കളഞ്ഞിരുന്നു. അതിന്റെ ആലസ്യവുമായി വീട്ടിൽ തിരിച്ചെത്തിയപ്പോൾ പത്തുമണി. അനുവും മീനുവും ഉറങ്ങി. അമ്മ ഒന്നും പറയാതെ അത്താഴം വിളമ്പി. അമ്മ ഒന്നും പറയില്ല. അവർക്കറിയാം എന്നെ. അല്ലെങ്കിൽ അവർക്കാണ് ഏറ്റവും നന്നായി അറിയുക.

അവിവാഹിതാനുഭവം പോലെ വിവാഹിതാനുഭവവും എനിക്കു കിട്ടി. ഇപ്പോൾ വിധവയെന്ന അനുഭവം. മൂന്നാമത്തേതിൽ കൂടുതൽ സ്വാതന്ത്ര്യം ഉണ്ട്. തെറ്റിദ്ധരിക്കണ്ട. നിന്നെപ്പോലെ വേറൊരാളോടു കൂടി, ശരീരത്തിന്റെ ആവശ്യങ്ങളെ തൃപ്തിപ്പെടുത്താനുള്ള സ്വാതന്ത്ര്യമല്ല, ഇപ്പോൾ ശരീരം എനിക്കൊരാവശ്യമല്ലാതായിത്തീർന്നിട്ടുണ്ട്.

ചിലരെന്നോടു പറയും, കണ്ണിറുക്കിക്കൊണ്ടു പറയും ഏതെങ്കിലും

ഒരു ബന്ധത്തിൽ ഏർപ്പെട്. ആരുടെയെങ്കിലും രണ്ടാംകെട്ടായോ വെപ്പാട്ടിയായോ കഴിയൂ എന്നാണ് അതിനർത്ഥം. ധാരാളം പണം വരാനുള്ള വഴിയുമാണ്. എന്റെയീ ശരീരം അതിനു സമർത്ഥമാണ്. ആകർഷിച്ചു 'വീഴ്ത്താൻ' സമർത്ഥമാണ്. എനിക്കറിയാം. അതിന്റെ അധമബോധവുമായി ജീവിക്കാൻ എനിക്കു വയ്യ. അങ്ങനെയൊരു അവസ്ഥയെക്കുറിച്ച് ഞാൻ ഏറെയൊന്നും ആലോചിച്ചിട്ടുമില്ല.

ആപ്പീസിൽ രസകരമായ ഒരു കാര്യം നടന്നു. ഈ അടുത്തദിവസം, ആപ്പീസിലെ ഒരു സെക്ഷൻ ഓഫീസർ എന്നോടു പറഞ്ഞു. അവളുടെ സഹോദരൻ അവളോട് പറഞ്ഞുവത്രേ, ഞാനയാളെ തുറിച്ചുനോക്കിയെന്ന്! ബസ് സ്റ്റോപ്പിൽവെച്ച് ബസുവരുന്നവരെയും തുറിച്ചു നോക്കി എന്ന്. ദൈവമേ, എന്നു ഞാൻ വിളിച്ചു. എന്റെ ജീവിതത്തിൽ ഞാനാരെയെങ്കിലും തുറിച്ചുനോക്കിയതായി എനിക്കോർമയില്ല. വിധവയല്ലേ, കാമം നിറഞ്ഞവൾ എന്നാവാം അയാളുടെ വിചാരം. ഞാൻ അവളോടു പറഞ്ഞു. നിന്റെ അനിയന്റെ രൂപം വിവരിക്ക്. ആ സമയത്ത് അവൾ ഒരു പത്രം വായിക്കുകയായിരുന്നു. ഉച്ചഭക്ഷണം കഴിഞ്ഞാൽ അതാണ് ഞങ്ങളുടെ പതിവ്.

പെട്ടെന്ന് അവൾ പത്രത്തിലെ ഒരു പടം കാണിച്ച്, ഇതാ ഇയാളെപ്പോലെയാണ് എന്റെ അനിയൻ. ദൈവമേ എന്ന് ഞാൻ വീണ്ടും വിളിച്ചു. ശ്വാസം നിന്നുപോയതുപോലെയും തോന്നി. ആ പടത്തിൽ നീയുണ്ടായിരുന്നു. യുവ ശാസ്ത്രകാരൻമാരുടെ ഒരന്തർദേശീയ സെമിനാറിൽ ലോകപ്രശസ്തൻ പ്രസംഗിക്കുന്നതിന്റെ മുൻവരിയിൽ. കട്ടിമീശ, മിനുക്കിയ മുഖം. ഒതുക്കമില്ലാത്ത മുടി. എനിക്ക് ഒരേസമയം പല കാരണങ്ങൾകൊണ്ട് സന്തോഷവും അഭിമാനവും തോന്നി.

മുമ്പെങ്ങോ വായിച്ച പുസ്തകം.

ഓർമ്മ മങ്ങിത്തുടങ്ങിയ വരികൾ.

അതുകൊണ്ട് പുസ്തകത്തിന്റെ പേരോ എഴുതിയ ആളിന്റെ പേരോ തെളിയാതെ പറയുകയാണ്. എന്തിനു തെളിയണം? ഞാൻ നിരൂപണം എഴുതാൻ പോവുകയല്ല.

അതൊരു സഞ്ചാരിയായ ചിത്രകാരന്റേയും അയാളുടെ കാമുകിയുടേയും കഥയാണ്. സഞ്ചാരി അതിവിദൂരമായ ഒരു ഗ്രാമത്തിലെത്തുകയും അതിന്റെ ചിത്രം വരയുന്നതിനിടയിൽ അവിടെയുള്ള ഒരു കുശവന്റെ ഭാര്യയിൽ അനുരക്തനാവുകയും ചെയ്തു. അവൾക്കാകട്ടെ, ഭർത്താവിനേയും കുട്ടികളേയും വിട്ട് അയാളുടെ കൂടെ പോകാൻ കഴിയുന്നില്ല. അവർ നിശ്ശബ്ദമായി സ്നേഹിച്ചു. എപ്പോഴോ ഒരിക്കൽ അവൾ കുഴച്ചുവെച്ച കളിമണ്ണെടുത്ത് ഒരു മയിലിനെ രൂപപ്പെടുത്തി ചുട്ടെടുത്ത് അയാൾക്കു കൊടുത്തു. അയാളാകട്ടെ തന്റെ കൈയ്യിലുള്ള ആനക്കൊമ്പിന്റെ പിടിയുള്ള ഒരു ബ്രഷ് അവൾക്കു സമ്മാനിച്ചു. ആ സമ്മാനം അവൾക്കൊരു ബാധ്യതയായി. അത് അവൾ എവിടെ സൂക്ഷിച്ചുവെയ്ക്കും? സാധാരണ കത്തിയായിരുന്നെങ്കിൽ എന്തെങ്കിലും ഒഴികഴിവ് പറയാമായിരുന്നു. പ്രേമ സമ്മാനങ്ങൾ പെണ്ണുങ്ങൾക്ക് എപ്പോഴും ബാധ്യതയാണ്. മറ്റുള്ളവർ അതു കണ്ടുകഴിഞ്ഞാൽ പിന്നെ ആയിരം

ചോദ്യങ്ങൾക്ക് ഉത്തരം പറയേണ്ടിവരും.

നിന്റെ എഴുത്തുകൾ അങ്ങനെയാണ്. എവിടെ സൂക്ഷിക്കും. അവയെ? എപ്പോഴും ആപ്പീസിലേയ്ക്കു ചുമന്നുകൊണ്ടുപോകാനാകുമോ? വീട്ടിൽ വരുന്നവർ എന്റെ മുറിയിലെ എന്തും പരിശോധിക്കും. അറിയാത്തപോലെ എന്റെ മേശവലിപ്പും കൈസഞ്ചിയുമൊക്കെ അവർ തുറന്ന്, ഒളിച്ചു നോക്കും.

നിന്റെ എഴുത്തുകൾ ഞാനെന്തുചെയ്യും?

നാലഞ്ചാവർത്തി വായിച്ച് മന:പാഠമാക്കും. എന്നിട്ട് അത് തീരെ ചെറിയ തുണ്ടുകളാക്കി മുറിച്ച്, ആപ്പീസിലെ ചവറ്റുകൊട്ടയിലിടും. മറ്റു പലതരം കടലാസുകൾക്കൊപ്പം കുലുക്കിച്ചേർക്കും. നിന്റെ സ്നേഹാക്ഷരങ്ങൾ പിറ്റേന്ന് ഞങ്ങളുടെ ആപ്പീസ് വളപ്പിൽ കൊച്ചു കൊച്ചു പൂമ്പാറ്റകളെപ്പോലെ പറന്നുനടക്കുന്നുണ്ടാവും. മാധവിയമ്മ അവയ്ക്ക് തീകൊളുത്തുകയാണെങ്കിൽ അവയെല്ലാം കരിഞ്ഞ് ചാരമായി മണ്ണോടുചേരും. നിന്റെ അക്ഷരങ്ങളാണ് പിന്നീട്, പുതുമഴ പെയ്തുകഴിയുമ്പോൾ പുൽപ്പരപ്പായി, പച്ചയായി നിറയുന്നത്. നിന്റെ എഴുത്തുകൾ ഞാൻ ഭൂമിയിൽ സൂക്ഷിച്ചുവെക്കുന്നു.

അന്നേരം സഞ്ചാരിയായ ചിത്രകാരൻ തന്റെ കാമുകിയോട് പറഞ്ഞു: എനിക്കെല്ലാം വ്യക്തമായി മനസ്സിലാക്കാൻ കഴിയുന്നുണ്ട്. നമ്മൾ കണ്ടുമുട്ടുന്നതിനും എത്രയോ മുമ്പ്, നമ്മൾ അന്യോന്യം അടുത്തുകൊണ്ടിരിക്കുകയായിരുന്നു. നാം പരസ്പരം അറിഞ്ഞിരുന്നില്ല. വളരെ ഹൃദയഹാരിയായ ആ അജ്ഞതയുടെ ഉള്ളിരുന്നുകൊണ്ട്, തീർത്തും ചെറിയകുട്ടികളെപ്പോലെ നഗ്നരായി ഇരുന്നുകൊണ്ട്, രണ്ടു ഗോളങ്ങളെപ്പോലെ നമ്മൾ അടുത്തുകൊണ്ടിരിക്കുകയായിരുന്നു. അന്നേരം നമ്മുടെ കൂടെയുള്ള ഏതോ ഒരു ശബ്ദം ഉണ്ടായിരുന്നു: നമ്മൾ കണ്ടുമുട്ടാൻ പോവുകയാണെന്ന്.....

കുശവന്റെ ആ പാവം ഭാര്യയ്ക്ക് ഒന്നും തന്നെ മനസ്സിലായില്ല. അവൾ കരയുകയായിരുന്നു. ഇനി എന്താണ് ഞാൻ എഴുതേണ്ടത്? നിന്റെ കൈകളിലേക്ക് ഉരുകി വീഴണം എന്നു കരുതിയിരിക്കവേ, വേറൊരു ജീവിതത്തിലേയ്ക്കു നീ നടന്നുപോയി. നിനക്ക് അങ്ങനേയേ ചെയ്യാനാവൂ എന്നും എനിക്കറിയാം. അന്നേരം ഞാൻ എന്നെതന്നെ സാന്ത്വനിപ്പിച്ചു: സാരമില്ല..... സാരമില്ല..... നമ്മൾ ഒരേ ആകാശത്തിനു കീഴെത്തന്നെയാണല്ലോ ജീവിക്കുന്നത്.

അതിനാൽ ഞാൻ എന്റെ അവകാശങ്ങളെല്ലാം ഉപേക്ഷിക്കുന്നു. നീയിപ്പോൾ ആരെയാണ് കൂടുതൽ സ്നേഹിക്കുന്നതെന്ന് എനിക്ക് ഊഹിക്കാനാവും. നിനക്കിതാ നഷ്ടപ്പെടാനും തോല്ക്കാനും എപ്പോഴും തയ്യാറായ ഒരു കൂട്ടുകാരി. എനിക്ക് പങ്കെടുക്കാനാവാത്ത നിന്റെ വിവാഹത്തിൽ എനിക്ക് തരാൻ പറ്റാതെപോയ സമ്മാനമായി, എന്റെ തോൽവി.

ഞാനിവിടെയുണ്ട്.

നീ അവിടെയും.

മരുഭൂമിയിൽ അവസാനിക്കുന്ന നദികൾ

രേണുകയും നിസ്സാറും.

'പുതിയ ഇനം ജീവികൾ' എന്ന (എന്റെതന്നെ) നീണ്ട കഥയിൽ അവിചാരിതവും ആനുഷംഗികവുമായി കടന്നുവന്ന രണ്ടു പേരാണിവർ. അതിലെ മുഖ്യകഥാപാത്രം അനുഭവിച്ചുകൊണ്ടിരുന്ന വിചിത്രവും നിയന്ത്രണാതീതവുമായ ഒരു ജീവിതാവസ്ഥയിലെ ഉപാഖ്യാന കഥാപാത്രങ്ങളായി, എന്നാൽ സമ്മർദ്ദപൂരിതവും ചകിതവുമായ മനസ്സുകളോടും ശരീരങ്ങളോടും കൂടിയാണവർ ആ വീട്ടിലേക്ക് കയറിവന്നത്.

ഉപാഖ്യാനത്തിലെ, താരതമ്യേന ലഘുത്വമുള്ള ഒന്നാവില്ല ഇവരുടെ കാരണകാര്യങ്ങൾ. ഒന്നിൽ അപ്രധാനമാകുന്നത് മറ്റൊന്നിൽ പ്രധാനമായെന്നുവരാം. നമ്മുടെ കാലത്തിൽത്തന്നെ അങ്ങനെയുള്ള വ്യതിയാനങ്ങൾ കാണാം. ഉപാഖ്യാനങ്ങൾ വളർന്ന് മുഖ്യമായതിനെ അപ്രധാനമാക്കുക; മരുഭൂമിയിൽ അവസാനിക്കുന്ന നദിപോലെ മുഖ്യാംശം അങ്ങനെയങ്ങ് വറ്റിവരണ്ടു പോവുക; നായിക/നായകൻ ഇല്ലാതാവുകയോ സ്വഭാവങ്ങളിൽ കീഴ്മേലാവുകയോ ചെയ്യുക. അങ്ങനെ പലതും. ഈ നേരത്തിന്റെ നേരുകൾ ഏതെങ്കിലും ഒന്നിൽ സ്ഥിതിചെയ്യുന്നു എന്നു കരുതാൻ വിഷമം.

ശരി; അതങ്ങനെയൊക്കെയാണ്.

ഇവിടെ രേണുകയും നിസ്സാറും.

കുറച്ചുകൂടി കൃത്യമായി പറഞ്ഞാൽ രേണുകാജോർജ്ജും നിസ്സാറും. പുതിയ ഇനം ജീവികളിൽ ഇങ്ങനെ പറയുന്നത് ആവശ്യമില്ലായിരുന്നു. പറഞ്ഞില്ല. ഇത്തരം കൃത്യതകൾക്ക് ഇന്ന് വളരെ വിപരീതമായ പ്രധാന്യങ്ങളുണ്ടെന്ന് അറിയാമല്ലോ. ആ നീണ്ടകഥയിൽ രണ്ടുപേരെയും അവതരിപ്പിച്ചത് ഇങ്ങനെ:

'അന്നേരമതാ രേണുകയും നിസ്സാറും കയറിവരുന്നു'

അവരുടെ സത്യാവസ്ഥ ഇങ്ങനെയും:

'വല്ലപ്പോഴുമുണ്ടാകുന്ന സന്തോഷത്തോടെ ഇവരുടെ രഹസ്യ വിവാഹത്തിൽ പങ്കെടുത്തത് വളരെ മുമ്പല്ല.'

അവർ അനുഭവിക്കുന്ന വിഷമത്തെക്കുറിച്ച്:

'നിസ്സാർ വീണ്ടും ഗൾഫിലേക്ക് പോവുകയാണെന്നും രേണുകയുടെ കാര്യത്തിൽ ഇനിയുമൊരു തീരുമാനമായില്ലെന്നും എതിർപ്പുകൾ നിലനിൽക്കുന്നുവെന്നും....'

വളരെയധികം നേരം രണ്ടുപേരും അവിടെ നിന്നില്ല. ഇവർ ഇരുണ്ട രാത്രിയിലേക്ക് ഇറങ്ങിപ്പോയതിന് ശേഷവും ഞാൻ ആ കഥ തുടർന്നു വായിച്ചു. പ്രസിദ്ധീകരിച്ച കഥകൾ എപ്പോഴെങ്കിലും വീണ്ടും വായിച്ചു നോക്കുന്ന സ്വഭാവം എനിക്കുണ്ട്. അങ്ങനെ വായിച്ചാൽ രണ്ടു ഗുണം. ഒന്ന്: സ്വയം തിരുത്താനുള്ള ഇടങ്ങൾ കണ്ടെത്താം. രണ്ട്: ഇക്കാണുന്നതെല്ലാം ഞാൻ എഴുതിയതോ എന്ന തോന്നലിൽ ഉള്ള അത്ഭുതം ഉള്ളിൽ തെളിയുന്നത് എനിക്കിഷ്ടം. വളരെ സാധാരണവും പലപ്പോഴും ക്ഷുദ്രവുമായ എന്റെ ജീവിതത്തിൽ പ്രയോഗിക്കാൻ തീരെ സാധ്യമല്ലാത്ത പദച്ചേർച്ചകളും പ്രയോഗങ്ങളും എന്റെ പേരിലുള്ള കഥയിൽ കാണുക! ഞാനല്ലെന്നുണ്ടോ ഇതെഴുതിയത് എന്നു തോന്നുക! യുക്തിക്ക് ഇടമേ ഇല്ലെന്ന് തോന്നലുളവാക്കുന്ന പലതും ജീവിതത്തിൽ ഉണ്ടാകാറുണ്ടല്ലോ. അതുപോലിതും.....

പറഞ്ഞില്ലേ, സാധാരണവും പലപ്പോഴും ക്ഷുദ്രവുമായ ജീവിതം. അതിൽ ഇടഞ്ഞുനിൽപിന്റേതായ അർത്ഥവും ഉത്സാഹവും ചേർത്ത വിവാഹമായിരുന്നു ഇവരുടേത്.

തൈവളപ്പിൽ നിസ്സാറും രേണുക ജോർജ്ജും.

മുറ്റിലും അശ്ലീലമായിത്തീർന്ന നമ്മുടെ പരിസരങ്ങളിൽ നിന്നുകൊണ്ട് ചേർത്തു വിളിക്കാവുന്ന പേരുകളല്ല, ഇവ. പരസ്പരം ചേരണമെന്ന് നിസ്സാറും രേണുകയും തീരുമാനിച്ചതുകൊണ്ടായിരുന്നു, ചേർക്കണം എന്ന് ഞങ്ങളിൽ ചിലരു നിർബന്ധബുദ്ധി കാട്ടിയത്. പ്രണയം! ചുവന്ന പട്ടികയിൽ പെടുത്തിയ വംശനാശം വന്നുകൊണ്ടിരിക്കുന്ന മറ്റൊന്ന്;കാലഹരണപ്പെട്ട നാണയം. ഇങ്ങനെ പലരീതിയിലും പറയാം.

ഇരുഭാഗത്തുനിന്നുമുണ്ടായ ശക്തമായ എതിർപ്പുകൾക്കിടയിൽ, കൊലവിളിയോളമെത്തിയ വാക്കേറ്റത്തിനുമൊക്കെ ശേഷം ആകെ ക്ഷുബ്ധമായ അന്തരീക്ഷത്തിൽ ഞങ്ങൾ നാലുപേർ, തയ്യാറാക്കി നിർത്തിയ കാറിൽ കയറ്റി ബാംഗ്ലൂരിൽ കാത്തിരിക്കുകയായിരുന്ന നിസ്സാറിനെ ഏൽപ്പിക്കുകയാണുണ്ടായത്. ഞായറാഴ്ച കുർബാന കൈക്കൊള്ളാൻ പോയി നേരം കഴിഞ്ഞിട്ടു മകൾ തിരിച്ചുവരാതിരുന്നപ്പോൾ അവളുടെ ചാച്ചൻ പറഞ്ഞുവത്രെ: "നമ്മുടെ മോള് പോയെടാ. ഇനി അവടെ കാര്യം മറന്നേര്...."

നിസ്സാറിനെ കണ്ടതും രേണുക ഉറക്കെ നിലവിളിച്ചു. മൂന്നു ദിവസം കഴിഞ്ഞുകാണുമ്പോഴും അവൾ കരയുകയായിരുന്നു. അരികിൽ സമാധാനിപ്പിക്കാനുള്ള ശ്രമങ്ങൾ പരാജയപ്പെട്ട്, ക്ലാന്തനായി നിസ്സാർ. പിന്നെയുള്ള പ്രധാന കാര്യം വീട്ടുകാർ കണ്ടെത്തി പോലീസുകാ

രെയും നിയമത്തെയും വെച്ച് വേർപിരിക്കാൻ ശ്രമിക്കുന്നതിന് മുമ്പ് അതിനു കഴിയാതാക്കുക. കഴിയുന്നത്ര പഴുതുകൾ അടയ്ക്കുക. അതിനുള്ള ശ്രമത്തിനിടയിൽ മൂന്നു കാര്യങ്ങളാണ് ഞങ്ങൾ ചെയ്തു തീർത്തത്.

ഒന്ന്: പ്രത്യേക വിവാഹനിയമത്തിൻപടി ഒരു മാസം മുമ്പുതന്നെ കാര്യം പരസ്യപ്പെടുത്തിയതായി കാണിച്ച് എതിർപ്പൊന്നുമില്ലെന്ന് വരുത്തി (അതൊരു പ്രത്യേക ഇനം 'വരുത്ത'ലാണ്) വിവാഹം പതിവുചെയ്തു. കൃത്രിമം കാണിച്ച് പ്രണയത്തെ രക്ഷിക്കാൻ ആയിരത്തിഅഞ്ഞൂറ് കൈക്കൂലി..

രണ്ട്: ഈ വിവാഹപ്രമാണം ശരിയാകുന്നതിനിടയിൽ രണ്ടുപേരുകളും ചേർത്ത റേഷൻ കാർഡ്, പൊതുവിതരണത്തിന്റെ അസിസ്റ്റന്റ് കമ്മീഷണറെ നേരിട്ട് കണ്ട് ശരിയാക്കി. പ്രണയത്തെയും ജീവിത്തെയും ഒരേ സമയം രക്ഷിക്കാൻ എണ്ണൂറ്റമ്പത് ചെലവ്.

മൂന്ന്: ഈ റേഷൻ കാർഡ് കാണിച്ച് ഒരു ഗ്യാസ് കണക്ഷന് അപേക്ഷിച്ചു. രേണുക പാസ്പോർട്ടിനും ശ്രമം തുടങ്ങി.

നിയമപരമായി എത്രയെല്ലാം രേഖകളിൽ ഭാര്യാഭർത്താക്കൻമാർ എന്നു വരുത്താൻ കഴിയുമോ അത്രയും വരുത്തി. ഇങ്ങനെ ഒരവസ്ഥയിലെത്തിയപ്പോഴേ രേണുകയുടെ കണ്ണുനീരൊന്നടങ്ങിയുള്ളൂ. എന്നിട്ടും ചിലനേരങ്ങളിൽ ആരോടെന്നില്ലാതെ അവൾ വിതുമ്പുന്നതു കേട്ടു: എന്റെ ചാച്ചൻ എന്റെ ആനിക്കുഞ്ഞ്.....

കുറച്ച് കഴിഞ്ഞ് വന്ന നിസ്സാറിന്റെ നീണ്ട എഴുത്തിലെ മുഖ്യഭാഗം ഇങ്ങനെ:

ഇതുകൊണ്ടൊന്നും ആയില്ല. ചെയ്തതൊക്കെ അബദ്ധമായോ എന്ന തോന്നലാണിടക്ക്. ഞങ്ങൾക്ക് കിട്ടിയ ചെറിയ ജോലികൾകൊണ്ട് ഇവിടെ ബാഗ്ലൂരിൽ, വിൽസൺ ഗാർഡനിൽ ജീവിക്കുന്നത് വിഷമം തന്നെ. പത്തുവർഷം മുമ്പ് ഇതേ സ്ഥലത്ത് ജോലിയൊന്നുമില്ലാതെ ഞാൻ കഴിഞ്ഞുട്ടുണ്ട്. അതല്ല കാലം. പലതും ഉപേക്ഷിച്ചാണ് ഞാൻ രേണുകയെ കെട്ടിയത്. ഇപ്പോൾ രണ്ടുപേരും വളരെയധികം കഷ്ടപ്പെടുന്നു. വീണ്ടും ഗൾഫിലേക്ക് പോയാലോ എന്നൊരാലോചന. പക്ഷേ, രേണുവിനെ തൽക്കാലം എന്തുചെയ്യും? ഒറ്റയ്ക്ക് ബാഗ്ലൂരിൽ കഴിഞ്ഞോളാം എന്ന് അവൾ തീർത്തുപറയുന്നു. കെട്ടിയ പെണ്ണിനെ അങ്ങനെ വിട്ടുപോകാനുമാവുന്നില്ല.

അങ്ങനെയാണ് 'പുതിയ ഇനം ജീവികളി'ൽ കണ്ട സന്ദർഭത്തിൽ അവർ നാട്ടിലെത്തിയത്. സ്വന്തം വീടുകളിൽ താമസിക്കാനാവില്ല. രേണുകയ്ക്ക് ശ്രീകണ്ഠാപുരത്തേക്ക് പോകാനാവില്ല; മീത്തലെപ്പീടികയിലെ തൈവളപ്പിൽ ഹൗസിലേക്ക് നിസ്സാറിനും. അവരെ ഞാൻ നേരെ എന്റെ വീട്ടിലേക്ക് കൊണ്ടുവന്നു. സാധാരണഗതിയിൽ ഇവിടെ വന്ന് ആരും ബഹളമുണ്ടാക്കില്ല. രേണുക വല്ലാതെ ഭയന്നിരുന്നു. അവളുടെ ഓരോ ചലനത്തിലും അത് നിറഞ്ഞുനിന്നു. ഏത് നിമിഷത്തിലും ആരെങ്കിലുമൊക്കെ വന്ന് പിടിച്ചുകൊണ്ടുപോകും എന്ന് അവൾ

പേടിച്ചു.

''നിസ്സാറിനോട് പോകണ്ടാന്ന് പറ''; അവൾ ഇടയ്ക്കിടെ ഞങ്ങളിൽ ഓരോരുത്തരോടും പറഞ്ഞു. പോകാതെയെങ്ങനെയാണ്.....? എന്ന് നിസ്സാറും. ആരെ പിന്താങ്ങണമെന്ന കാര്യത്തിൽ ഞങ്ങൾക്ക് പ്രശ്നമായി. എന്റെ വീട്ടിലെ ഒരു മുറിയിൽ നിന്ന് മറ്റൊരു മുറിയിലേക്ക് പോലും പോകാൻ രേണുകയ്ക്ക് ഭയം. എല്ലായ്പ്പോഴും അവൾ സാവിത്രിയുടെ സഹായം തേടി. ഇങ്ങനെയൊരു കുട്ടി! സാവിത്രി അത്ഭുതപ്പെട്ടു.

ഗോവയിൽ മാത്രം കിട്ടുന്ന ഫെനി എന്ന വാറ്റു ചാരായം നിസ്സാർ കൊണ്ടുവന്നിരുന്നു. അവന് ഒരത്ഭുത ശേഖരമുണ്ടായിരുന്നു. പല നാടുകളിൽ നിന്നും പലതരത്തിലുള്ള പെഗ്ഗ് ബോട്ടിലുകളുടെ അവിശ്വസനീയമായ ശേഖരം. പുതിയ ഏത് പെഗ്ഗ് ബോട്ടിൽ കണ്ടാലും എന്ത് വിലകൊടുത്തും അവൻ സ്വന്തമാക്കും. മൂലക്കടവിൽ (മാഹി) ആയിടെ ഇറങ്ങുന്ന പുതിയ ഇനം വാങ്ങി, അപൂർവ ഇനമാണെന്ന് പറഞ്ഞ് നിസ്സാറിനെ പലതവണ സജീവൻ പറ്റിച്ചിട്ടുണ്ട്.

സ്വന്തം കോലം കൊടുത്ത് നായ്ക്കോലം കെട്ടാൻ എല്ലാവരും റെഡിയായി....? എന്ന് പതിവുപോലെ സാവിത്രിയുടെ ചോദ്യം കേട്ടതിന് ശേഷമാണ് ഞങ്ങൾ തുടങ്ങിയത്. വാക്കുകൾ ഇഴയാൻ ഒരുങ്ങുമ്പോഴേക്കും ഉമേശൻ റെയിൽവെ കോർട്ടിലെ പഴയ ഫുട്ബോൾ കളി ദിനങ്ങളുടെ ഓർമ്മകൾ പുറത്തെടുത്തു. സജീവനും ഞാനും ഓൾഡ് ഈസ് ഗോൾഡ് എന്ന പഴയ സിനിമാപാട്ടു പരമ്പര പതിവുപോലെ പാടാൻ തുടങ്ങി. വിനോദ് ആകട്ടെ, മേശപ്പുറത്ത് മനോഹരമായി തബലയടിച്ചു കൊണ്ട് ഞങ്ങളെ പ്രോത്സാഹിപ്പിക്കുകയും ചെയ്തു. നിസ്സാറിന്റെ മുഖം ചുവന്നു തുടുത്തു. മദ്യപിച്ചാൽ അവൻ തീർത്തും കേൾവിക്കാരനാണ്. സാവിത്രി കൊണ്ടുവച്ച തീറ്റിപ്പണ്ടങ്ങൾ തിന്നു തീർക്കാൻ മാത്രം അവൻ വ്യഗ്രതകാട്ടി.

അത്രയും നേരം രേണുക അവിടെത്തന്നെ ഉണ്ടായിരുന്നു. മദ്യം ഉള്ളിൽചെന്നാൽ ഉണ്ടാകാവുന്ന കോമാളിത്തരങ്ങൾ കണ്ട് ചിരിച്ചു. സിഗരറ്റുകൾ കാരണം പുകക്കുഴലായിത്തീർന്ന മുറിയിലിരുന്ന് അവൾ ചിരിച്ചു ചിരിച്ചു ചുമച്ചു. ''ചേച്ചി ഇതൊന്നും കാണാനൊന്നും നിൽക്കുന്നില്ലേ?'' എന്ന രേണുകയുടെ ചോദ്യത്തിന്, ''ഒരു വെറൈറ്റിയുമില്ലെന്റെ കുട്ടി. പത്തു പതിനാല്, കൊല്ലമായി അതേ 'ബലികുടീരങ്ങളേയും' 'മാണിക്യവീണയു'മായും റെയിൽവേ കോർട്ടിലെ ടൂർണമെന്റുമാവിഷയം; ബോറടിക്കും കുറച്ചു കഴിഞ്ഞാൽ'' എന്നായി സാവിത്രി.

സജീവൻ നന്നായി പാടി. പതിവുപോലെ അസമർത്ഥമായി ഞാൻ കൂടെപ്പാടി. അയൽപക്കങ്ങളിൽ പ്രശ്നമുണ്ടാക്കരുതെന്ന് കരുതി ഞാൻ ജനലുകളും മുൻവാതിലും അടച്ചിട്ടു. അന്നേരം പിന്നിലൂടെ വന്ന് രേണുക എന്നെ തട്ടിവിളിച്ചു: ഒരു കാര്യം പറയാനുണ്ടായിരുന്നു.

''ഹൊ! സ്വകാര്യം. നമ്മുടെയീ മഹത്തായ ജീവിതത്തെക്കുറിച്ച് രക്ഷകനോട് സ്വകാര്യം. പോയി കേട്ടുകൊടുക്കണം മാഷേ'' എന്നായി

നിസ്സാർ.അവനെപ്പോഴും അങ്ങനെയാണ്. എത്ര മദ്യപിച്ചാലും ആടുകയും കുഴയുകയുമില്ല. പത്തു വയസ്സിനു ഇളപ്പമാണെങ്കിലും ഞാൻ അകത്താക്കുന്നതിനേക്കൾ മൂന്നധികം അവർ അകത്താക്കും. എന്നിട്ട് സാധാരണക്കാരനായി ഇരുന്ന് മറ്റുള്ളവരെ ആസ്വദിക്കും. നിസ്സാർ കുടിക്കുന്നത് കള്ളു വെയിസ്റ്റാക്കലാണെന്ന് ഞാൻ പറയും.

രേണുകയെ വരാന്തയിലേക്ക് കൂട്ടി. പുറത്തെ ബൾബ് അണച്ചിരുന്നതിനാൽ രഹസ്യം പറയാൻ നല്ലസ്ഥലമായിരുന്നു. കേൾക്കാൻ വേറാരുമുണ്ടാകില്ല എന്നുറപ്പുണ്ടായിട്ടും, ഒച്ച തീരെ കുറച്ച് ചെവിയിലെന്നപോലെ, രേണുക പറഞ്ഞു നിസ്സാറിനോട് പോകേണ്ടെന്നു പറയ്യോ? അത്രയധികം ഭീഷണിയുണ്ട്. ചാച്ചന്റെ അനിയൻമ്മാര് ഭയങ്കരമ്മാരാ. ആ ചെന്നായ്ക്കളൊക്കെക്കൂടി എന്നെ കടിച്ചും പറിക്കും.

ഞങ്ങളുടെ മദ്യക്കോമാളിത്തരങ്ങൾ കണ്ട് ചിരിച്ച രേണുക ജോർജല്ലിത്. അവളുടെ മുഖത്ത് വിഷാദം തിരിച്ചുവന്നു. ഏട്ടൻ പറഞ്ഞാൽ നിസ്സാർ കേൾക്കും. വേറെ ആരെന്ത് പറഞ്ഞാലും കേൾക്കില്ല; രേണുക വിതുമ്പാനുള്ള പുറപ്പാടായി. കുറെയധികം നേരമെടുത്തു രേണുകയെ പറഞ്ഞ് മനസ്സിലാക്കാൻ. പണം പ്രധാനപ്പെട്ട ഒരു വില്ലനാണ്. അതിന് വല്ലാതെ ഞെരുക്കമാകുമ്പോൾ പ്രണയം വല്ലാതെ വിവർണ്ണമായിപ്പോകും. അന്നേരം പിടിച്ചുനിൽക്കാൻ എല്ലാവർക്കും കഴിഞ്ഞെന്ന് വരില്ല. രണ്ടോ മൂന്നോ കൊല്ലം. അത് കഴിഞ്ഞാൽ രേണുകക്ക് അങ്ങോട്ടോ നിസ്സാറിന് ഇങ്ങോട്ടോ വരാനാകും. അത്രക്കൊന്നും പേടിക്കണ്ടടോ, വേണമെങ്കില് ഇവിടെത്തന്നെ താമസിക്കാം എന്ന് ഇടയ്ക്ക് വരാന്തയിൽ കടന്നുവന്ന സാവിത്രിയും സമാധാനിപ്പിച്ചു. ഒടുവിൽ ഒരുപാട് സംശയങ്ങൾക്കൊടുവിൽ പകുതി സമ്മതത്തോടെ രേണുക പറഞ്ഞു: ശരി.

അതിലുമധികം അർദ്ധസമ്മതങ്ങൾക്കിടയിലൂടെ നിസ്സാർ ഷാർജയിലേക്ക് പോയി. രേണുക ബാംഗ്ലൂരിലേക്കും. ആദ്യമാദ്യം രണ്ടുപേരുടെയും എഴുത്തുകൾ മുറയ്ക്ക് വന്നുകൊണ്ടിരുന്നു. വല്ലപ്പോഴും നിസ്സാർ വിളിക്കുമായിരുന്നു. അത്തരം ഒരു വിളിയിലാണ് ആരുമാരും കൂട്ടില്ലാത്ത രേണുക അവിടെ ഒരാശുപത്രിയിൽവെച്ച് ഒരാൺകുഞ്ഞിനെ പ്രസവിച്ചു എന്നറിഞ്ഞത്. തീർത്തും ഒറ്റയ്ക്ക്. സാവിത്രിക്ക് അത്കേട്ട് വല്ലാതെയായി. അറിയിക്കാഞ്ഞിട്ടല്ലേ എന്ന് ഞാൻ ചോദിച്ചു. പതുക്കെ പതുക്കെ നിസ്സാറിന്റെ വിളിയും കത്തും നിന്നു. രേണുക വല്ലപ്പോഴും എഴുതും. ഒരു മകൾ കൂടി വേഗം പിറന്നവിവരം അങ്ങനെയറിഞ്ഞു. സർഫറാസ് എന്നും ഷഹനാസ് എന്നും പേരുകൾ. അവർ നിസ്സാറിനെ ഉപ്പയെന്നും രേണുകയെ അമ്മയെന്നും വിളിക്കുന്നു എന്നും അറിഞ്ഞു. അവർ കാണാത്ത ഉപ്പയായി' നിസ്സാർ. ഞങ്ങളും അവരെ കുറെയേറെക്കാലത്തേക്ക് കാണാറില്ലായിരുന്നു.

വിൽസൺ ഗാർഡനിൽ അവനൊരു ഫ്ളാറ്റ് വാങ്ങിയ വിവരം സജീവൻ എങ്ങനെയോ അറിഞ്ഞിരുന്നു. മീത്തലപ്പീടിക പടിഞ്ഞാട്ടിറങ്ങുന്ന വഴിയിൽ, കുറച്ച് ദൂരം നടന്നാൽ, പ്രതിഭ കോളനിയുടെ സമീ

പം അവനൊരു സ്ഥലം വാങ്ങി വീടുപണി പെട്ടെന്ന് പൂർത്തിയാക്കി. വീട്ടിൽക്കൂടലിന്റെ തിരക്കൊടുങ്ങിയ ഒരു ദിവസം ഞങ്ങൾ നാലുപേരും അവനെ കാണാൻ ചെന്നു. ഇത്തവണ രണ്ടാഴ്ചയേ ലീവുള്ളൂ എന്നാണവർ ആദ്യം പറഞ്ഞത്. അതു സാരമില്ല. ഒരു ദിവസമേ നീയിവിടെയുള്ളൂ എങ്കിലും ഞങ്ങളെത്തും: ഉമേശൻ പറഞ്ഞു. രേണുകയെ പുറത്തേക്കു കണ്ടില്ല. ഞങ്ങൾ ഒരു സ്ഥലത്ത് പോകാനിറങ്ങുകയായിരുന്നു എന്ന് നിസ്സാർ തിടുക്കമില്ലെന്നവണ്ണം പറഞ്ഞു. അത് സാരമില്ല, ഞങ്ങൾ ആദ്യമായി നിന്റെ വീട്ടിൽ വന്നതല്ലേ, അരമണിക്കൂർ കഴിഞ്ഞിട്ട് ഇറങ്ങിയാൽ മതിയെന്ന് വിനോദ്. അന്നേരം നിസ്സാർ അസ്വസ്ഥനായി. രേണുകയെ കണ്ടതേയില്ലല്ലോ, മെയ്ക്കപ്പിലാകും; സജീവൻ പറഞ്ഞു. പെട്ടെന്ന് വല്ലാതെ മിന്നുന്ന ഉടുപ്പുകൾ അണിഞ്ഞു കൊച്ചുകുട്ടികളായ സർഫറാസും ഷഹനാസും അകത്തുനിന്ന് ഓടിപ്പുറത്തുവന്നു. സർഫറാസിന്റെ കൈയ്യിൽ വിലപിടിച്ച ഒരു ബൈനോക്കുലർ ഉണ്ടായിരുന്നു. ഷഹനാസിന്റെ കഴുത്തിൽ കനത്ത ഒരു മാല മിന്നി. മക്കളീ മാമന്മാരെ അറിയോ, ഞാൻ ചോദിച്ചു. അവർ രണ്ടുപേരും ഒരുമിച്ച് തലയാട്ടി; ഇല്ല.

''ഞങ്ങൾ ഒരിടംവരെ പോകാൻ ഇറങ്ങിയതാ'' നിസ്സാർ പരുങ്ങലോടെ പറഞ്ഞു.

പറഞ്ഞ അരമണിക്കൂറിൽ പത്തുമിനുട്ട് ബാക്കിയുണ്ട് എന്ന് വിനോദ്. നിസ്സാർ വാദിക്കാൻ നിൽക്കാതെ വീണ്ടും സോഫയിൽ ഇരുന്നു. എന്നിട്ട് വളരെയധികം വിളറിയ ചിരിചിരിച്ചു. വടിവൊത്ത സ്വീകരണമുറി. നിറമുള്ളതും തടിച്ചതുമായ പുസ്തക പരമ്പരകൾ ചില്ലലമാരയിൽ കനമായി. വെള്ളിസ്രാവിൻ കുട്ടികൾ ഓടിക്കളിക്കുന്ന അക്വേറിയം. വള്ളിപ്പടർപ്പുകളുടെ അതിമനോഹരമായ പ്ലാസ്റ്റിക് പകർപ്പുകൾ; ഒരുപാട് പൂക്കൾ. ആ മുറിതന്നെ ഉദ്യാനം പോലുണ്ടായിരുന്നു.

നിന്റെ മദ്യശേഖരം എവിടെ, സജീവൻ ചോദിച്ചു.അതെല്ലാം കുപ്പിയോടെ നീ വിഴുങ്ങിയോ?

''അതെല്ലാം ഞാൻ കളഞ്ഞു'' നിസ്സാർ പറഞ്ഞു.

അന്നേരം കുറച്ച് മുമ്പ് അകത്തേക്കുപോയ സർഫറാസ് കുപ്പിഗ്ലാസുകളിൽ ടാങ് കലക്കിയതുമായി വന്നു. വളരെ സൂക്ഷ്മമായിട്ട് അവനത് മേശമേൽ വെച്ചു.

''അപ്പോൾ രേണുകയില്ലേ ഇവിടെ?'' ഞാൻ ചോദിച്ചു. അതിന് നിസ്സാർ മറുപടി പറയുകയുണ്ടായില്ല.

''ഉമ്മ അകത്തുണ്ടല്ലോ'' എന്ന് സർഫറാസ് വിളിച്ചു പറഞ്ഞു.

അതേ നേരത്തിൽ, വാതിൽ തിരശ്ശീലയ്ക്ക് പിന്നിൽ, അകത്തെ വെളിച്ചം കുറഞ്ഞ മുറിയിലൂടെ നിഴൽപോലെ, അതെ കറുത്ത തുണി പൊതിഞ്ഞ ഒരു രൂപം നടന്നു നീങ്ങി. അത് ഞങ്ങൾ കണ്ടു. ഞങ്ങൾ കണ്ട വിവരം നിസ്സാർ അറിഞ്ഞു. മുറിയിൽ നിസ്സാറിന്റെ ബോഡി സ്പ്രേ കുമിഞ്ഞു കനത്തു. അതിന് നല്ല കസ്തൂരിയുടെ ഗന്ധമായിരുന്നു.

"ഞങ്ങൾ പറഞ്ഞ അരമണിക്കൂർ കഴിഞ്ഞു, പോകുന്നെന്ന് രേണുകയോട് പറഞ്ഞേക്ക്.' വിനോദ് പറഞ്ഞു. വിനോദിന് പിന്നാലെ ഞങ്ങൾ മൂന്നുപേരും ചവിട്ടുപടികളിറങ്ങി ഇടവഴിയിലൂടെ ആഴത്തിലേക്ക് വീഴുംമുമ്പേ ഞാനൊന്ന് തിരിഞ്ഞുനോക്കി: അകത്തെ വാതിൽ കർട്ടൻ വകഞ്ഞുമാറ്റി പ്രതിമപോൽ നിൽക്കുന്നു. കറുത്ത തുണിയിൽ പൊതിഞ്ഞ രേണുക. ട്യൂബിന്റെ പ്രകാശത്തിൽ കറുപ്പ് തിളങ്ങി. അവൾ പെട്ടെന്ന് അകത്തേക്ക് വലിഞ്ഞു.

പകുതി പടികളിറങ്ങി നിസ്സാർ നിന്നു: 'പോകുന്നതിന് മുമ്പ് വീണ്ടും കാണാം."

"കാണണം": ഞാൻ പറഞ്ഞു.

കൂടുതൽ ഒന്നും ചേർക്കാനില്ലാത്ത പരമമായ അവസ്ഥയിലേക്ക് ഞങ്ങളുടെ വർത്തമാനം തളംകെട്ടി. ഇറങ്ങിയിറങ്ങി ഇടവഴി വളരെ ആഴത്തിലാണെന്ന് തോന്നി. പിറകിൽ പടികൾ തിരിച്ചുകയറുന്ന, നിസ്സാർ.

ഹ! ജീവിതം ഇങ്ങനെയൊക്കെയാകവേ, എഴുതിയ കഥ വീണ്ടും വായിച്ചു തിരുത്തുന്നതിൽ വലിയ കാര്യമൊന്നുമില്ല. ഉപാഖ്യാനത്തിൽ നിന്ന് മുഖ്യസ്ഥാനത്തേക്ക് കടന്നപ്പോഴേക്കും ഇനിയെപ്പോഴെങ്കിലും തിരുത്താനാകും എന്ന് വിശ്വസിക്കാനാവാത്ത അവസ്ഥയിലേക്ക് സംഗതികൾ വളർന്നു കഴിഞ്ഞു. ഉത്സാഹങ്ങൾ എത്രവേഗം പാഴായിപ്പോകുന്നു. വിനോദ് സങ്കടപ്പെട്ടു. നമ്മൾ ഇത്രമാത്രം നിസ്സാരക്കാരാണെന്ന് ഇതിനു മുമ്പ് തോന്നിയിട്ടില്ല. ഉമേശനും വല്ലാതായി.

ഈ മുഹൂർത്തത്തിൽ, ഒരു പക്ഷെ, ഈ മുഹൂർത്തത്തിൽ മാത്രം, ഞങ്ങൾക്ക് എവിടെയും പോകാനില്ല എന്നൊരു തോന്നൽ കനത്തു. മുട്ടിയ ഒരു വഴിയിൽ നിൽക്കുന്നു. അന്നേരം പരസ്പരം പറയാതെ തന്നെ ഇപ്പോൾ കള്ളുഷാപ്പിലേക്ക് പോകാനാകൂ എന്നൊരു പൊതുബോധം ഉരുത്തിരിയുന്നു. ആരും ആങ്ങോട്ടുമിങ്ങോട്ടും പറയാതെ തന്നെ അങ്ങോട്ടേക്കു നടക്കുകയായി. കിഴക്കോട്ട്, പ്രതിഭ കോളനിയുടെ വശം ചേർന്ന് കിഴക്കോട്ട് നടന്നു നീങ്ങുകയായി, ഞങ്ങൾ.

സൃഷ്ടിസ്ഥിതിലയം

എന്തിനാണ് ഭംഗിയുള്ള ഈ പുസ്തകത്തിൽ അന്നന്ന് എന്തെങ്കിലുമൊക്കെ എഴുതിവെക്കണമെന്നു തോന്നിയത്? മുമ്പിങ്ങനെയൊരു ശീലമേയില്ലായിരുന്നു. ഓർമ്മകളെ സൂക്ഷിക്കാൻ മറ്റെങ്ങനെയും കഴിയാതായതുകൊണ്ടാവാം. എല്ലാം എഴുതിവെക്കേണ്ടിവരുന്നു. ക്ലിനിക്കിൽ, മുത്തുലക്ഷ്മി ഒരുക്കുന്ന ചാർട്ടുകളാണ് ഓർമ്മയെ സഹായിക്കുന്നത്. 'അന്ന്' തന്ന മരുന്ന് കഴിച്ചതിനുശേഷം,' എന്നാണ് ഓരോ പേഷ്യന്റും തുടങ്ങുക. എന്നു തന്ന മരുന്ന്? ഒരോരുത്തരുടെയും വിചാരം അവർ മാത്രമാണ് ഇവിടെ വരുന്നത് എന്നാണ്. ആദ്യംമുതലേ മുത്തുലക്ഷ്മി എല്ലാം ചിട്ടയോടെ അടുക്കിവെച്ചിരുന്നു.

പിന്നെയുള്ള സൂക്ഷിച്ചുവയ്ക്കൽ ഈയിടെ ഒരുങ്ങിയത് ഈ പുസ്തകത്തിന്റെ വരവോടെയാണ്.

ഡോക്ടർ സരളാ അനന്ത്, ആ പുസ്തകത്തിന്റെ പേജുകൾ വെറുതെ മറിച്ചുകൊണ്ടിരുന്നു. വാസ്തവത്തിൽ ഏറെ വർഷങ്ങൾക്കപ്പുറത്തുനിന്ന് തിരിഞ്ഞുനോക്കേണ്ടവയാണ് ഈ താളുകൾ. പക്ഷേ, ഡോ. സരളാ അനന്ത് അക്ഷമയാകുന്നു. എന്തൊക്കെയാണെഴുതിയത്? അവർ കണ്ണുകളടച്ച്, എഴുതിവെച്ച ഓർമ്മകളുടെ രേഖകൾ തപ്പിയെടുക്കാൻ നോക്കി. ഹതാശമായ ഒരു ശ്രമമായിരുന്നു അത്. ഒരു നിഴൽ പോലും അവിടെയെങ്ങും കടന്നുവന്നില്ല. കുട്ടികളുടെ ചിരികളോ അമ്മയുടെ സാന്ത്വനങ്ങളോ ദേഷ്യമോ അടഞ്ഞ കണ്ണുകൾക്കുള്ളിൽനിന്ന് തുറന്നുവെച്ച മനസ്സിലേക്ക് വാർന്നുവീണില്ല.

പിന്നെ ഡോക്ടർ സരളാ അനന്ത് കണ്ണുകൾ തുറക്കുകയും താളുകളിൽ ആർത്തിയോടെ പരതാൻ തുടങ്ങുകയും ചെയ്തു.

ജനുവരി 2.

ഭംഗിയുള്ള ഈ ഡയറി സുശീല സമ്മാനിച്ചതാണ്. എന്തിനാണിതെന്ന് ചോദിച്ചപ്പോൾ ഒരു വിഡ്ഢിയെക്കണ്ടതുപോലെ അവൾ ചിരിക്കുകയാണ് ചെയ്തത്. അവൾ ഉത്തരമൊന്നും പറഞ്ഞില്ല. ഹോസ്

പിറ്റലിൽനിന്ന് പോകുന്ന വഴി തിരക്കിട്ടിറങ്ങി ഡയറിയും തന്ന് അവൾ പോയി. തിരക്ക് സുശീലക്കായിരുന്നോ അതോ എനിക്കോ? ക്ലിനിക്കിലെ ഒഴിയാത്ത ജോലികൾക്കിടയിൽ സുശീലയോട് ഒന്നു വർത്തമാനം പറയാൻപോലും കഴിഞ്ഞില്ല. അവളെങ്ങനെ ഇതിനൊക്കെ സമയം കണ്ടെത്തുന്നു?

സമയം പതിനൊന്ന് കഴിഞ്ഞിരിക്കുന്നു. പത്തുമണിയായായി ക്ലിനിക്കിൽനിന്ന് പുറത്തുകടന്നപ്പോൾ. അമ്മ മൂടിവെച്ച അത്താഴം വാരിവിഴുങ്ങുകയായിരുന്നു. അമ്മയ്ക്ക് വയ്യാതാകുന്നു എന്നതിന്റെ ലക്ഷണമാണിത്. ഡിസംബറിലെ ചെറിയ തണുപ്പുപോലും സഹിക്കാൻ കഴിയാതെയാകുന്നു. അല്ലെങ്കിൽ ഞാനുണ്ണുന്നതിനുമുമ്പ് അമ്മ കിടക്കാറുണ്ടായിരുന്നില്ല.

വീട്ടിൽ ഒരൊച്ചയും ഇല്ല; ഒരു പാത്രം വീഴുന്ന ശബ്ദംപോലും. കുട്ടികൾ എപ്പോഴോ ഉറങ്ങിയിരിക്കണം. എന്റെ കുട്ടികൾ! അവരെന്തെങ്കിലും വേണമെന്ന് പറഞ്ഞിരുന്നോ?

അനന്ത് അസോസിയേഷൻ മീറ്റിങ്ങിന് പോകുമെന്ന് പറഞ്ഞുവിട്ടിരുന്നു. കൂടെ പോകാമെന്ന് കരുതിയതാണ്. പക്ഷേ എങ്ങിനെ? വേവലാതിക്കാരുടെ അകമ്പടിയോടെ ഉന്തിയ വയറും താങ്ങിയെത്തുന്നവരുടെ എണ്ണം കുറയുന്നേയില്ല!

അനന്ത് ഇന്ന് നാലുകാലിന്മേലാവും വരിക. മീറ്റിങ്ങെന്നു പറഞ്ഞാൽ ഇങ്ങനെയൊക്കെയാണല്ലോ?

ജനുവരി 3.

മുകളിലൂടെ വീശുന്ന ഒരു കാറ്റ് എന്നെ പൊതിഞ്ഞുകൊണ്ട് കടന്നുപോകുന്നു. കുളിരുന്നതുപോലെ തോന്നുന്നുണ്ട്. സത്യത്തിൽ ഡിസംബർ തീർന്നിട്ടില്ല. അതിന്റെ കുളിരുകൾ ഇവിടെയ്ക്കും എത്തിനിൽക്കുന്നു.

തീരെ പ്രതീക്ഷിക്കാതെ ക്ലിനിക്കിൽ നിന്ന് നേരത്തെ പുറത്തുകടക്കാൻ കഴിഞ്ഞു. ഇത്തിരി സന്തോഷത്തോടെതന്നെയാണ് മുത്തുലക്ഷമി വന്നു പറഞ്ഞത്, 'മാഡം, ഇനി എണീക്കാം. വയറ് നിറച്ചവരൊക്കെ തീർന്നുവെന്നാ തോന്നണ്'.

വീട്ടിലേക്ക് കയറുമ്പോൾ അമ്മ അത്ഭുതത്തോടെ നോക്കുന്നുണ്ടായിരുന്നു. 'എന്തുപറ്റി? എന്താ ഇത്ര നേരത്തെ?' അമ്മ ചോദിച്ചു.

"പേഷ്യൻസൊക്കെ നേരത്തെ തീർന്നു. ഹാവൂ. ഇന്നെങ്കിലും നേരത്തെ വരാൻ പറ്റിയല്ലോ, അമ്മേ, കുട്ടികളെവിടെ?" ഒറ്റശ്വാസത്തിലായിരിക്കണം ഞാനിതെല്ലാം പറയുകയും ചോദിക്കുകയും ചെയ്തത്. ചോദ്യത്തിലെ ആകാംക്ഷയുടെ കാഠിന്യം അമ്മ മനസ്സിലാക്കിയിരിക്കണം. കുറച്ചു നേരം ഒന്നും പറഞ്ഞില്ല.പിന്നെ എന്റെ മുഖത്തേക്ക് നോക്കി. അമ്മ വളരെ ശങ്കയോടെ പറഞ്ഞു:

"മൂന്നാല് ദിവസം അവർക്കു മുടക്കാത്രെ. ചന്ദ്രൻ വന്നപ്പോ ഞനവരെ അവന്റെകൂടെ പറഞ്ഞയച്ചു."

ചന്ദ്രേട്ടന് വരാൻ കണ്ട ഒരു ദിവസം! ലോകത്തിലുള്ള ശാപവാക്കു

കളെല്ലാം എന്റെ നാവിൻ തുമ്പിൽ വന്നു. പക്ഷേ എഴുതാൻ വയ്യ. മലർന്ന് കിടന്ന് തുപ്പുന്നതുപോലെയാകും. ശാപങ്ങളെല്ലാം എന്റെ നേർക്കുതന്നെയാവും. അവർ പോട്ടെ. അവിടെ ചന്ദ്രേട്ടന്റെ കുട്ടികളുണ്ട്. അവരെല്ലാംകൂടി രണ്ടുമൂന്നു ദിവസം കളിച്ചു തിമർക്കട്ടെ. കാണാൻ കിട്ടാത്ത അച്ഛനേയും അമ്മയേയും അവർക്കെന്തിനാണ്?

എന്നാലും പോകുമ്പോൾ അവരൊന്ന് പറഞ്ഞതുപോലുമില്ലല്ലോ. എന്തൊരു സങ്കടമാണിത്.

ക്ലോക്കിൽ പത്തുമണി അടിക്കുന്നു. ടെറസ്സിൽ ഇങ്ങനെയിരുന്നാൽ, ക്ലിനിക്കിൽ അനന്തിന്റെ ഭാഗത്ത് ആളൊഴിയുന്നതുകാണാം. ഇല്ല, അനന്തിന് വേഗം വരാൻ കഴിയില്ല. വല്ലാത്ത നിരാശത തോന്നുന്നു. കുളിർമ്മയുള്ള കാറ്റും പോകുന്ന വഴിയിൽ ഇങ്ങനെ ഇരിക്കുമ്പോൾ അനന്തിന്റെ കുസൃതികളും ഒപ്പമുണ്ടാവണമായിരുന്നു. ടെറസ്സാണെന്നും ആളുകൾ കണ്ടേക്കുമെന്നൊക്കെ അനന്ത് അന്നേരം ഓർക്കില്ല. എത്ര ദിവസങ്ങളായി അങ്ങനെയൊക്കെ ഇരുന്നിട്ട്.

എല്ലാം വെറുതെ. ഈ തണുപ്പും നക്ഷത്രങ്ങളും ടെറസ്സിലേക്ക് പടർന്നു കയറുന്ന ക്രീപ്പറുമെല്ലാം വെറുതെ. ഒരു കാലങ്കോഴിയുടെ ഒച്ചകേട്ട് ഒന്നു പേടിച്ചാൽ കൊള്ളാമായിരുന്നു എന്നാണ് എനിക്കിപ്പോൾ തോന്നുന്നത്!

ജനുവരി 4.

രാവിലെതന്നെ എഴുന്നേറ്റ് ക്ലിനിക്കിലേക്ക് ഓടേണ്ടിവന്നു. വിമല എന്ന സ്ത്രീക്ക് ബ്ലീഡിങ്ങ്. പ്രഗ്നന്റ് ആയിരുന്നു. രണ്ടാമത്തേയും കളയേണ്ടതുതന്നെ. ഡിയെൻസി ചെയ്യാമെന്ന് പറഞ്ഞപ്പോൾ അവൾ പൊട്ടിക്കരഞ്ഞു. എന്തു ചെയ്യാനാണ്. അധികം എക്സേർട്ട് ചെയ്യരുതെന്ന് നിർബ്ബന്ധം പറഞ്ഞതാണ്. അപ്പോൾ അവളുടെ ഭർത്താവ് പറയുന്നു, വീട്ടിലെ ജോലിയൊക്കെ പിന്നാരു ചെയ്യാനാ ഡോക്ടറേ എന്ന് - എന്നാ പിന്നെ ഇങ്ങനെയിരിക്കും. നാശങ്ങൾ. പേരുദോഷം വരുത്താനായി ഇറങ്ങിപ്പുറപ്പെടും!

അതുകഴിഞ്ഞപ്പോൾ ശരിക്കുള്ള സമയമായി. രാവിലത്തെ ഭക്ഷണം കഴിച്ചത് പതിനൊന്നുമണിക്ക്. ഉച്ചഭക്ഷണം നാലുമണിക്ക്. ഇനി എന്റെ വയറിനായിരിക്കും ചികിത്സ വേണ്ടത്.

സ്കാനിംഗ് മെഷീൻ ഒരുമാസത്തിനുള്ളിൽ എത്തുമെന്ന അറിയിപ്പുണ്ടായി എന്ന് അനന്ത് വിളിച്ച് പറഞ്ഞു. സന്തോഷമായി കുറെക്കാലമായി ആശിക്കുന്നതാണ്. അതുകൂടെയുണ്ടെങ്കിലേ ഒരുറപ്പു കിട്ടൂ. അപ്പോൾ അനന്തിന്റെ തമാശ: ഇതിനുവേണ്ടിയെടുത്ത ലോൺ സമയത്ത് അടച്ചുതീർക്കണമെങ്കിൽ ഫീസ് കൂട്ടേണ്ടിവരും, തീർച്ച.

അപ്പുറത്തെ മുറിയിൽനിന്ന് അനന്തിന് ഒന്നിങ്ങോട്ട് വരാൻ വയ്യ. ഈശ്വരാ, എല്ലാം ഫോണിൽകൂടിയാവുന്നു.

അനന്ത് വരാൻ വൈകുമെന്ന് അമ്മയുടെ അടുത്ത് പറഞ്ഞേൽപ്പിച്ചിരുന്നുവത്രെ. നന്നായി. ഇന്നും ഇങ്ങനെതന്നെയാകട്ടെ.

കുട്ടികളുമില്ല, അനന്തുമില്ല അമ്മ ഉറക്കമായിരിക്കുന്നു. ഇപ്പോൾ

മഴപെയ്യുന്നുണ്ട്. ഓർത്തിരിക്കാതെ ഒരു മഴ. ഇത് മാമ്പൂക്കൾക്ക് മോശമാണെന്നാ പറയാറ്. പുതുമണ്ണിന്റെ മണം ജനലഴികളിലൂടെ ഒഴുകിപ്പരക്കുന്നു.

ഈ പുസ്തകവും പേനയും ഞാനും, വേണ്ടതിലധികം വെളിച്ചം ഒരുക്കുന്ന ട്യൂബ്ലൈറ്റും മാത്രം.

ജനുവരി 5.

ഇന്നും സുശീല വന്നിരുന്നു. മുറിയിൽ കയറിയ ഉടനെ അവൾ പറഞ്ഞു: 'വേഗം പോയിക്കോളാമെ. ഒന്നു കണ്ടിട്ട് പോകാമെന്നു കരുതിയതാണേ.'

അപ്പോൾ ഒരു വാശി തോന്നി. മുത്തുലക്ഷിയോട് പ്രത്യേകം പറഞ്ഞ് പേഷ്യന്റ്സിനെ ഒതുക്കിനിർത്തി. എന്നിട്ട് സുശീലയോട് വർത്തമാനം പറയാൻ തുടങ്ങി. ഞാൻ വാതോരാതെ എന്തൊക്കെയോ പറഞ്ഞു എന്ന് തോന്നുന്നു. ഇടയിൽ കയറി സുശീല ചോദിച്ചു: ''എന്താ നിനക്കിത്ര ആവേശം?''

എന്താണ് ആവേശമെന്ന്? ഞാനെന്താണ് ഉത്തരം പറയുക. ഒന്നും പറഞ്ഞില്ല. പക്ഷേ പിന്നെ പറഞ്ഞത് കാര്യങ്ങളാകെ വഷളാക്കി. ഞാൻ ചോദിച്ചു: ''നിനക്കെങ്ങിനെയാണിത്ര സമയം കിട്ടുന്നത്? സർക്കാർ ആശുപത്രിയിലാവുമ്പോ ഇത്രയൊക്കെ മതിയല്ലേ?''

സുശീലയ്ക്ക് ദേഷ്യം വന്നു എന്ന് തോന്നുന്നു.

''സർക്കാർ ആശുപത്രിയിൽ മോർച്ചറി മാത്രമല്ല ഉള്ളത് ഡോക്ടർ സരളാ അനന്ത്, ഞങ്ങൾ കൊച്ചു വർത്തമാനോം പറഞ്ഞിരിക്കുകയല്ല.''

എനിക്കാകെ വല്ലാതായി. ഒരു തമാശ പറയാൻ പുറപ്പെട്ടിട്ട് ഇങ്ങനെയായല്ലോ. സുശീലയ്ക്കും എന്നെ മനസ്സിലാക്കാൻ കഴിയുന്നില്ല. അവളുടെ കൈകൾ ചേർത്തു പിടിച്ച് ഞാൻ പൊടുന്നനെ കരഞ്ഞുവെന്നു തോന്നുന്നു. ആകെ നാണക്കേടായി.

സുശീലതന്നെയാണ് സമാധാനിപ്പിച്ചത്. അതിനിടയിൽ അവൾ ഇതുംകൂടി പറഞ്ഞു: ഗൈനക്കോളജിസ്റ്റും പീഡിയാട്രിഷനും. കൊള്ളാമല്ലോ സരളേ. എനിക്കിപ്പോഴാണ് ഇതിലെ ബന്ധം പിടികിട്ടിയത്. നീ ഉണ്ടാക്കുക. ഡോക്ടർ അനന്ത് സംരക്ഷിക്കുക. ഉഗ്രനായിരുന്നു.

ഇനിയൊരു ആരാച്ചാർകൂടി വേണമെന്ന് അവൾ പറഞ്ഞില്ല. ഓർക്കുമ്പോൾ ഞെട്ടുന്നു. ആരാച്ചാർ: ആരുടെ ജന്മങ്ങൾ ഒതുക്കാനവും അയാൾ വരുന്നത്?

അനന്ത് ഉറക്കമായിരുന്നു. പാവം. ചെറിയൊരു ടംപറേച്ചർ ഉണ്ട്. ക്രോസിൻ കഴിച്ച് കിടക്കാൻ പറഞ്ഞപ്പോൾ അനന്ത് പറഞ്ഞു: വേണ്ടാത്ത ഗുളികയൊന്നും കഴിക്കേണ്ട. രാവിലേക്ക് മാറിക്കോളും.

ജനുവരി 6

അനന്ത് പറഞ്ഞതുപോലെ പറ്റിച്ചിരിക്കുന്നു. ഫീസ് ഒറ്റയടിക്ക് കൂട്ടി. മുത്തുലക്ഷ്മിയാണ് സ്വകാര്യമായി അതെന്നോട് പറഞ്ഞത്. എന്നോടൊന്നു ചോദിച്ചുപോലുമില്ലല്ലോ. ഞാനും കൂട്ടേണ്ടിവരും. കുറഞ്ഞ ഫീസുമായി ഇപ്പുറത്തിരിക്കുന്നത് ശരിയാവില്ല. പേഷ്യന്റ്സിനിടയിൽ

അത് വിശ്വാസത്തിന്റെ പ്രശ്നമുണ്ടാക്കും. തിരക്കൊന്നുമില്ലാത്തതു കൊണ്ടാണ് കുറഞ്ഞ ഫീസ് എന്നവർ ധരിച്ചുകളയും!

കാറെടുക്കരുത് എന്ന് അനന്തിനോട് വിളിച്ചുപറഞ്ഞിരുന്നു. പെട്ടെന്ന് എന്തോ ഓർത്തപ്പോൾ പറഞ്ഞതാണ്. നേരെ ചന്ദ്രേട്ടന്റെ വീട്ടിൽ പോയി കുട്ടികളെയും കൊണ്ട് ബീച്ചിലൊക്കെ പോകാമെന്നായിരുന്നു പ്ലാൻ. അതിനായിരുന്നു ടോക്കൺ കൊടുക്കുന്നത് നിർത്താൻ മുത്തുലക്ഷ്മിയെ ചട്ടംകെട്ടുകയും ചെയ്തത്. പക്ഷേ ഇതൊന്നും പറയാത്തതുകൊണ്ട്, കാറുമെടുത്ത് അനന്ത് പോവുകയും ചെയ്തു.

ബസ്സിൽ കമ്പിയിൽ തൂങ്ങി ചന്ദ്രേട്ടന്റെ വീട്ടിൽ എത്തുന്ന കാര്യം ഓർത്തപ്പോൾ മടുപ്പുതോന്നി. അല്ലെങ്കിൽ ടാക്സി വിളിക്കണം. വേണ്ട എന്നുതന്നെ വച്ചു.

വീട് എന്നത്തേയുംപോലെ നിശ്ശബ്ദമാണ്. കുറേനേരം ഏങ്ങിവലിച്ചു എന്തൊക്കെയോ പറഞ്ഞിട്ട് അമ്മ പോയിക്കിടന്നു.അമ്മയ്ക്കിപ്പോൾ ശ്വാസം മുട്ട് കൂടുതലാണ്. ഡോക്ടർ റാവുവിന്റെയടുത്ത് കൊണ്ടുപോകാമെന്നുവെച്ചാൽ എവിടെയാണ് നേരം?

ഒരൊച്ചയുമല്ല. ആകെ ഒരു പ്രേതാലയം പോലെ തോന്നുന്നു. സമയവും സൗകര്യവും മനസ്സും തമ്മിൽ ഒരിക്കലും കണ്ടുമുട്ടുന്നില്ല. ഈ ഡയറിയിൽ എഴുതാൻ തുടങ്ങിയതുമുതൽക്കാണ് ഇങ്ങനെ തോന്നാൻ തുടങ്ങിയത് എന്ന് തോന്നുന്നു. അതുവരെ തിരക്കുകളിൽ വലിയ വിഷമമൊന്നും തോന്നിയിരുന്നില്ല. എഴുതുമ്പോൾ എങ്ങനെയോ വേറെ ആളാകുന്നത് പോലെ. ഇതെഴുതാനിരുന്നപ്പോഴാണ് ചുവരിൽ തൂങ്ങിക്കിടക്കുന്ന ഫോട്ടോ ശ്രദ്ധിച്ചത്. അതെത്രയോ കാലമായി അവിടെ തൂങ്ങിക്കിടന്നു. ഏറെക്കാലം കൂടിയിട്ട് ഇപ്പോഴാണ് അതിലേക്ക് നോക്കുന്നത്.

കൂടെയില്ലാത്തത് ഇപ്പോൾ അച്ഛൻ മാത്രം. എന്തോ ഒരു വേദന തോന്നി. അനന്ത് എത്ര മാറിയിരിക്കുന്നു. ഫോട്ടോയിൽ ഒരു കുട്ടിയെപ്പോലെ. ചന്ദ്രേട്ടനും രവിയേട്ടനും ചിരിക്കുകയാണ്. ക്ലിക്കുചെയ്യുന്ന സമയത്തുതന്നെ എന്നെ തോണ്ടാൻ നോക്കിയതുകൊണ്ട് പദ്മിനിയുടെ കൈ ഷെയ്ക്കായി ഒരു പാട പോലെ. കുട്ടികൾ ആരുമില്ലാത്ത പടമാണ്.

ഒമ്പതരയാവുന്നതേയുള്ളൂ. ഈയിടെ സൗകര്യമായി അധികം കാണാൻ കഴിഞ്ഞിട്ടില്ലാത്ത ഒരു സമയം. കുറേനേരം ഇങ്ങനെ ഇരിക്കണമെന്നുണ്ട്. കുട്ടികൾ ചുറ്റും ഓടിക്കളിക്കുകയും അനന്ത് വന്ന് എന്റെ തലയിൽ കിഴുക്കുകയും ചെയ്യണമെന്നുണ്ട്. ഞാൻ കരച്ചിൽ അഭിനയിക്കുമ്പോൾ നിതിൻ, നാലുവയസ്സുകാരന്റെ കുസൃതിയോടെ വന്ന് അച്ഛനെ ഇടിക്കണമെന്നുണ്ട്. അതുകണ്ട് നിലീന, അനിയനെ കളിയാക്കി ചിരിക്കുന്നത് കാണണമെന്നുണ്ട്....

വല്ലാത്ത ക്ഷീണം തോന്നുന്നു.

ജനുവരി 7

ക്ലിനിക്കിൽ എന്നത്തേയുംപോലെതന്നെ. കൂടുതലായി ആ ഇട

ത്തെക്കുറിച്ച് എന്തെഴുതാൻ? സുശീല ഇന്നും വന്നിരുന്നു. അവൾ പതിവുകാരിയാവുന്നത് കാണുമ്പോൾ എനിക്ക് അസൂയ ഉണ്ടാകുന്നു. ഇനി, എന്നിലിങ്ങനെ അസൂയ ഉണ്ടാക്കാനാവുമോ അവൾ എപ്പോഴും വരുന്നത്?

അനന്ത് ഇന്നലെ പറ്റിച്ചു കാറെടുത്തു പോയത് ചന്ദ്രേട്ടന്റെ വീട്ടിലേക്കാണ്! എന്നോടൊന്ന് സൂചിപ്പിച്ചുപോലുമില്ല. അനന്തിന്റെ ഓരോ കളികൾ. എനിക്ക് ദേഷ്യം വരുന്നുണ്ട്. ബുദ്ധിമുട്ടിക്കേണ്ടെന്ന് കരുതിയത്രെ. എന്താണിതിനൊക്കെ ഉത്തരം പറയുക? കുട്ടികളെ ചന്ദ്രേട്ടൻ തന്നെ കൊണ്ടാക്കും എന്നുതന്നെ പറഞ്ഞതുകൊണ്ട് തിരിച്ചു പോന്നുവത്രെ. വന്നപ്പോൾ ഞാൻ ഉറക്കമായിരുന്നു. അപ്പോഴും ബുദ്ധിമുട്ടിക്കേണ്ട എന്നു കരുതിയിരിക്കാം......

എന്തുകൊണ്ടോ ഒന്നും പിന്നെ എഴുതാൻ കഴിഞ്ഞില്ല. ഡോക്ടർ സരള അനന്ത് ഡയറി മേശമേൽ വലിച്ചെറിഞ്ഞു. കുട്ടികൾ ഉറങ്ങുകയാണ്. ഒരു നിരാശ ആ ഉറക്കത്തിലും കുട്ടികളുടെ മുഖത്ത് പറ്റിപ്പിടിച്ചിട്ടുണ്ട് എന്ന് അവർക്കു തോന്നി. നിതിൻ പല്ല് ഞെരിക്കുന്ന ശബ്ദം ശരിക്കു കേൾക്കാം.

‘‘ഈശ്വരാ, എന്റെ കുട്ടികൾ.....’’ അവർ കുട്ടികളുടെ നടുവിലേക്ക് മറിഞ്ഞുവീണ് തലയിൽ മുഖമമർത്തി.

‘‘എന്റെ മക്കളേ, നിങ്ങൾ എങ്ങനെയാണ് ഉണ്ടായത്? എങ്ങനെയാണ് ഇത്രയും വലുതായത്?......’’

അമ്മയുടെ ചോദ്യം കേൾക്കാതെ കുട്ടികൾ ഉറങ്ങുകയായിരുന്നു. അസൗകര്യമുണ്ടായിട്ടെന്നോണം നിലീന തിരിഞ്ഞുകിടന്നു. രണ്ടു പേരെയും വാരിയെടുത്ത് ചേർത്തുകിടത്തവേ, പതിവുള്ള കുളികഴിഞ്ഞ് അനന്ത് പുറത്തു വന്നു.

‘‘ഇതൊരു വല്ലാത്ത കിടത്തമാണെല്ലോ.’’ അവരുടെ തലയിൽ അമർത്തിക്കൊണ്ട് അനന്ത് ചോദിച്ചു.

ചേർന്നുനിൽക്കുന്ന അനന്തിന്റെ കൈത്തണ്ടയിൽ മുഖമമർത്തി അവർ പൊടുന്നെ കരഞ്ഞു.

‘‘ഹലോ, എന്താണൊരു കരച്ചിൽ, ഈ നേരത്ത്?’’

നിവർത്തിത്തന്നെ പിടിച്ച ആ കൈത്തണ്ടയിൽ മുഖമമർത്തിക്കൊണ്ടിരിക്കവേ, പതുക്കെ അനന്തിന് വേദനിക്കാതെ, അതിലൊന്ന് അമർത്തിക്കടിക്കുകയായിരുന്നു, ഡോക്ടർ സരള അനന്ത്.

അടഞ്ഞോ തുറന്നോ കിടക്കുന്ന...

വാതിൽ തുറന്നുകിടക്കുന്നു.

കർട്ടൻ മെല്ലെ വകഞ്ഞുമാറ്റിക്കൊണ്ട് ഒരു ചെറിയ മുഖം അവിടെ പ്രത്യക്ഷപ്പെട്ടു. കൗതുകങ്ങളൊന്നും ആ മുഖത്ത് വിളിച്ചു പറയാനുണ്ടായിരുന്നില്ല. അതു വാടിയിരുന്നു. നീളൻപാവാടയും ചേരാത്ത ബ്ലൗസുമിട്ട് അവളിത്തിരിനേരം അങ്ങനെ നിന്നു. പിന്നെ എന്തോ ഓർത്തിട്ടെന്നപോലെ, "അമ്മാ വല്ലതും തരണേ...." എന്ന് നനുത്ത ഒച്ചയിൽ വിലപിച്ചു. വീട്ടിനുള്ളിൽ നിന്ന് ഒരനക്കവും ഉണ്ടായില്ല. കർട്ടനും പിടിച്ച് അവൾ അങ്ങനെ നിൽക്കുവാൻ തുടങ്ങിയിട്ട് ഏറെ നേരമായിട്ടുണ്ടാവും. വീട്ടിനുള്ളിലേക്ക് ആകാംക്ഷയോടെ കണ്ണോടിച്ച് അവൾ വീണ്ടും വിളിച്ചു: "അമ്മാാാ...."

അന്നേരം അകത്ത് ചില്ലറയിട്ടുവെക്കുന്ന അളുക്കു കിലുങ്ങുന്ന ശബ്ദം അവൾ സാകൂതം കേൾക്കുന്നു. പ്രതീക്ഷയുള്ള ഒരനക്കം അവളിലേക്ക് കടന്നുവന്നു. അല്പം ചുളിഞ്ഞ മുഖവുമായി വന്ന് വീട്ടമ്മ ഒരു നാണയം അവൾക്കു കൊടുത്തു. ഇടറിവീഴുന്നതുപോലെ പടികളിറങ്ങി, താൻ തുറന്ന ഗേറ്റ് ഭദ്രമായി അടച്ചു തെരുവിൽ ചെന്ന് അവൾ അടുത്ത പടിവാതിലിൽ കൈചേർത്തു....

"ഈ പെണ്ണ് ദിവസവും വരുന്നു." വീട്ടമ്മ പിറുപിറുത്തു.

"നിനക്ക് വേറെ പണിയില്ലേ? എല്ലാം കള്ളത്തരമായിരിക്കും. ബോംബെയിൽ വലിയ ഫ്ളാറ്റുകൾ സ്വന്തമായിട്ടുള്ള പിച്ചക്കാരുണ്ടത്രെ. പത്രത്തിൽ വായിച്ചു." ഷേവ് ചെയ്യുന്നതിനിടയിൽ താടി കോട്ടിക്കൊണ്ട് അവരുടെ പുരുഷൻ ചൊടിച്ചു.

"എന്നാലും പാവം; കണ്ടാൽ സങ്കടം തോന്നും." വീട്ടമ്മയിൽ അന്നേരം അലിവുണ്ടായി.

"എന്നാ വാരിക്കോരിക്കൊടുത്തോ. പൂത്ത പണമിരിക്കുകയല്ലേ, ഇവിടെ" റേസർ ചൂടുവെള്ളത്തിൽ ദേഷ്യത്തോടെ ഇളക്കിക്കൊണ്ട് പുരുഷൻ ഒച്ചവെച്ചു.

ഭർത്താവിനെ ആപ്പീസിലേക്കയയ്ക്കലും കുട്ടികളെ സ്കൂളിലേക്കയയ്ക്കലും. വീട് ബഹളമയമായിത്തീർന്നു. അപ്പോഴും ആ വീട്ടമ്മയുടെ ഉള്ളിൽ കർട്ടനിൽ തൂങ്ങിനിൽക്കുന്ന ഒരു മുഖമുണ്ടായിരുന്നു. അടഞ്ഞുകിടന്ന വാതിൽ തള്ളിത്തുറന്ന്, പതുക്കെ തട്ടിയറിയിച്ചുകൊണ്ട് അയൽക്കാരി കടന്നുവന്നു. അവരുടെ കയ്യിൽ ഒരു സ്റ്റീൽപാത്രം അടച്ചുപിടിച്ചിട്ടുണ്ട്. അത് നിറയെ പാൽപ്പലഹാരമായിരുന്നു.

''വരൂ....വരൂ....ഞാനിന്നലെയും കൂടി പറഞ്ഞു നിങ്ങളെ കുറച്ചു ദിവസമായി കണ്ടില്ലല്ലോന്ന്.''

''എന്തു ചെയ്യാനാ, തിരക്കൊഴിഞ്ഞ് ഒരു നേരം കിട്ടേണ്ടേ?'' അയൽക്കാരി പറഞ്ഞു. എന്നിട്ട് കയ്യിലുള്ള സ്റ്റീൽപാത്രം നീട്ടി.

''ഇതെന്താണ്! പുതിയ ഗ്രൈൻ്റർ വാങ്ങിയ വകയായിരിക്കും.''

''അതേയതെ. കഴിഞ്ഞമാസം വില ചോദിച്ചുവെച്ചതാ. വാങ്ങാൻ കഴിഞ്ഞില്ല. ഇപ്പോൾ നൂറുരൂപ അധികമായി.''

''വാസ്തവം! ഓരോന്നിൻ്റെ വില കേൾക്കുമ്പോൾ പേടിയാവുന്നു''

''ഒന്നും പറയേണ്ട. എങ്ങനെയാ മനുഷ്യൻ ജീവിക്കുക?''

''ഇവിടെയൊരു ഫ്രീഡ്ജ് വാങ്ങണം എന്നു കരുതിയിട്ട് കൊല്ലം രണ്ടായി. ഇതുവരെ ഒത്തുവന്നിട്ടില്ല.''

അതു കേൾക്കവെ അയൽക്കാരിയുടെ മുഖം പൊടുന്നനെയൊന്ന് മങ്ങിപ്പോയി. തീർച്ചയായും ഗ്രൈൻ്ററിനേക്കാൾ പറയാൻ സുഖമുള്ളതാണ് ഫ്രിഡ്ജ്. അതുകൊണ്ടാവാം ആ മുഖം ഇരുണ്ടുപോയത്.

''ഫ്രിഡ്ജ് വാങ്ങണമെന്ന് കരുതിയതാ. അപ്പോൾ അവരു പറഞ്ഞു കുട്ടികൾ കോൾഡ്‌വാട്ടറെല്ലാം കുടിച്ചുതൊണ്ട ചീത്തയാക്കും; പിന്നെ ഡോക്ടറെ കാണാൻ വേറെ ചിലവാക്കണം എന്ന്,'' മങ്ങൽ തുടയ്ക്കാനായി അയൽക്കാരി പറഞ്ഞു.

അവരുടെ വർത്തമാനം അങ്ങനെ തുടർന്നുപോയി. മക്കൾക്ക് സ്കൂൾ അഡ്മിഷൻ കിട്ടാൻ പെട്ട പാട്, കായ്കറികളുടെ വിലക്കയറ്റം എന്നിങ്ങനെ പലതും അവർ പറഞ്ഞു. പിന്നെ അവർക്ക് ചില സ്വകാര്യങ്ങൾ കൈമാറാനുണ്ടായിരുന്നു. സ്വന്തം പുരുഷൻ്റെ പിശുക്കിനെക്കുറിച്ച് ഒരാൾ; മുൻകോപത്തെപറ്റി മറ്റേയാൾ. ഈ അസഹ്യതകൾ ആരോടെങ്കിലും പറഞ്ഞില്ലെങ്കിൽ എങ്ങിനെയാണ്?

വാതിൽ തുറന്നു കിടക്കുന്നു. ഗേറ്റ് തുറന്നു രണ്ടു പെൺകുട്ടികൾ വരുന്നതു വീട്ടമ്മ കാണുന്നു. അവർ പെൺകുട്ടികളൊ മുതിർന്നവരോ? രൂപം കണ്ടാൽ മനസ്സിലാക്കാനാവില്ല. അതിലൊരുവളുടെ കൈയ്യിൽ ഒരു താലവും അതിലൊരു മഞ്ഞച്ചരടും ഉടയ്ക്കാത്ത തേങ്ങയുമുണ്ട്. അതിനുചുറ്റും ഇത്തിരി നാണയങ്ങളും.

''ഏഴൈക്കല്യാണം. അമ്മാ, എന്തെങ്കിലും താരൂ.'' താലമേന്തിയവൾ പറഞ്ഞു. കൂടെയുള്ളവർ മുഖമുയർത്തുന്നേയില്ല. പടികളെണ്ണിത്തീർക്കുന്നതുപോലെ അവൾ തല കുനിച്ചുനിന്നു. അവളെ എവിടെയോ കണ്ടുമറന്നതായി വീട്ടമ്മയ്ക്ക് തോന്നി. അവർ ഓർത്തെടുക്കാൻ ശ്രമിച്ചു. പിന്നെ ഇത്തിരിനേരം കഴിഞ്ഞു അവൾ പറഞ്ഞു.

“കടവുളേ! കാലം പോകുന്നൊരു പോക്കു നോക്കണേ. ഇന്നലെയല്ലേ ഈ പെണ്ണ് ഇവിടെ വന്ന് കാശ് ചോദിച്ചത്?”

“ഏഴൈക്കല്യാണമമ്മാ....” താലമേന്തിയവൾ ചൊല്ലിക്കൊണ്ടിരുന്നു.

“ശല്യമായല്ലോ ഈയാഴ്ചതന്നെ ഇതെത്രയാ?”

“അമ്മാ, ഇതെന്നുടെ തങ്കച്ചി. ഇവളുടെ കല്യാണമാ....ഏതാവത് കൊടുങ്കോ അമ്മാ....”

അവർ ഇട്ടുകൊടുത്ത നാണയത്തെ നോക്കി. ഇങ്ങനെ എത്രയായാലാണ് കല്യാണം നടക്കുക എന്ന് വ്യാകുലപ്പെട്ടുകൊണ്ട് പെൺകുട്ടികൾ ഇറങ്ങി നടന്നു. വീട്ടമ്മ വാതിൽ ചേർത്തടയ്ക്കുന്നു.

“ഇവരുടെയൊക്കെ ജീവിതം കഷ്ടംതന്നെ.” വീട്ടമ്മ അയൽക്കാരിയോട് പറഞ്ഞു.

“വാസ്തവാ! സ്വന്തം കല്യാണത്തിന് ഇങ്ങനെ വരേണ്ടിവരുന്ന കാര്യം ആലോചിക്കാനേ വയ്യ....”

“പക്ഷേ, നമുക്കൊക്കെ എന്തുചെയ്യാനാവും?”

“ശരിയാണ് ആ പറഞ്ഞത്. ഓരോരുത്തർക്ക് ഓരോ പാട്.”

വാതിൽ അടഞ്ഞുകിടക്കുമ്പോൾ കോളിങ്ബെല്ലിന്റെ ശബ്ദം മുഴങ്ങി. അയൽക്കാരൻ അകത്തുവരാനുള്ള അനുമതിക്കായി മാന്യതയോടെ പുറത്തു കാത്തു നിൽക്കുകയാണ്.

“സാറില്ലേ?”

“ഉണ്ടല്ലോ. ഇരിക്കൂ. ഇപ്പോൾ വരും.” വീട്ടമ്മ ഭവ്യതയോടെ ഉപചരിച്ചു. ഉള്ളിൽ വെറുതെ മലർന്നു കിടക്കുകയായിരുന്ന സാറ് പുറത്തു വന്നപ്പോൾ അവർ സമയം കളയാതെ ലോകകാര്യങ്ങളെക്കുറിച്ച് ചർച്ചയാരംഭിച്ചു. ഒരാൾ ‘ഹിന്ദു’ പത്രത്തിൽനിന്നും മറ്റേയാൾ ‘ഇന്ത്യൻ എക്സ്പ്രസ്സി’ൽ നിന്നും കിട്ടിയ വാർത്തകളെ പരസ്പരം കൈമാറി. ഒരു ശനിയാഴ്ച രാവിലെയായിരുന്നു അത്. ഫൈവ്ഡേ വീക്കായതുകൊണ്ട് ആഴ്ചയറുതി നീളമുള്ളതാണിപ്പോൾ. അതിനാൽ അവർക്ക് വേവലാതികളില്ലാതെ ചർച്ചചെയ്യാം. നാണയപ്പെരുപ്പം, കമ്മ്യൂണിസത്തിന്റെ പ്രതിസന്ധി, പേ കമ്മീഷൻ റിപ്പോർട്ട് എന്നിവയെക്കുറിച്ചെല്ലാം അവർ ഒരു വട്ടം പറഞ്ഞുതീർത്തു. പിന്നെ ചെസ്സ് ബോർഡെടുത്ത് കരുക്കൾ നിരത്തി. യുദ്ധം തുടർന്നുകൊണ്ടിരിക്കെ, ഒരുവൻ പറഞ്ഞു.

“പഴയ ആ വാല്യൂസെല്ലാം പോയിരിക്കുന്നു”

“തീർച്ചയായും, നമ്മുടെ കാലമല്ല ഇത്.” അപരൻ പിൻതാങ്ങി.

“കടവുളേ, ഇങ്ങനെയായാൽ എങ്ങനെയാ?”

“മുരുകാ, നീ തുണ.”

അടുത്ത നീക്കങ്ങൾക്ക് പ്രസക്തിയില്ലാത്തവിധം ചെസ്സ് ബോർഡിൽ ചലനമറ്റു. വിരസമായ ഒരു ഡ്രോവിലേക്ക് കരുക്കൾ നിരങ്ങുകയായിരുന്നു. എന്നിട്ടും ഒരോ നീക്കത്തിനും അവർ വളരെ നേരം ആലോചിച്ചുകൊണ്ടിരുന്നു. അന്നേരം പൊടുന്നനേ എങ്ങുനിന്നെന്നില്ലാതെ ഒരു ചോദ്യരൂപം ഉരുവാർന്നു വീണു:

"ലോകത്തിന് എന്തുപറ്റിയെന്നാ?"

ഒരു അശരീരിയായിരുന്നു അത്. ചെസ്സ് കളിച്ചുകൊണ്ടിരുന്നവർ ശരിക്കും അതുകേട്ടു. ങേ! എവിടെനിന്നാണീ അസ്വാരസ്യം?

"അല്ല, നിങ്ങളെന്തൊക്കെയോ പറയുന്നതുകേട്ടു. ലോകം മുഴുവൻ കുട്ടിച്ചോറായെന്നോ, ആകുമെന്നോ...." അശരീരി, മുഴക്കത്തിൽ തുടർന്നും ചോദിച്ചു.

അവർ തിടുക്കത്തിൽ ചെസ്സിൽ മുഴുകുന്നതായി നടിച്ചുകൊണ്ടിരുന്നു.

"അങ്ങനെയിരുന്നു അഭിപ്രായങ്ങൾ കാച്ചിവിടുകയാണല്ലോ?" അശരീരി വിടാനുള്ള ഭാവമില്ലായിരുന്നു. അപ്പോൾ തെരുവിൽ നിന്നായിരിക്കുമെന്ന വിചാരത്താൽ അങ്ങോട്ടു നോക്കി. താത്പര്യമില്ലാതെയെന്നവണ്ണം വീട്ടുകാരൻ പറഞ്ഞു.

"വല്ല ഭ്രാന്തനുമായിരിക്കും."

"വല്ല കള്ളുകുടിയനുമാവും."

അയൽക്കാരൻ അതിനെ കൂടുതൽ നിസ്സാരമാക്കി.

"രാവിലെതന്നെ പൂസാവുന്ന ഓരോരുത്തര്!"

വാതിൽ അടയ്ക്കാതെ വീട്ടമ്മ കാത്തിരിക്കുകയായിരുന്നു. കുട്ടികൾ കോളേജിലേക്കും പുരുഷന്മാർ ആപ്പീസിലേക്കും പോയിക്കഴിഞ്ഞനേരം. അപ്പോൾ ഒരു പെണ്ണിനെയും കൂട്ടി അയൽക്കാരി കടന്നുവന്നു.

"ഇതാണ് ഞാൻ പറഞ്ഞ പെണ്ണ്. കൊള്ളാം. അനുസരണയോടെ വേലചെയ്യും. വൃത്തിയും ഉണ്ട്."

'വലിയ ഉപകാരം. പണിയെടുത്ത് എന്റെ നട്ടെല്ലൊടിഞ്ഞു.'

വേലക്കാരിയായി വന്നവൾ ചുമർ ചേർന്ന് പതുങ്ങിനിന്നു. അവളുടെ സാരി നനഞ്ഞൊട്ടിയിരുന്നു. അയൽക്കാരിയുടേതടക്കം മൂന്നുനാലിടത്തെ വേലകഴിഞ്ഞു അവൾ വരികയാണ്.

"എന്താ നിന്റെ പേര്?"

"രഞ്ചിതം."

"ഇക്കൂട്ടർക്കൊക്കെ ഇത്രനല്ല പേര് എവിടന്നു കിട്ടുന്നു, ആവോ!"

"ഓർമ്മയുണ്ടോ?" അയൽക്കാരി ചോദിച്ചു.: "ഇവളുടെ കല്ല്യാണത്തിന് പണ്ട് ഇവളും അക്കായും പണം ചോദിച്ച് ഇവിടെയൊക്കെ വന്നിട്ടുണ്ട്."

"ഒഹോ അവളാണോ? എവിടെയോ കണ്ടിട്ടുണ്ടെന്നു തോന്നി. എത്ര കുട്ടികളുണ്ട് നിനക്ക്.?"

"രണ്ട്, അമ്മാ. രണ്ടു പെൺകുട്ടികൾ."

"നിന്റെ പുരുഷനെന്താ ജോലി?"

"അയാളെ ഞാൻ വിട്ടു അമ്മാ, ദിനവും തണ്ണി ശാപ്പിട്ട് വന്ന് തല്ലിത്തൊഴിക്കും. എനിക്കു മതിയായി."

അവൾ അടുക്കളയിലേക്ക് പോയപ്പോൾ വീട്ടുകാരി കുറച്ചൊക്കെ രഹസ്യമായി ചോദിച്ചു:

''എത്ര കൊടുക്കണം?''

''നാല്പതാ ചോദിക്കുന്നത്, നിങ്ങൾ മുപ്പത്തിയഞ്ച് കൊടുത്താൽ മതി.''

''മുരുകാ, അതും ജാസ്തിയായോ! കഴിഞ്ഞപെണ്ണിന് ഞാൻ മുപ്പത്തിയഞ്ചാ കൊടുത്തിരുന്നത്.''

''എന്തു പറയാനാ, ഇവരുടെ കാലമല്ലേ ഇപ്പോൾ?''

വാതിൽ അടഞ്ഞുകിടന്നു 'തിരൈമലർ' പരിപാടിയിൽ ഒരു നാടോടിമന്നൻ വീമ്പെളക്കുന്നുണ്ടായിരുന്നു. സകുടുംബം ടെലിവിഷനിൽ അലിഞ്ഞുചേർന്നിരിക്കുകയാണ്. രണ്ടുകൈകളിലും വീണിരിക്കുന്ന ചങ്ങലകൾ, മുക്രയിട്ടുകൊണ്ട് വലിച്ചുപൊട്ടിക്കാൻ ശ്രമിക്കുകയാണ് രാജാപ്പാർട്ട്. കുടിലതയുടെ പര്യായമായ വില്ലന്റെ തിളങ്ങുന്ന വാൾ വീഴുന്നതിനുമുമ്പ് ചങ്ങല പൊട്ടിക്കാൻ മന്നന് കഴിയുമോ? ഏവരും വിരൽ കടിക്കുകയും നഖം തിന്നുകയും വീർപ്പടക്കുകയും ചെയ്തുകൊണ്ടിരുന്നു.

അന്നേരം കർട്ടൺ വകഞ്ഞുമാറ്റി, വാതിലൊന്നു പതുക്കെ തള്ളി, ഒരു ചെറിയ മുഖം അവിടെ പ്രത്യക്ഷമായി. വട്ടമൊക്കാത്ത തീരെ ചെറിയ മുഖമായിരുന്നു, അത്. ഒരു വടുപോലെ അത് ഉരുണ്ടുകിടന്നിരുന്നു.

''അമ്മാ...... എന്തെങ്കിലും തരണേ....'' നനുത്ത ശബ്ദത്തിൽ അവൾ വിളിച്ചു പറഞ്ഞു. വീടിനുള്ളിൽ നിന്ന് അനക്കമൊന്നും കേൾക്കാത്തതുകൊണ്ട് പിന്നെ ആ ഒച്ച ഉറക്കെയായി. പക്ഷേ ചങ്ങലപൊട്ടിച്ച രാജാവിന്റെ ആക്രാന്തത്തോളം വരില്ലായിരുന്നു അത്. സമയം എട്ടരമണി. തിരൈമലർ ഒരു സ്വപ്നംപോലെ തീർന്നു.

''ങാ....ങാ....അലറിപ്പൊളിക്കേണ്ട. രാവിലെയായാൽ തുടങ്ങും. ഇതിനൊന്നും ഉറക്കമില്ലേ?''

അന്നേരം നാണയങ്ങൾ ഇട്ടുവെച്ച അളുക്ക് കിലുങ്ങുന്ന ശബ്ദം അവൾ കേൾക്കുന്നു. ആ പെൺകുട്ടിയുടെ മുഖം വിടരുന്നു.

പുറത്തുവന്ന് അവളുടെ ഒച്ചയിലേക്ക് ഒരു നാണയം ഇട്ടുകൊടുക്കുമ്പോൾ വീട്ടമ്മ അവളെ സൂക്ഷിച്ചു നോക്കി. എന്നിട്ടു ചോദിച്ചു:

''നീയാ രഞ്ചിതത്തിന്റെ മകളല്ലേ?''

രഞ്ചിതത്തിന്റെകൂടെ പലതവണ വന്നപ്പോൾ വീട്ടമ്മ അവൾക്ക് പ്രഭാതഭക്ഷണം കൊടുത്തിരുന്നു. ആ ഓർമ്മയിലാണ് അവർ ഇപ്പോഴിത് കണ്ടുപിടിച്ചത്.

''അതേ, അമ്മാ.....'' പെൺകുട്ടി പറഞ്ഞു.

''നിന്റെ അമ്മയെയിപ്പോൾ ഇങ്ങോട്ടൊന്നും കാണാനില്ലല്ലോ?''

അതിനവൾക്ക് ഉത്തരമൊന്നും പറയാനുണ്ടായിരുന്നില്ല.

''നോക്കണേ.''വീട്ടമ്മ ചൊടിച്ചു: ''അമ്മ കഴിഞ്ഞപ്പോൾ ഇപ്പോ മകളായി. ഇതെന്തൊര് കഥ!''

ഇതെല്ലാം കണ്ടുകൊണ്ടും കേട്ടുകൊണ്ടും വീട്ടമ്മയുടെ മകൾ പുറകിൽ നിൽക്കുന്നുണ്ടായിരുന്നു. അവളുടെ മുഖത്ത് പൊടുന്നനെയൊ

രു സങ്കടം വിരിഞ്ഞു. അവൾ പറഞ്ഞു:

"പാവം അമ്മേ, കണ്ടാൽ കഷ്ടം തോന്നും. ഒന്നും പറയേണ്ട."

"എന്നാ നീ തലയിൽ കയറ്റിവെച്ചോ." വീട്ടമ്മ അതേ ചൊടിപ്പോടെ അകത്തേക്കുപോയി.

വാതിൽ തുറന്നോ അടഞ്ഞോ കിടക്കുന്നുണ്ടായിരുന്നു. പഴയ കർട്ടൻ മാറ്റി തടിച്ച ഒന്ന് തൂക്കിയിരുന്നതുകൊണ്ട് വ്യത്യാസം അറിയില്ലായിരുന്നു. ഒരു വരണ്ട വേനൽകാറ്റ് മാത്രം അതിലൂടെ അടിച്ചു വീശിക്കൊണ്ടിരുന്നു. കാറ്റ് പൊടി പറത്തുകയും ജനൽക്കതകുകളെ ചേർത്തടയ്ക്കുകയും ചെയ്യുന്നുണ്ട്. അത്രമാത്രം.

അരൂപകം

അസഹ്യമായ നിസ്സാരതയുമായി ദിനേശൻ പുറകോട്ട് ചാരിയിരുന്നു കണ്ണുകളടച്ചു. അടഞ്ഞ കണ്ണുകളുടെ വഴിയിൽ നിറങ്ങളൊന്നും ഉണ്ടായിരുന്നില്ല. വരണ്ടു പൂതലിച്ച ഇരുട്ടു മാത്രം അവിടെ തങ്ങിനിന്നു. പേശീവ്യൂഹമെല്ലാം തളർന്നു തൂങ്ങിയപോലിരുന്നു.

– ഒരു തീവണ്ടിയാത്രയുടെ കഥയായി പറയാൻ ഒരുമ്പെടുകയാണ്. ഇതുതന്നെ ബസ്സുയാത്രയായും പറയാം. പക്ഷേ, ആളുകൾ കൂടിയിരുന്നു വർത്തമാനം പറയാനും ഉറങ്ങാൻ കിടക്കുന്നതിനിടയിൽ ഇന്നത്തെ രാഷ്ട്രീയത്തിന്റെ മൂല്യച്യുതിയെക്കുറിച്ച് പൊതുവായ ചർച്ച നടത്താനും തീവണ്ടിയാണ് നല്ലത്. ബസ്സാകുമ്പോൾ ഇതൊന്നും നടക്കില്ല. ഒരേ അഭിപ്രായക്കാരായ കുറേപ്പേർ ഒറ്റ ലക്ഷ്യത്തിലേക്ക് കുതിക്കുന്ന പ്രതീതിയാണ് ബസ്സിലെ സീറ്റുകളുടെ ക്രമീകരണം കണ്ടാൽ തോന്നുക.

തീവണ്ടിയുടെ ഇളകിയാട്ടത്തിൽ ഈ ഇരുട്ട് ഭാരമായി തൂങ്ങിനിന്നപ്പോൾ ദിനേശൻ കണ്ണുകൾ തുറന്ന് അതിനെ ഇല്ലാതാക്കി.

ഈ ദിനേശനെയും ഇനിയുള്ള ഭാഗത്ത് വരുന്ന ശ്രീധരൻനായരെയും ചിലർക്കെങ്കിലും പരിചയമുണ്ടാവും. 'സ്വർഗ്ഗത്തിലേക്ക് ജോർജ്ജ് സഖറിയ', 'സമാന്തരം' എന്നീ കഥകളിൽ ദിനേശൻ ഉണ്ടായിരുന്നു. 'എണ്ണിയെണ്ണിക്കുറയുന്നത്.....' എന്നതിൽ ശ്രീധരൻനായരും. പാരലൽ കോളെജിന്റെ നീരാളിക്കൈകൾ പിഴിഞ്ഞുമാറ്റിയ ഒരു തൊണ്ടുമാത്രമായിരുന്നു, ദിനേശൻ. നിരവധി വർഷങ്ങളിലൂടെ അനുഭവിച്ച ആ ജീവിതം വലിച്ചെറിഞ്ഞ് ഇപ്പോൾ ദിനേശൻ രക്ഷപ്പെടാൻ നോക്കുകയാണ്. നമുക്കും ദിനേശനും അറിയാം, ഇങ്ങനെയൊന്നും രക്ഷപ്പെടാൻ ആവില്ലെന്ന്.

'നെട്ടോട്ടമോടുന്ന ഒരു മനുഷ്യൻ' ആണ് ശ്രീധരൻനായർ. അന്നും ഇന്നും അയാൾ വെറുതെയും വിലയ്ക്കും പാഞ്ഞുകൊണ്ടിരുന്നു.

ഇവർക്കു പുറമെ കുറെയധികം ആളുകൾ വണ്ടിയിൽ ഉണ്ടാവും. ഉറക്കറവണ്ടിയാണ്. ഒരു മുറിയിൽ എഴുപത്തഞ്ചുപേർ അട്ടിക്കട്ടിക്ക്

കിടക്കും. ചിലപ്പോൾ മൂന്ന് കുറയാനും മതി. ഇത്രയും പേരുടെ ഗതി വിഗതികൾ മനോരൂപങ്ങൾ എല്ലാം ഒരു കഥയിൽ കൊണ്ടുവരാനാവില്ല. അഞ്ചെട്ടുപേർ. അത്രയേയുള്ളൂ.

പാർശ്വക്കിടയിൽ ഉറങ്ങിയും ഉണർന്നും കളിച്ചും കരഞ്ഞും കൊണ്ടിരിക്കുന്ന അമീനേയും ഷഹനാസിനേയും ഇടയ്ക്കിടെ കൂട്ടിയടുപ്പിച്ചു ജമീല ഇരുന്നു. അമീനും ഷഹനാസും തീരെ ചെറിയ കുഞ്ഞുങ്ങളാണ്. ഒരു പുഞ്ചിരി എന്നേരവും ജമീലയിൽ തങ്ങിനിന്നിരുന്നു. വാസ്തവത്തിൽ അത് പുഞ്ചിരിയേയല്ല. മറച്ചുവെച്ച നിലവിളിയാണ്.

''ങ്ങളും മദ്രാസിലേക്ക് തെന്ന്യാ'' ജമീല തിരിഞ്ഞിരുന്ന് ദിനേശനോട് ചോദിച്ചു. മുകൾക്കിടക്കയിലേക്കുള്ള ചവിട്ടുപടിയിൽ തല ചായ്ച്ചിരിക്കുന്ന ദിനേശൻ ഒന്ന് പതറി.

നമ്മുടെ നാട്ടിൽ സ്ത്രീകൾ, പ്രത്യേകിച്ച് ഒരു മുസ്ലീം സ്ത്രീ, ഇങ്ങനെ കയറി പരിചയപ്പെടാൻ നോക്കില്ലല്ലോ എന്നൊരു സാംസ്കാരിക വിചാരമാണ് ആ പതർച്ചയ്ക്കു കാരണം. എത്ര ചരിത്രം പഠിപ്പിച്ചാലും പഴമയുടെ മങ്ങിയ കറ എവിടെയെങ്കിലുമിത്തിരി പരന്നുകിടപ്പുണ്ടാവും.

''അതെ,'' ദിനേശൻ പറഞ്ഞു.

''മദ്രാസില് ഏട്യാന്ന്?'' ജമീല വീണ്ടും ചോദിച്ചു.

''അങ്ങനെ ഏട്യേം ആയിറ്റില്ല,'' ദിനേശൻ വീണ്ടും മറുപടിപറഞ്ഞു.

മറീനബീച്ച് എന്ന് കേട്ടിട്ടേയുള്ളൂ. പിന്നെ നായ്ക്കരാജാക്കൻമാർ, മദ്രാസ് പ്രസിഡൻസി, പട്ടിണിജാഥ, ദ്രാവിഡരാഷ്ട്രീയം എന്നിങ്ങനെയും.

''ഉദ്യോഗം കിട്ടീറ്റ് ആദ്യായിറ്റ് പോന്നായിരിക്കും?''

ഈ സ്ത്രീ എത്രവേഗമാണ് കാര്യം മനസ്സിലാക്കുന്നത് എന്ന് ദിനേശൻ അത്ഭുതപ്പെട്ടു. അതേയെന്ന് മറുപടി പറയുകയും ചെയ്തു. അപ്പോഴേക്കും ഉണർന്ന അമീനെ തട്ടി താലോലിച്ചു, ജമീല. മെടഞ്ഞുണ്ടാക്കിയ പ്ലാസ്റ്റിക്സഞ്ചിയിൽനിന്ന് ബിസ്ക്കറ്റ് എടുത്ത് രണ്ടുകുഞ്ഞുങ്ങൾക്കും കൊടുത്തു. അവരുടെ പരിസരത്ത് ആ സഞ്ചിയേ ഉണ്ടായിരുന്നുള്ളൂ. കുഞ്ഞുങ്ങളാകെ വാടിയിരുന്നു. അമീന്റെ ചെമ്പൻതലമുടി കാറ്റിൽ പറിഞ്ഞുപോകാതിരിക്കാൻ പാടുപെടുന്നു. എപ്പോൾ വേണമെങ്കിലും കരയാവുന്ന ഭാവത്തിലാണ്, ഷഹനാസ്. ജമീല വീണ്ടും അവരെ ഉറക്കാൻ നോക്കി.

തീവണ്ടിയങ്ങനെ ഇളകിയാടുകയും താവളങ്ങളിൽ നിർത്തുകയും തുടരുകയും ചെയ്തുകൊണ്ടിരുന്നു. യാത്രയിലെ വിരസതയോ, ഓർമ്മയിലെ വേവലാതിയോ തീർക്കാനായി ഓരോരുത്തരും ഓരോന്ന് ചെയ്തുകൊണ്ടിരുന്നു. കാപ്പി വാങ്ങി കുടിച്ചും അതിന്റെ വിലയെ പ്രാകിയും ആവശ്യമില്ലാതെയും മൂത്രപ്പുരയിൽപ്പോയി തിരിച്ചു വന്നും മുഖം കഴുകിയും മയങ്ങിയും തിരിഞ്ഞും മറിഞ്ഞും ഇരുന്നും ആഴ്ചപ്പതിപ്പുകൾ വായിച്ചും മറ്റൊരു വണ്ടി പോകാനായി സ്ഥാനം കുറഞ്ഞ താവളങ്ങളിൽ നിർത്തുമ്പോൾ ഇറങ്ങി ഉലാത്തിയും അങ്ങനെയങ്ങനെ പാതി

യോളംപോലുമായിട്ടില്ലാത്ത യാത്രയെ ശരീരത്തിലും മനസ്സിലും അനുഭവിച്ചുകൊണ്ടിരുന്നു. ചെവിഭാഗത്തുനിന്ന് നരകയറിത്തുടങ്ങിയ ഒരു മദ്ധ്യവയസ്കൻ മുന്നിലിരിക്കുന്ന പെൺകുട്ടിയെ നോക്കി ചുണ്ടുവളച്ചു. അവളപ്പോൾ വെറുപ്പോടെ മുഖം തിരിച്ചു ജനൽവഴി പുറത്തേയ്ക്കു നോക്കി.

ഈ യാത്രയെ ഒരു മെറ്റഫർ അഥവാ രൂപകം ആയി കരുതണമെന്നൊന്നുമില്ല. അങ്ങനെ ചെയ്യുമ്പോൾ സൗന്ദര്യശാസ്ത്രത്തിന്റെ ആക്കതൂക്കങ്ങളിലേക്ക് വായന വഴുതും. കുറേക്കാലമായി നമ്മൾ ഇങ്ങനെയൊക്കെ ചാരുതയന്വേഷിക്കാൻ തുടങ്ങിയിട്ട് എവിടെയുമെത്തിയില്ല; എത്തുകയുമില്ല. ജീവിതത്തിന് ഇപ്പോൾ അത്രയ്ക്ക് വലിയ സൗന്ദര്യമൊന്നുമില്ല; മുമ്പുണ്ടായിരുന്നോ എന്ന് തീർത്തും പറയാനും അറിയില്ല. ഇല്ലാത്തതിനെവെച്ച് അളന്നാൽ കാര്യം പരിതാപകരമാവുകയേ ഉള്ളൂ. തീവണ്ടിമുറിയിലേക്ക് കാലെടുത്തുവെയ്ക്കുമ്പോൾ, നമുക്കൊന്നും ഇതാ ഒരു മെറ്റഫറിലേക്ക് പ്രവേശിക്കുന്നു എന്നു തോന്നാറില്ലല്ലോ.

അല്ലാ, ഇനി അങ്ങനെതന്നെ വേണമെന്നുള്ളവർക്ക് വായിക്കാനായി. പോക്കുവെയിൽ തങ്കം നിറയ്ക്കുന്ന നദീതീരത്തുകൂടിയാണ് വണ്ടി ഇപ്പോൾ പോകുന്നത്. വേനൽ കച്ചകെട്ടി ഇറങ്ങിയിട്ടില്ലാത്തതിനാൽ നദിയിൽ കാഞ്ചന അലകകളിളകുന്ന വെള്ളമുണ്ട്. വണ്ടിക്ക് പുഴ താണ്ടാൻ കമാനങ്ങളുള്ള പാലവുമുണ്ട്. ജലമാർഗ്ഗത്തിലൂടെ ഏകനായ തോണിക്കാരൻ മുളങ്കോൽ ആഞ്ഞാഞ്ഞു കുത്തി ഒഴുകിപ്പോകുന്നു. വെള്ളക്കൊറ്റികളും പനംതത്തകളും പാറിപ്പറന്നു മറയുന്നു.

ഏകനായ തോണിക്കാരന്റെ ബിംബം നോക്കിയിരിക്കവേ, ശ്രീധരൻ നായർ അറിയാതെ പറഞ്ഞുപോയി:

''യാത്രയിലും വേദനയിലും മനുഷ്യൻ ഒറ്റക്കാ.....''

''നിങ്ങളെന്തെങ്കിലും പറഞ്ഞോ?'' ദിനേശൻ ചോദിച്ചു.

''ഹേയ്, ഇല്ലില്ല്യ. ഓരോന്നോർത്തുപോയി, അത്രതന്നെ.''

ഏറെ യാചിച്ചു കിട്ടിയ അവധിയെടുത്ത് വീട്ടിലെത്തി കുട്ടികളുടെ പഠിത്തകാര്യങ്ങൾക്കും ഉയർന്നുപൊങ്ങുന്ന സ്വപ്നംപോലൊരു വീടിന്റെ പണിക്കും മേൽനോട്ടം വഹിച്ചിത്തിരി നിശ്വസിച്ചു ശ്രീധരൻനായർ തിരക്കിട്ട് പിൻമടങ്ങുകയാണ്. വണ്ടി ഇപ്പോൾത്തന്നെ ഒന്നരമണിക്കൂർ വൈകിയോടുന്നു. രാത്രിയിലെ തടയില്ലാത്ത ഓട്ടത്തിൽ ആ കുറവു തീർക്കാവുന്നതാണല്ലോ എന്ന് ശ്രീധരൻനായർ പ്രതീക്ഷിച്ചു. അല്ലെങ്കിൽ ആപ്പീസിൽ കാര്യങ്ങൾ കുഴയും. വൈദ്യരേഖയും വേറൊരു അപേക്ഷയും തലചൊറിഞ്ഞുള്ള നില്പും എല്ലാമോർത്തപ്പോൾ ഇറങ്ങി പിന്നിൽ ചെന്ന് വണ്ടിക്കൊരു തള്ളുവെച്ചുകൊടുക്കാനാണ് ശ്രീധരൻ നായർക്ക് തോന്നിയത്.

''ഈ ജന്തുക്കള് നാട് മുടിച്ചേ അടങ്ങൂ....''പല്ലിറുമ്മിക്കൊണ്ട് ശ്രീധരൻനായർ പറഞ്ഞു.

''ആര്?'' ദിനേശൻ ചോദിച്ചു.

''ഈ രാഷ്ട്രീയക്കാര്, അല്ലാണ്ടാരാ? മച്ചിപ്പശൂനേപ്പോലെ തിന്നുമു

ടിക്കാനല്ലാണ്ട് ഇവറ്റയ്ക്ക് എന്താ അറിയാ?''

''എല്ലാവരെയും അങ്ങനെ പറയാമോ? ഭരിക്കുന്നവരെ നോക്കി അടച്ചു കെട്ടി. അങ്ങനെ?''

''എല്ലാവരും കണക്കാ.....'' ശ്രീധരൻനായർ പിറുപിറുത്തു.

''അല്ല.'' ദിനേശൻ ഉറപ്പിച്ചും കടുപ്പിച്ചും പറഞ്ഞു.

ശ്രീധരൻനായർ അതു പ്രതീക്ഷിച്ചില്ല. മുനയൊടിഞ്ഞതുമാതിരി അയാൾ മിണ്ടാതായി. വീടിന്റെ നിലം മിനുക്കുന്ന കാര്യങ്ങളും ചെലവുകളും ഓർത്തുകൊണ്ട് അയാൾ ചാരിയിരുന്നു.

മുടിയ പ്രസ്താവനകൾക്ക് അത്തരത്തിലുള്ള മറുപടിയാണ് നല്ലതെന്ന് ദിനേശന് അറിയാമായിരുന്നു.

വേവലാതിയും ആശയക്കുഴപ്പവുമുള്ളവർ മാത്രമേ തീവണ്ടിയിൽ യാത്ര ചെയ്യാവൂ എന്നൊന്നുമില്ല. ജമീലയുടെയും ദിനേശന്റെയും ശ്രീധരൻനായരുടെയും മുന്നിലുള്ള മറ്റു അഞ്ച് ഇരിപ്പിടങ്ങൾ ഒഴിഞ്ഞുകിടക്കുകയാണ്. നോക്കൂ. ഒരു വിനോദയാത്രയിൽ എന്നു തോന്നിക്കുന്ന ആ അഞ്ചുപേർ, അപ്പുറത്ത് കൂട്ടുകാരോട് ചേർന്ന് ബഹളം വെയ്ക്കുന്നുണ്ട്. അവർ കയ്യടിക്കുകയും പരസ്പരം കളിയാക്കുകയും ഏറ്റവും മിതമായ തോതിൽ അശ്ലീലം പറയുകയും ചെയ്യുന്നുണ്ട്. കൂട്ടത്തിൽ തടിച്ച ഒരുവൻ, ഗിറ്റാറിൽ ശ്രുതികൾ പരതിക്കൊണ്ട് ഒരുപാട് ഉറക്കെ പാടുന്നുണ്ട്.

ഈണത്തിന്റെ ചിരപരിചയംകൊണ്ട് ബോബ് മാർലേയുടെ യുദ്ധപ്രഖ്യാപനഗാനമാണതെന്ന് ദിനേശൻ തിരിച്ചറിഞ്ഞു. അർത്ഥമറിയാതെ പാടുന്നതാവും, ഒരു പോപ്പിന്റെ സുഖം തീർക്കാൻ - ദിനേശൻ നിഷേധാർത്ഥത്തിൽ കരുതി. മാർലെയുടെ സംഗീതത്തിൽ വലിയ പിടിപാടൊന്നും ഉണ്ടായിട്ടല്ല ദിനേശൻ അങ്ങനെ പരിഹാസം വിചാരിച്ചത്. ചെറുതായറിയാവുന്ന കാര്യത്തിൽ മഹാജ്ഞാനം അഭിനയിച്ചുവെന്നേയുള്ളൂ.

ഇവിടെയൊരു വിപരീതം ചെയ്യുന്നു. കൃത്യമായ ഒരന്ത്യം മുന്നിൽ കണ്ട് ഏകരേഖീയമായി കഥയെ മുന്നിൽ കൊണ്ടുപോകാം. അതിലൊരു കാര്യവുമില്ല. യാത്രയുടെ നൈരന്തര്യത്തിൽ മാത്രമേ സംഭവങ്ങളുടെ തുടർച്ചയുൾച്ചേരൂ എന്നൊന്നുമില്ല. എല്ലാ യാത്രകളും മറ്റൊന്നിന്റെ തുടക്കമോ ഒടുക്കമോ ആകാം. പലതിൽ നടക്കുന്നത് ഒന്നിന്റെതന്നെ അർത്ഥശാഖകളായി വിരിയാം.

ദിനേശൻ വീണ്ടും തന്റെ താവളത്തിൽനിന്ന് വണ്ടികയറുന്നു. പഴയ ലഘുവായ തോൾസഞ്ചിക്കു പകരം ദിനേശനോടൊപ്പം ഒരു പെട്ടിയും കയറിയിട്ടുണ്ട്. ബിരുദപ്രമാണങ്ങളൊന്നും ഇപ്പോൾ കൂടെയില്ല.

ഒരു പ്രകാരത്തിലും പൂർത്തിയാകാത്ത വീടു പണിയാൻ ക്ഷീണിതനായി ശ്രീധരൻനായർ വീണ്ടും ഇരിപ്പിടത്തിൽ അമരുന്നു. നിലം മിനുക്കാനും മതിൽകെട്ടാനും ഏറ്റ പണിക്കാർ പറ്റിച്ചതിന്റെ അമർഷം അയാളിൽ നുരയുന്നുണ്ട്.

ജമീല, കുട്ടികളെ ചേർത്തുപിടിച്ച് വീണ്ടും യാത്രയിലേക്ക് കടന്നു.

ബിസ്ക്കറ്റും പാൽകുപ്പിയും ഇത്തിരി വസ്ത്രങ്ങളുമുള്ള പഴയ പ്ലാസ്റ്റിക് സഞ്ചിയേ ഇപ്പോഴുമുള്ളു. മാറ്റമില്ലാത്തത് ഇതൊന്നുമാത്രമായിരിക്കാം.

''ങ്ങള് മദ്രാസില് ഏട്യാന്ന്?'' ജമീല ആ ചോദ്യം ആവർത്തിച്ചു.

''നുങ്കമ്പാക്കത്താണ്.'' ദിനേശൻ അടുത്തയാത്രയിലെ ഉത്തരം പറഞ്ഞു. ഇപ്പോൾ താമസിക്കുന്ന വൃത്തികെട്ട ലോഡ്ജിൽ നിന്നും അടുത്ത തവണത്തെ യാത്രകഴിയുമ്പോൾ ദിനേശൻ നുങ്കമ്പാക്കത്തെ സാമാന്യം നല്ലൊരു വീട്ടിലേക്ക് മാറും. ഒരു മുറിയും അടുക്കളയും കക്കൂസും മാത്രമുള്ള ഒരിടത്തേക്ക്.

''അപ്പൊ, പണ്യേല്ലം ശര്യായീന്ന് പറ, എല്ലേ?'' ജമീല ചോദിച്ചു.

''അതെ.''

''ഏട്യാ? ഏതെങ്കിലും ചായപ്പീട്യേലാ?'' ജമീലയ്ക്ക് മദ്രാസിൽ ആ ഒരു ജോലി ഉള്ളതായേ അറിയൂ. അവരുടെ മാപ്പിളയ്ക്ക് അങ്ങനെയൊരു പണിയാണെന്നാണ് കേട്ടിട്ടുള്ളത്.

''അല്ല. വേറൊരു പണിയാണ്.''

''മങ്ങലൊന്നും ആയിറ്റില്ലേ? ഒറ്റയ്ക്കാ?''

''അതെ, തൽക്കാലം ഒറ്റയ്ക്കാ.''

''മങ്ങലം കഴിഞ്ഞാ ഭാര്യേന നാട്ടില് വിട്ടിറ്റ് പോയ്ക്കളയറേ....അത് പാപാ വെല്യ സങ്കടാ.''

''അത് അന്നേരല്ലേ. ഇപ്പൊ ശരിക്ക് ശ്വാസം കഴിക്കാങ്കൂടി ആയിറ്റില്ല.'' ദിനേശൻ ചിരിച്ചുകൊണ്ടു പറഞ്ഞു.

''ഇന്നായരെന്താന്ന് എപ്പോം ഇഞ്ചികടിച്ചപോലെ?''

''എനിക്കെന്റെ വെഷമം. ഉമ്മാ നിങ്ങക്ക് നിങ്ങടേം.'' ശ്രീധരൻനായർ പറഞ്ഞു.

എല്ലാ യാത്രയിലും ദിനേശനും ശ്രീധരൻനായരുമുള്ളതുപോലെ, എല്ലാ യാത്രയിലും ജമീലയും കുട്ടികളുമുണ്ട്. ഊരും വിലാസവുമില്ലാതെ, ഭർത്താവിനെയും അന്വേഷിച്ച് ജമീല പോകുന്ന പോക്ക് സംഭ്രമമുണ്ടാക്കുന്നു. ദിനേശനും ശ്രീധരൻനായർക്കുമെന്നതുപോലെ നമുക്കും ആ യാത്രയുടെ വാക്യവും പൊരുളും അറിയില്ല.

''ഒമ്പത് മാസ്സായിറ്റ് കത്തൂല്ല, കമ്പിയൂല്ല. യെന്ത് ബിചാരിച്ചിറ്റാ ഞാളട ജീവിക്ക്യാ? ങ്ങള് പറയീൻ. ഈ കുഞ്ഞുങ്ങളെ ബിജാരിച്ചിട്ടെങ്കിലും ഓർക്കൊന്ന്വന്നുടേന്ന്; ഒരു കത്തിട്ടുടേന്ന്? ഞാനോ ഇങ്ങനെയായിപ്പോയി....''

''ആളെവിട്യാന്ന് കരുതീട്ടാ, നിങ്ങളിങ്ങനെ അന്വേഷിച്ചു പോണത്, ഉമ്മ?'' ശ്രീധരൻനായർ ചോദിച്ചു.

''മദ്രാസില് ഏട്യേങ്കിലും ണ്ടാവുലോ. ദുബായീന്ന് യുദ്ധത്തിന്റെ ടൈമില് നാട്ടിലു വന്നതാ. കുഞ്ഞുങ്ങൾക്ക് ഒരു മുട്ടായീന്റെ കണ്ടം പോലും കൊണ്ടാന്നില്ലാന്ന്! ഇന്നക്കൊണ്ടാന്ന് ഇദേല്ലാം വന്നേന്ന് പറഞ്ഞ് മദ്രാശിക്ക് പൊറപ്പെട്ടതാ. പിന്നെ കത്തൂല്ല; പണോല്ല. കെട്ട്യോളായിപ്പോയില്ലേ; ബേറെന്ത് പണ്യേട്ക്കാനാ!''

തീവണ്ടിയിനി രാത്രിയുടെ തുരങ്കത്തിലൂടെ ശ്വാസം പിടിച്ചുകൊണ്ട് പായും. ഗൗരവത്തിന്റെയും വിനോദത്തിന്റെയും യാത്രകളിൽ ഉൾപ്പെട്ടിരിക്കുന്നവരെല്ലാം ഉറക്കമാകും. എല്ലാം മറന്നുകൊണ്ടോ ഒന്നുപോലും മറക്കാതെയോ ഉള്ള ഉറക്കമാവും അവയെല്ലാം. വിസ്മൃതിക്ക് രണ്ടു വാതിലുകളുണ്ട് - സ്വപ്നത്തിലേക്കും മയക്കത്തിലേക്കും രണ്ടിലേക്കും തീവണ്ടിച്ചക്രങ്ങൾ പാളത്തിലുരയുന്ന കടകടശബ്ദം കലരുന്നുണ്ടാവും. ഉറങ്ങുന്നവരിൽ ചിലർക്ക് അത് താളാത്മകമായും മറ്റു ചിലർക്ക് ഭൂമി ഇടിഞ്ഞു പൊളിഞ്ഞു വീഴുന്നതായും അനുഭവപ്പെടും.

കുഞ്ഞുങ്ങൾ ഇടയ്ക്കിടെ ഞെട്ടിയുണരുന്നിടത്തോളംകാലം ജമീലയ്ക്ക് ഉറങ്ങാതിരിക്കേണ്ടതുണ്ട്. ഒരേയിരുപ്പിന്, അവരുടെ ശേഷിച്ച നടു വേദനിക്കുന്നുണ്ടാവും. തല തൂങ്ങി വീഴുമ്പോഴും കൈകൾ കുഞ്ഞുങ്ങൾക്ക് തടയായി ബലത്തിൽ ഉണ്ടാവും.

പുലരുമ്പോൾ ഇരുവശത്തും നിരനിരയായി തൂറാനിരിക്കുന്നവരുടെ ഇടയിലൂടെ വണ്ടി മൂക്കുപിടിച്ചു ഓടുകയായിരിക്കും. ഇനിയുള്ള ഓരോ അടിയും പെരുത്ത ആകാംക്ഷയോടെയാണ് എല്ലാവരും താണ്ടുന്നുണ്ടാവുക. വണ്ടിക്ക് വേഗം കുറഞ്ഞതായി പലർക്കും അനുഭവപ്പെടും.

ജമീലയ്ക്ക് അങ്ങനെയൊന്നും തോന്നിയില്ല. രണ്ടു ശാഖകൾ മുളച്ച ഒരു പഴയമരംപോലെ ചാരനിറമാർന്നു അവരങ്ങനെ ഇരിക്കുന്നുണ്ട്. വണ്ടിയിളകുമ്പോൾ ജമീലയും ഇളകുന്നുണ്ട്. അല്ലാതെ അവരായിട്ട് ഇളകുന്നത് നാമൊന്നും കാണുന്നില്ല. ആദ്യമിറങ്ങാനുള്ളവരുടെ നിര രണ്ടു വാതിലിലേക്കും അക്ഷമമായി നീണ്ടു. അതിന്റെ ഒരറ്റത്ത് ശ്രീധരൻനായർ നിൽക്കുന്നുണ്ടായിരുന്നു.

തീവണ്ടി നിന്നുനിന്നില്ലെന്നായപ്പോൾ ശ്രീധരൻനായർ പുറത്തേക്കു എടുത്തൊരു ചാട്ടം ചാടി. വീഴാതിരിക്കാൻ തെല്ലിട നിലയൊപ്പിച്ചു നിന്ന് അയാൾ ധൃതിയിൽ നടക്കാൻ തുടങ്ങി. ഏതാനും വാര കഴിഞ്ഞപ്പോൾ ആൾക്കൂട്ടത്തിനിടയിലൂടെയുള്ള ഒരു ഓട്ടമായി അത് പരിണമിച്ചു. മഹാതീവണ്ടിത്താവളത്തിന്റെ ചുറ്റുവട്ടങ്ങളിലൊന്നും അയാളെ ഇനി നാം കാണുന്നില്ല.

പെട്ടി ഇറക്കിവെച്ച് ദിനേശൻ ഒന്നു നിവർന്നു നിന്നു.

ജമീലയും കുട്ടികളും ആളൊഴിഞ്ഞ തീവണ്ടി മുറിയിലാണിപ്പോഴും.

''എറങ്ങുന്നില്ലേ?'' ദിനേശൻ ചോദിച്ചു.

''ആയിറ്റില്ല.'' കുട്ടികളെ ചേർത്തു പിടിച്ചുകൊണ്ട് ജമീല പറഞ്ഞു.

''ഇനി വണ്ടി പോവൂല്ല, മദ്രാസെത്തി.''

''ന്റെ മദ്രാസ് ഇദല്ല.'' ജമീല തലതിരിച്ചുകളഞ്ഞു.

ഇനി ''നിങ്ങളെന്തായീ പറയുന്നേ?' 'എന്ന് ദിനേശൻ ചോദിക്കണം. ''ഈട എറങ്ങീറ്റെന്താ; ഞാളെ യാത്ര തീർന്നിട്ടില്ല'' എന്ന് ജമീല ഉത്തരം പറയണം.

അത് തീരാനുള്ളതല്ല. ദിനേശൻ തലകുനിച്ച് പതുക്കെ മുന്നോട്ടു

നടന്നു. നടക്കുന്തോറും ആൾക്കൂട്ടത്താലും മറ്റു തടസ്സങ്ങളാലും ജമീല യും കുട്ടികളും കാണെക്കാണെ കണ്ണിൽ വാരാതെ പോകുന്നുണ്ട്.

കാഴ്ചയുടെ നിയമങ്ങളെയും തീവണ്ടിത്താവളത്തിന്റെ ജനബഹുല സ്വഭാവത്തെയും ലംഘിച്ചുകൊണ്ട്, ദൂരെ നിന്ന്, വളരെ വളരെ ദൂരെ നിന്നു ദിനേശൻ നോക്കുന്നുവെന്ന് കരുതുക. ആകാശത്തിന്റെയും ഭൂമിയുടെയും അതിരുകളിൽ നിന്നുകൊണ്ട് കാണുന്നുവെന്നു വിചാ രിക്കുക.

വിജനമായ ഒരു തീവണ്ടിത്താവളം. പരിപൂർണ്ണമായും ആളൊഴിഞ്ഞ വണ്ടി,.അകത്തുള്ളതെല്ലാം പുറത്തു കാണാനായി കടുംവെളിച്ചം കത്തി നിൽക്കുന്നു, നിരനിരയായ മുറികളുടെ ഏതാണ്ട് നടുവിലായൊന്നിൽ, ഒരു ജനാലയ്ക്കൽ ജമീലയുടെ തല നിഴൽരൂപമായി തെളിഞ്ഞുനിൽ ക്കുന്നു. അൽപം താഴെ രണ്ടു കുട്ടികളുടെയും.

ഇപ്പോൾ വര നിർത്തിയ റഷിദിന്റെ ഒരു എണ്ണച്ഛായചിത്രത്തിൽ അനന്തതയിലൂടെ ഓടുന്ന തീവണ്ടിയിൽ തീർത്തും ഏകനായിരിക്കുന്ന ഒരാളുടെ ദൃശ്യമുണ്ട്. ആ തീവണ്ടിയുടെ മുന്നിൽ പഴയ ആവിയന്ത്ര മാണ്. അതു സാരമില്ല, പക്ഷേ, അതിൽ ഒറ്റയ്ക്കിരിക്കുന്നതു ഒരാണാ ണ് എന്ന വ്യത്യാസമുണ്ട്.

അതു വലിയ വ്യത്യാസം തന്നെയാണ്.

പെറ്റവർ

അഞ്ചുപത്ത് പവന്റെ സ്വർണ്ണമാല നിഗൂഢമായ സാഹചര്യങ്ങളിൽ മോഷണം പോയാൽ സഭാപതി എന്ന ഗൃഹനായകന്റെ മനസ്സിലൂടെ കൊള്ളിയാൻ മിന്നിക്കടന്നുപോകുന്നത് എന്തൊക്കെ ചിന്തകളായിരിക്കും? അറിയില്ല. അറിയാൻ വഴിയുമില്ല.

സഭാപതി ചകിതനായും നിരുന്മേഷവാനായും കാണപ്പെടും. ഭാര്യ ആനന്ദിയാകട്ടെ താടിക്കു കൈയും കൊടുത്തു ഒരേ ഇരിപ്പ്. നിലവിളിക്കാനാവാതെ അവർ വിതുമ്പുന്നുണ്ടാവും. വിവാഹിതയായ മൂത്തമകൾ ജയ, ആറുമാസം പ്രായമുള്ള കുഞ്ഞിനെ താലോലിക്കുമ്പോഴും മനസ്സ് നഷ്ടപ്പെട്ടു എവിടെയോ അലയുകയായിരിക്കും. അവളുടെ മാലയാണ് കാണാതെ പോകുന്നത്. കല്ല്യാണത്തിന് അപ്പാ വരദക്ഷിണയായി കൊടുത്തതു ഇനിയിപ്പോൾ ഫാക്ടറിവേലയും മുടിച്ച് കണവൻ ശനിയാഴ്ച വരുമ്പോൾ എന്താണു പറയുക?

ജയയുടെ താഴെയുള്ളവർ, ലതയും സുധയും മുറിക്കുള്ളിൽനിന്ന് പുറത്തു വരികയേയില്ല. ധാരാളം ബഹളങ്ങളുണ്ടാകാറുള്ള ആ വീട് അപ്പോൾ നിശ്ശബ്ദമാകും. അതൊരു മരിച്ച വീടുപോലെ തോന്നിക്കും. സംഭവമറിഞ്ഞ് അയൽപക്കങ്ങളിലുള്ളവർ പതുക്കെ പതുക്കെ അവിടേക്കെത്താൻ തുടങ്ങും. തൊട്ടുപിന്നിലെ വീട്ടിൽ പുതുതായി താമസത്തിനെത്തിയ വ്യോമസേനയിലെ സിംഗ്ജിയും ഭാര്യയും പരിചയമില്ലാത്ത ആ വീട്ടിലേക്കെങ്ങനെയാണ് കയറിച്ചെല്ലേണ്ടത് എന്നറിയാതെ, മതിലിനപ്പുറത്തുനിന്ന് സഹതാപാർദ്രതകളോടെ നോക്കി നിൽക്കുന്നുണ്ടാവും.

അയൽക്കാരന്റെ ചോദ്യങ്ങൾക്കു സഭാപതി എന്തുത്തരം പറയാനാണ്? ഉണർന്നു നോക്കുമ്പോൾ മാലകാണുന്നില്ലെന്നു മാത്രമല്ലേ അയാൾക്കു പറയാൻ കഴിയൂ.? രാത്രിയിൽ ശബ്ദമൊന്നും കേട്ടില്ല. വൈകി ഉറങ്ങിയതുകൊണ്ട് ഉണരാനും വൈകി. പുലർകാലത്തെ കനത്ത ഉറക്കത്തിൽ മൂത്തമകളുടെ ഭാഗ്യവും പിടിച്ചുപറിച്ചുകൊണ്ട്

ക്രൂരനായ കള്ളൻ കടന്നുകളഞ്ഞു. അങ്ങനെ എന്തൊക്കെയോ അയാൾ പറഞ്ഞുകൊണ്ടിരിക്കും. സഭാപതി ആകെ അസ്വസ്ഥനായിരിക്കും. ഒരു മാല കാണാതെപോയാലുണ്ടാവുന്നതിലധികം അമ്പരപ്പ് അയാളുടെ മുഖത്ത് ഉറഞ്ഞുകിടക്കുന്നു.

സഭാപതിയുടെ ഭാര്യ ആനന്ദി, അയൽപക്കത്തെ സ്ത്രീകളുടെ വരവോടെ തേങ്ങിതേങ്ങി കരയാൻ തുടങ്ങും. അവർക്കതെങ്ങനെ അടക്കാൻ കഴിയും? അവരും ഒരു സ്ത്രീയല്ലേ? മകളുടെ മംഗല്യസൗഭാഗ്യങ്ങളിലൊന്നല്ലേ ആ മഹാപാപി കൊണ്ടുപോകുന്നത്!

"എന്തായിത് ജയാമ്മ. ഒരു മാലയല്ലേ പോയുള്ളൂ? ആൾക്കൊന്നും പറ്റിയില്ലല്ലോ." അവിടെ കൂടിയിരുന്ന സ്ത്രീകളിലൊൾ ആർദ്രമായി ആശ്വസിപ്പിക്കും. പക്ഷേ, അതൊന്നും ജയയുടെ അമ്മയായ ആനന്ദിയെ ആശ്വസിപ്പിക്കുന്നില്ല. എത്ര പാടുപെട്ടിട്ടാണ് മകളുടെ ഈ മംഗല്യം ഉറച്ചതും മാല വാങ്ങിയതും. അതെല്ലാം എങ്ങനെ മറക്കാൻ കഴിയും?

"മരുമകൻ ശനിക്കഴമൈ വരും. അമ്മേ, പരാശക്തീ, അവനോടെന്തു ഞാൻ പറയും? എനിക്കുവയ്യ. എനിക്കു വയ്യ."

തളർന്ന് അവർ അവിടെത്തന്നെയങ്ങനെ കിടപ്പാവും. സദാ കാപ്പാത്തുന്ന ആദിപരാശക്തിയും കൈവെടിയുകയാണോ? ആർക്കെന്തു ദ്രോഹം ചെയ്തിട്ടാണു അമ്മയിങ്ങനെ പരീക്ഷിക്കുന്നത്?

വെള്ളിയാഴ്ചകളിലും വിശേഷദിവസങ്ങളിലും ചുകചുകെ ചുവപ്പുടുത്ത് സഭാപതിയും ഭാര്യയും പെൺമക്കളുമെല്ലാം ആദിപരാശക്തിയെ കുമ്പിടാൻ പോകുന്ന കാഴ്ച തെരുവിന്റെ ഇമ്പമായിരുന്നു. വരും വരായ്കകളിലെ ലാഭചേതങ്ങളെല്ലാം അവർ അമ്മയുടെ വിധിക്കു വിടുകയാണ് ചെയ്തിരുന്നത്. മൂന്നു മുറികളുള്ള ആ വീടിന്റെ ഒരു മുറി മുഴുവനായും ചെമ്പട്ടുകളാൽ അലങ്കരിച്ച്, വിളക്കുകളും ധൂപക്കൂറ്റികളും കർപ്പൂരത്താലവുമായി അമ്മയായ ആദിപരാശക്തിക്കു വിട്ടുകൊടുത്തിരുന്നു. അമ്മ വിളയാടുന്ന ആ മുറിയിൽത്തന്നെയാണ് ഒരു സ്യൂട്ട് കെയ്സിൽ മാല രഹസ്യമായി വച്ചിരുന്നത്. അതും അമ്മയെ ഏൽപിച്ചതായിരുന്നു. എന്നിട്ടും ഇങ്ങനെ പരീക്ഷിക്കുന്നല്ലോ!

അപ്പോഴേക്കും വിചിത്രങ്ങളും വ്യത്യസ്തങ്ങളുമായ മോഷണത്തിന്റെ ശൃംഖലാരൂപമായ വിവരണങ്ങളാൽ ആ ചെറുമുറ്റം മുഖരിതമാകും. അവിടെ കൂടിയവർക്കെല്ലാം ഒരു കഥയെങ്കിലും പറയാനുണ്ടാവും. ഈയിടെ കള്ളന്മാർ വല്ലാതെ അധികമായിട്ടുണ്ട്. മനുഷ്യനു സമാധാനമായി കിടന്നുറങ്ങാൻ കഴിയുന്നില്ലാന്നുവെച്ചാ? ആണ്ടവരേ, കഴിഞ്ഞയാഴ്ചയാണ് നങ്കനെല്ലൂരിൽ ഉറങ്ങിക്കിടക്കുന്ന ഒരു അറുപത്തഞ്ചുകാരനെ വിളിച്ചുണർത്തി കുത്തികൊന്നിട്ട്, തടുക്കാൻ വന്ന ഭാര്യയുടെ താലിച്ചരടടക്കം പൊട്ടിച്ചുകൊണ്ടുപോയത്.

"അഞ്ചു പവനേ ഉണ്ടായിരുന്നുള്ളൂവത്രേ. കടവുളേ, അതിനുവേണ്ടിയും മനുഷ്യൻ കൊല നടത്തുമോ?"

"ഒരു കാശിനുവേണ്ടിയും കൊല്ലും. കാലമതാണു സാർ."

പുതിയ രീതിയിലുള്ള ഒരു മോഷണവും പ്രചരിക്കുന്നുണ്ട്. ബൈക്കിൽ രണ്ടുപേർ വരും, ഒറ്റയ്ക്ക് പോകുന്ന സ്ത്രീകളെ അവർ

മുമ്പേ കണ്ടുവച്ചിട്ടുണ്ടാവും, മുന്നിലിരിക്കുന്നവൻ ബൈക്ക് നിർത്തി ഒരു കടലാസ് കാണിച്ച് അതിലെ അഡ്രസ്സ് എവിടെയാണെന്നു ചോദിക്കും. പാവമായ സ്ത്രീ അഡ്രസ്സ് വായിക്കാൻ കുനിയുമ്പോഴേക്കും പിന്നിലുള്ളവൻ മാല പൊട്ടിക്കുന്നു. ബൈക്ക് പറക്കുന്നു. ഈ പറയുന്ന നേരമൊന്നും വേണ്ട പരിപാടി നടത്താൻ.

''ബുദ്ധിശാലിത്തരം! ഇതെല്ലാം നല്ലവഴിക്കു തിരിഞ്ഞെങ്കിൽ!'' മുപ്പത്തിനാലിലെ താത്ത നെടുവീർപ്പിട്ടു.

ഇനിയും എത്രതരത്തിലുള്ള കളവുകളുണ്ടെന്നോ? പറയാൻ നിന്നാൽ അതിനേ നേരമുണ്ടാവൂ. എട്ടുമണിയാവുന്നു. ഉദ്യോഗമുള്ളവർ ആശ്വാസവാക്കുകൾ പറഞ്ഞ്, പോലീസ് ഇപ്പോൾ എത്തുമെന്ന് സമാധാനിപ്പിച്ച് പതുക്കെ പിരിഞ്ഞുപോകും. ഇനിയും നിന്നാൽ ഓഫീസിലെത്താൻ കഴിയില്ല. എവിടെയും പോകാനില്ലാത്തതുകൊണ്ട് താത്തമാത്രം അവിടെ ചുറ്റിപ്പറ്റി നില്ക്കുന്നുണ്ടാവും. പിന്നെ തന്റെ അനാദിയായ വിശ്രമസങ്കേതം, ആ ഇരുമ്പിന്റെ ഈസിച്ചെയർ, സഭാവതിയുടെ വീട്ടിനു മുന്നിലേക്ക് വലിച്ചിട്ട് ഒരു കാവൽക്കാരനെപ്പോലെ അതിൽ കിടന്ന് ഉറങ്ങുകയയും ചെയ്യും.

അവിടം മരിച്ചവീടുപോലെ തന്നെയാണിരിക്കുക. സഭാപതിയെന്ന ഗൃഹനായകനോ? അയാളുടെ ചുറ്റും അപ്പോൾ ആരുമുണ്ടാവില്ല. കഥകളും കാര്യങ്ങളും പറഞ്ഞിരുന്നവരെല്ലാം കൃത്യാന്തരവ്യഗ്രതയാൽ തിരിച്ചുപോയിരിക്കും. തിരക്കിട്ട് ഓഫീസുകളിലേക്ക് നീങ്ങിക്കൊണ്ടിരിക്കവേ അവരിൽ ചിലർ വൈകുന്നേരം കാണാം എന്നു വിളിച്ചു പറയും. അവരുടെ ടിഫിൻ ബോക്സുകളിൽ അന്ന് റൊട്ടിയും ജാമും മാത്രമേ ഉണ്ടാകൂ. ഭാര്യമാരെല്ലാം ജയാമ്മയുടെ വിഷമം പങ്കിടുകയായിരിക്കുമല്ലോ.

അകത്ത് ഗൃഹനായികയായ ആനന്ദിക്കൊപ്പമിരുന്ന് എണ്ണിപ്പെറുക്കുന്നവർ പറയുന്നത് എന്തൊക്കെയായിരിക്കാം? കടവുളേ, പത്തുപവൻ! ഇന്നത്തെ നിലക്കു പത്തിരുപത്തഞ്ചായിരം രൂപ വരില്ലേ? തീർച്ചയായും. ജയാമ്മ ഇതെങ്ങിനെ സഹിക്കും? പെൺമക്കളുള്ളവർക്കേ അതിന്റെ ഭാരമറിയൂ. ലതയ്ക്കും സുധയ്ക്കുംവേണ്ടി ജയാമ്മയും വീട്ടുകാരും ഇനിയെത്ര കഷ്ടപ്പെടണം! ലതയ്ക്ക് ഒരാലോചന വന്ന സമയവുമാണ്. ഇക്കാലത്ത് നല്ലൊരു ബന്ധം കിട്ടാൻ ആണ്ടവരേ, വരദക്ഷിണയെത്ര കൊടുക്കണം!

''ദേവനായകം സാറുടെ തങ്കച്ചിയില്ലേ, തമിളരശി? അവളുടെ കല്ല്യാണത്തിന് അമ്പതു പവനും പിന്നെ മാമൂലുപോലെ വെള്ളിപ്പാത്രങ്ങളുമാ കൊടുത്തത്.''

''പാവം പ്രൊഫസറുടെ നടു ഒടിഞ്ഞുപോയി.''

''തമിളരശി ബി. എക്കാരിയല്ലേ. ഒത്തബന്ധം അന്വേഷിച്ചു പോയപ്പോൾ കൂട്ടിവെച്ചതെല്ലാം തീർന്നുപോയി.''

''ഏതായാലും പ്രൊഫസറ് ഭാഗ്യവാനാ. നല്ല ബന്ധവും കിട്ടി. ഇനി അങ്ങേർക്ക് വാരാമല്ലോ. രണ്ട് ആമ്പിള്ളേരല്ലേ?''

''പെൺകുട്ടികൾ പഠിച്ചിട്ടെന്താ? ഇതുതന്നെയാ കുഴപ്പം. പെറ്റവരു

ടെ ഉള്ളം കലങ്ങിപ്പോകും.''

മൂന്ന് പെൺകുട്ടികളുടെയും പഠിപ്പ് മെട്രിക്കുലേഷൻവരെയാക്കി നിർത്തിയത് സഭാപതി ചെയ്ത ബുദ്ധി. വാസ്തവത്തിൽ ജയാമ്മ തന്നെയാണ് അതിനു നിർബന്ധിച്ചത് എന്നും അവിടെ കൂടിയവർ ഓർക്കും. പുറത്തേക്കൊന്ന് എത്തിനോക്കാൻപോലും ധൈര്യപ്പെടാതിരിക്കുന്ന ലതയും സുധയും ഇതൊക്കെ കേൾക്കുന്നുണ്ടാവണം. അവർ കരയുകയാണോ? അറിയില്ല. മുഖത്തുനോക്കിയാൽ ഒന്നും പറയാനാവില്ല. സഭാപതിയുടെ ഭാര്യയായ ആനന്ദിയെന്ന ജയാമ്മയോ? അവർ ഒന്നും കാണുകയോ കേൾക്കുകയോ ചെയ്യുന്നുണ്ടാവില്ല. അവരുടെ തേങ്ങലുകൾക്ക് നീളം ഏറിയേറി വരും. പിന്നെ വലിയൊരു നിലവിളിപോലെയതു ഉരുണ്ടുകൂടി, കണ്ണുകൾ മറിഞ്ഞ് മോഹാലസ്യപ്പെട്ട് അവർ കുഴഞ്ഞുവീഴുന്നുണ്ടാവും.

സ്ത്രീകളെല്ലാം ജയാമ്മയെ പിടിച്ചു കിടത്തുകയും ഫാനിന്റെ സ്പീഡ് കൂട്ടുകയും ബ്ലൗസിന്റെ കുടുക്കുകളഴിക്കുകയും പാവാട അയച്ചു കെട്ടുകയും ചെയ്യുന്നതിനിടയിൽ പുരാതനമായ ആ പോലീസ് ജീപ്പിന്റെ ശബ്ദം കേൾക്കും. ഡ്രൈവർക്കു പുറമെ വൃദ്ധനായ ഹെഡ് കോൺസ്റ്റബിളും മൂന്നുനാലു പോലീസുകാരും ഉണ്ടാകും. മഹാപാപിയായ ആ തിരുടനെ ഇപ്പോൾ പിടിക്കും എന്ന ഭാവമായിരിക്കും അവർക്കെല്ലാം.

മണിക്കൂറുകൾകൊണ്ട് വൃദ്ധനായിത്തീർന്ന സഭാപതിയോട് ഹെഡ് കോൺസ്റ്റബിൾ ന്യായമായ ചില ചോദ്യങ്ങൾ ചോദിക്കും. സഭാപതി അവയ്ക്കെല്ലാം എന്തുത്തരം കൊടുക്കുമോ ആവോ?

പിന്നെ പോലീസുകാരെല്ലാം മെതിയടിപ്പുറത്തെന്നോണം ചടപടാ ശബ്ദമുണ്ടാക്കിക്കൊണ്ട്, ഒരു ലാത്തിച്ചാർജിൽ പങ്കെടുക്കുന്ന ആവേശത്തോടെ അകത്തേക്കു പ്രവേശിക്കുന്നുണ്ടാവും. സംഭവം നടന്ന മുറി വിശദമായി പരിശോധിക്കുകയും അളവുകളും തൂക്കങ്ങളും ശരിയായി രേഖപ്പെടുത്തുകയും ചെയ്യും. കൂട്ടത്തിൽ ചെറുപ്പക്കാരനായ ഒരു പോലീസുകാരൻ പെട്ടെന്ന് പുറത്തിറങ്ങും. എന്നിട്ട് മാല അപ്രത്യക്ഷമായെന്നു പറയുന്ന ജനൽവഴി ഒന്നു ചൂഴ്ന്ന് പരിശോധിക്കും.

പുറത്ത്, വയസ്സനായ സഭാപതിയും അകത്ത് മയക്കത്തിൽ നിന്നു മെല്ലെ ഉണരുന്ന ആനന്ദിയും. ലതയും സുധയും മോഹാലസ്യപ്പെടുന്നതും കാത്ത് രണ്ടു മൂന്ന് സ്ത്രീകൾ അവരുടെയടുത്ത് നിൽക്കുന്നുണ്ടാവും. പോലീസുകാരുടെ വരവോടെ മയക്കം നഷ്ടപ്പെട്ട താത്ത ഈസിച്ചെയർ സ്വന്തം വീട്ടുമുറ്റത്തു കൊണ്ടിട്ടു തിരിച്ചുവന്നു എന്തിനും റെഡിയായി നിൽക്കുന്നുണ്ടാവും.

കാണേണ്ടതെല്ലാം കണ്ട്, എഴുതേണ്ടതെല്ലാം എഴുതി പുരാതനമായ ജീപ്പിനടുത്ത് കൂടിനിൽക്കുന്ന പോലീസുകാർ ഒന്നും പറയാത്തതെന്താണ്? നാല് സ്യൂട്ട്കെയ്സുകൾ ഒന്നിനുപിറകെ ഒന്നായി അടുക്കിവെച്ചതിൽ രണ്ടാമത്തെ സ്യൂട്ട്കെയ്സിൽ നിന്നാണ് സാധനം പോയത്. അത് ജനലരികിൽ തുറന്നു കിടക്കുന്നു. പെട്ടികളെല്ലാം ജനലിനെതിർവശത്തെ ചുമരിനോടു ചേർത്താണു വെച്ചിരിക്കുന്നത്. പൂജയ്ക്കുള്ള മണിയും കിണ്ടിയും താലങ്ങളുമെല്ലാം അതിനുതാഴെ നിരത്തിവെച്ചി

രിക്കുന്നു. ജനൽ തുറന്ന് നീണ്ട വടിപോലുള്ള എന്തെങ്കിലുമുപയോഗിച്ച് തിരുടൻ രണ്ടാംപെട്ടിതന്നെ എടുത്തു എന്ന് കരുതുക. ഒന്നാംപെട്ടി വീഴില്ലേ? പൂജാപാത്രങ്ങളിൽ ചെന്നുവീണു കലഹമുണ്ടാക്കില്ലേ? പരാശക്തിയായ അമ്മ ഉറങ്ങിപ്പോയി എന്നുതന്നെ വയ്ക്കുക. വീട്ടിലുള്ളവർ ഒരു ശബ്ദവും കേട്ടില്ലെന്നോ? ജനലരികിൽ കാൽപ്പാടുകളൊന്നും കാണുന്നില്ലല്ലോ. നിലംതൊടാത്തിരുടനായിരിക്കുമോ? എഴുതിവെച്ച രേഖകളിൽനിന്ന് തുരുതുരാ ചോദ്യങ്ങൾ എയ്തുവിടപ്പെടുന്നതേറ്റ് ഹെഡ് കോൺസ്റ്റബിൾ ശരശയ്യയിലാകും.

അന്നേരം മോഹാലസ്യത്തിൽനിന്ന് പൂർണ്ണമായും വിടുതൽ പ്രാപിച്ച്, പുറത്ത് ഒറ്റയ്ക്കായ ഭർത്താവിനെ തുണയ്ക്കാനായി ജയാമ്മ വെളിയിൽ വരും. തളർന്നുനിൽക്കുന്ന സഭാപതിയെകണ്ട് അവർക്കു സഹിക്കാൻ കഴിയുമോ? തന്റെ മൂന്നു കുട്ടികളുടെ അപ്പാവാണിങ്ങനെ ഒടിഞ്ഞുനുറുങ്ങി, കൈകൾ മാറത്തു പിണച്ചുനിൽക്കുന്നത്.എന്തെല്ലാം ഓർമ്മകൾ അവരിലൂടെ കടന്നുപോയിരിക്കാം! പരസ്പരം പൂർണമായി അറിഞ്ഞവരാണവർ. ജയാമ്മ അറിയാത്ത ഒരു കാര്യവും ജയാപ്പയ്ക്ക് ഉണ്ടായിരുന്നില്ല. അവർ അറിയാതെ തേങ്ങിപ്പോകുന്നുണ്ടാവാം. ആ തേങ്ങൽകേട്ട് സഭാപതി തലയുയർത്തിനോക്കും. ആ അമ്മയുടെയും അച്ഛന്റെയും കണ്ണുകൾ കുടിക്കലരുന്നുണ്ടാവും. ആ കലർപ്പിൽ എന്തെല്ലാം ഉൾച്ചേർന്നിരിക്കണം?

"സഭാപതിസാർ, ഒന്നിങ്ങു വരണം" ഹെഡ് കോൺസ്റ്റബിൾ വിളിച്ചു.

താനേ അടഞ്ഞുപോയ ഗെയിറ്റ് തുറന്ന്, ഭാര്യയുടെ നേർക്ക് ഒന്നുകൂടി നോക്കി, വളരെപ്പതുക്കെ തെരുവിലേക്കിറങ്ങി, സഭാപതി ജീപ്പിനരികിലേക്കു നടന്നു.

"വാതിലുകൾ രണ്ടും അടച്ചിരുന്നുവെന്ന് തീർച്ചയാണോ?"

"ഇല്ല, ഒന്നും തുറന്നിരുന്നില്ല."

"ഇവിടെ ഇന്നലെ ആരെങ്കിലും വന്നിരുന്നോ?"

"ഇല്ല, ആരും വന്നിട്ടില്ല"

"അമ്മയ്ക്കു സഹായത്തിന് ഏതെങ്കിലും പെണ്ണ്?"

"ഇല്ല, ആരുമില്ല. ഇവിടെ നാലു പെണ്ണുങ്ങളുണ്ട് സാർ."

"അപ്പോൾ അകത്തുള്ളവരെ സംശയിക്കാമെന്നു വച്ചാൽ ആരുമില്ല?"

"ഇല്ല"

"സഭാപതിസാർ, നിങ്ങൾക്കാരെയെങ്കിലും സംശയം?"

"ഇല്ല, ആരെയും സംശയമില്ല. അമ്മേ പരാശക്തീ. മറ്റാരെയും എനിക്കു സംശയമില്ല."

"ശരി. ഇതിലൊന്ന് ഒപ്പിട്ടു തരൂ. ഞങ്ങൾ വിശദമായി ഒന്ന് അന്വേഷിക്കട്ടെ. എന്നിട്ട് അറിയിക്കാം."

ലഘുവായി പൊടിപറത്തിക്കൊണ്ട് ജീപ്പ് തിരിച്ചുപോകും. അവശനായ സഭാപതി വേച്ചുവേച്ച് തിരികെ വീട്ടിലേക്കു നടക്കുന്നുണ്ടാവും സാരമില്ല. എല്ലാം ശരിയാകും എന്ന് പുറത്തുതട്ടി പറഞ്ഞുകൊണ്ട്

താത്ത അയാളെ സമാധാനിപ്പിക്കുകയായിരിക്കും. സഭാപതിയെ വീട്ടിനുള്ളിലാക്കി, ഗെയിറ്റടച്ച് താത്തയും അവിടമൊഴിയും. ജീപ്പ് പോയതോടെ സ്ത്രീകൾ ഒരോരുത്തരായി സ്ഥലംവിട്ടിരിക്കും. ആ വീട്ടിൽ മുമ്പുള്ള അഞ്ചുപേർ മാത്രം ബാക്കിയാവും.

തല്ക്കാലം എല്ലാമൊന്നടങ്ങിയെന്ന് കരുതവേ ആ വീട്ടിൽനിന്ന് അടിച്ചുപൊളിക്കുന്ന ശബ്ദങ്ങൾ കേൾക്കുന്നെങ്കിൽ അതെന്തുകൊണ്ടാണ്? സഭാപതി ചുറ്റിക പ്രയോഗിക്കുകയാവും. അത്യധികമായ രോഷത്തോടെ. ആ ജനവാതിലുകൾ ചേർത്തുവെച്ചു പട്ടികകൾ അമർത്തിപ്പിടിച്ച്, ആണികൾ അടിച്ചുകയറ്റി ജനൽ കെട്ടിയടക്കുകയാവും മറ്റെന്താണു ചെയ്യുക? ചെയ്യാൻ പാടില്ലാത്തത് ചെയ്തതിലെ ആത്മനിന്ദയും ദു:ഖവുമെല്ലാം ആ അടികളിലുണ്ടാവും. അറിയിക്കാമെന്നു പറഞ്ഞുപോയ നിയമപാലകർ ഞെട്ടിത്തെറിച്ചുകൊണ്ട് ഇനിയെന്തെങ്കിലും അറിയിക്കാൻ വന്നാലുണ്ടാവുന്ന നാണക്കേടോർത്ത് അയാൾ വിറയ്ക്കുന്നുണ്ടാവും. ഈ അച്ഛന് ഇങ്ങനെയൊക്കെയേ പറ്റൂ. സഭാപതി നിശ്ശബ്ദമായി വിലപിക്കുന്നുണ്ടാവും. ആണികളെല്ലാം അങ്ങനെ അടിച്ചുകയറ്റി തീർത്തുകൊണ്ടിരിക്കേ ഒന്നുരണ്ടു പ്രാവശ്യം ചുറ്റിക വിരലുകളിൽ പതിച്ചിരിക്കണം. സഭാപതി ഒന്നും അറിയുന്നുണ്ടാവില്ല. ഇനിയീ ലോകത്തിൽ ഒരു കള്ളനും ഒരു ജനലും തുറന്ന് മോഷണം നടത്തരുതെന്നു കരുതുംപോലെ അയാൾ ഭ്രാന്തമായി ചുറ്റിക പ്രയോഗിച്ചുകൊണ്ടിരിക്കുകയാവും.

എല്ലാം അവസാനിച്ചുവെന്നുണ്ടോ? അമ്പരപ്പും ദു:ഖവും അന്വേഷണവുമെല്ലാം? ഇല്ല. അങ്ങനെ തീരാറില്ല. നല്ലതും തീയതുമെല്ലാം അമ്മ സമക്ഷം ബോധിപ്പിച്ചെങ്കിൽ മാത്രമേ എന്തെങ്കിലുമൊരു ആശ്വാസമുണ്ടാകൂ. നാലഞ്ചുദിവസം കഴിഞ്ഞാൽ അവർ അമ്മയായ ആദിപരാശക്തി കുടിയിരിക്കുന്നേടത്തേക്കു പോകും. സഭാപതിയും ആനന്ദിയും മൂന്നുപെൺമക്കളും മരുമകനും പേരക്കിടാവും ചുകചുകെ ചുവപ്പുടുത്ത് ദൂരെയുള്ള പരാശക്തിക്കോവിലിൽ ചെന്ന് അമ്മയെ കുമ്പിടും. അരുളപ്പാടുകൾക്കായി കാത്തുനിൽക്കും. കോവിലിന്റെ ഉടമസ്ഥനായ പൂജാരിയാണ് അമ്മയുടെ തിരുവചനങ്ങൾ പരാവർത്തനം ചെയ്യുക. മാല പോയതു പോകട്ടെ. അതിനെക്കുറിച്ച് ഇനി അന്വേഷിക്കേണ്ട എന്നും ആ സ്വർണ്ണം മറ്റു രൂപത്തിൽ അമ്മ തിരിച്ചേൽപ്പിക്കുന്നതാണ് എന്നും അരുളപ്പാടുണ്ടാകും. അർദ്ധനിമീലിതനായി പൂജാരിയങ്ങനെ ഉരുവിട്ടുകൊണ്ടിരിക്കുന്നത് മരുമകൻ കേൾക്കുന്നില്ലേ എന്ന് ക്ലാന്തനായി സഭാപതി ശ്രദ്ധിക്കുന്നുണ്ടാവും. അപ്പോൾ വയസ്സനായ സഭാപതിക്ക് വർഷങ്ങൾ തിരിച്ചുകിട്ടും. ആനന്ദിയെന്ന ജയാമ്മ ദീർഘമായി നിശ്വസിക്കുന്നുണ്ടാവും നാലഞ്ചുദിവസങ്ങൾക്കുള്ളിൽ നടക്കാൻ പോകുന്ന ഈ വക കാര്യങ്ങൾകൂടി അറിഞ്ഞാലേ, ദയനീയമായ ഹാസ്യരംഗങ്ങളുടെയെല്ലാം അർത്ഥങ്ങൾ തീർത്തും വ്യക്തമാവുകയുള്ളൂ.

കാതറിൻ ഫെർണാണ്ടസ്

കോവിലിൽ പോയി മുരുകനെയും കുമ്പിട്ട് ഭസ്മമെല്ലാം പൂശി കാതറിൻ, ഔവ്വയാർ തെരുവിൽ പ്രത്യക്ഷപ്പെട്ടപ്പോൾ ഏവരിലും അതൊരു കൗതുകമോ ഭയമോ ഉളവാക്കി. അവർ മുടിയും മുറിച്ചിരുന്നു. ആദിപരാശക്തിയുടെ അപാരമായ നിഗ്രഹാനുഗ്രഹ വിശേഷങ്ങളിൽ ആമഗ്നരായിരുന്ന സഭാപതിയ്ക്കും കുടുംബത്തിനും ഇത്തരം ഭക്തി ഉൾക്കൊള്ളാനേ കഴിഞ്ഞില്ല.

"കാതറിൻ, എന്നായിത്...." എന്ത് ചോദിക്കണമെന്നറിയാതെ സഭാപതിയുടെ ഭാര്യ, ആനന്ദി പകച്ചു. അകത്തുനിന്നുകൊണ്ട് സഭാപതി ജനലിലൂടെ തുറിച്ചുനോക്കുന്നുണ്ടായിരുന്നു..

"ഒന്നുമില്ലമ്മാ, ഏഴകൾക്ക് മുരുകനും തുണ." വളരെ നിസ്സാരമായി കാതറിൻ ഉത്തരം പറഞ്ഞു. യേശുവും മുരുകനും ആനന്ദിയിൽ ഇടം ചേരാതെ കിടന്നു. അവർ പിന്നൊന്നും പറഞ്ഞില്ല. ആദിപരാശക്തിക്കുവേണ്ടി ഒരുക്കിയിരിക്കുന്ന ചെമ്പട്ടുമുറിയിലേക്കും ചന്ദനത്തിരികളുടെ സുഗന്ധാന്തരീക്ഷത്തിലേക്കും സഭാപതിയുടെ ഭാര്യ പെട്ടെന്ന് പിൻവലിഞ്ഞിരിക്കണം.

"അവരെ കാണാൻ ഇപ്പൊ നല്ല ഭംഗീണ്ട്" സീത പറഞ്ഞു. മുടി പറ്റെ മുറിച്ചുകളയാതിരുന്നതുകൊണ്ട് ഏതാണ്ട് ബോബ് ചെയ്ത പ്രതീതിയുളവാകുന്നു.

"ശരിയാ" ഞാനും ആ അമ്പരപ്പുകളിൽ പങ്കുചേർന്നു. "ഒരിരുപത് വയസ്സ് കുറഞ്ഞപോലെ."

സീത പുറത്തുനിൽക്കുന്നത് കണ്ടതുകൊണ്ടാവാം ഗേറ്റ് തുറന്ന് കാതറിൻ പിന്നെ ഇങ്ങോട്ടു കയറി. എന്നിട്ട് കോലായുടെ അറ്റത്ത് അമർന്നിരുന്നു.

"മുടിയാതമ്മാ, എന്നാൽ മുടിയാത്" തളർച്ചയിൽ നെഞ്ചത്ത് കൈകൾ പിണച്ചുവച്ചുകൊണ്ട് കാതറിൻ വിലപിച്ചു. മുരുകനും തന്നെ രക്ഷിക്കാനാവില്ലെന്ന് കാതറിൻ പറയുന്നതുപോലെ അവരുടെ കണ്ണു

കൾ കലങ്ങിയതു ഞാൻ ശ്രദ്ധിച്ചു.

''എന്തുപറ്റി കാതറിൻ?'' സീത ചോദിച്ചു.

കാതറിൻ പെട്ടെന്ന് ഉത്തരമൊന്നും പറഞ്ഞില്ല. സാരിത്തുമ്പുകൊണ്ട് മുഖം തുടച്ചു, മൂക്കു ചീറ്റി കാതറിൻ അങ്ങനെയിരിക്കുന്നു. എന്റെ മുമ്പിൽവച്ച് കാതറിൻ ഒന്നും പറയാറില്ല എന്നറിയാവുന്നതുകൊണ്ട്, ഞാൻ പതുക്കെ പിൻവാങ്ങി.

ഫെർണാണ്ടസിന് വീണ്ടും ഗുരുതരമായിരിക്കുന്നു എന്ന് കാതറിൻ പറയുന്നത് കേട്ടു. പിന്നെ അവരുടെ ഒച്ച പതുക്കെയായി. സീതക്ക് മാത്രം കേൾക്കാവുന്ന വിധത്തിൽ അത് കുറഞ്ഞുവന്നു.

''ഫെർണാണ്ടസിന് വെള്ളമെറക്കാൻ പോലും പറ്റുന്നില്ലത്രേ'' കാതറിൻ പോയപ്പോൾ സീത തിടുക്കത്തിൽ അകത്തുവന്നു പറഞ്ഞു. ''കാര്യം കുഴപ്പായോ?'' ഞാൻ ചോദിച്ചു.

''മുരുകൻകോവിലിൽ തിരക്കിട്ട്പോവാനും അതാ കാരണം''

എനിക്കൊന്നും പറയാനില്ലാതെയായി. സീതക്കും. ഇക്കാര്യത്തിൽ ആർക്കും ഒന്നും ഇനി പറയാനുണ്ടാവില്ല. ഫെർണാണ്ടസ് തീരുകയാവാം. അല്ലെങ്കിലെന്തിനാ അയാൾ അവസാനിക്കുകതന്നെയായിരുന്നു. കഴിഞ്ഞ ഇരുപതുവർഷമായി.

ഇരുപതു കൊല്ലം. നേരത്തെ കാതറിൻ ഇരുപതുവയസ്സ് കുറഞ്ഞതു പോലെ എന്ന് പറഞ്ഞപ്പോൾ ഞാൻ ഓർക്കാതെപോയ കാര്യം. കാതറിന്റെ കഥയിൽ അതിന് കൂടുതൽ അർഥങ്ങളുണ്ടാവുന്നു. സീതയുടെ കാതിലെത്തുന്നത് പിന്നെ എന്നിലേക്കും ചേരുന്നതുവഴി അറിയുന്ന ചരിത്രം. കാതറിന്റെ കഥ ശോഷിച്ചുതുടങ്ങുന്നത് ഇരുപത് കൊല്ലം മുമ്പാണ്.

ആശിക്കാനറിയാത്ത ഒരു ജീവിതമായിരുന്നു കാതറിന്റേത്. മോഹങ്ങളുടെ കറ വീണ് പങ്കിലമാകാതിരുന്നിട്ടും അത് നേർവരപോലെ ശോഷിച്ചതും ആകുലവുമായിരുന്നു.പ്രത്യേകിച്ചൊരർത്ഥവും ഉളവാക്കാനാവാതെ കാതറിൻ നീങ്ങിക്കൊണ്ടിരുന്നു. ആ നീക്കങ്ങളെല്ലാം തെരുവിലെ ഓരോ വീടിന്റെയും ഉമ്മറത്തിണ്ണയിലിരുന്ന് കാതറിൻ പറയും. ആയതിനാൽ ദരിദ്രയും നിത്യസന്ദർശകയുമായ ഒരുവൾക്ക് കിട്ടാവുന്ന അവജ്ഞയും ഔദാര്യങ്ങളും അവർക്ക് കിട്ടിക്കൊണ്ടിരുന്നു.

പക്ഷേ ഔദാര്യങ്ങൾക്ക് വേണ്ടി കാതറിൻ കാത്തുനിന്നില്ല. വരും, പോകും, ചെയ്യാവുന്നതു ചെയ്യും, കിട്ടിയാൽ വാങ്ങും എന്ന ഒരുതരം ലളിതവും നിസ്സംഗവുമായ സമീപനമായിരുന്നു അവരുടേത്. നിർബന്ധിച്ച് ചെയ്യിക്കാവുന്ന ഒരു പണിയും കാതറിന് വശമില്ലായിരുന്നു.

വീട്ടുജോലിക്ക് നിന്നാൽ ഉള്ള പേരും പോകും എന്ന് കാതറിൻ സീതയോട് പറഞ്ഞിരുന്നു. റേഷനായി കിട്ടിയ ഗോതമ്പിന്റെ കാടുപടലങ്ങൾ നീക്കാനായി തുമ്മിയും ചീറ്റിയും സീത ശ്രമിച്ചുകൊണ്ടിരിക്കെയാണ് കാതറിൻ കടന്നുവന്നത്. ഡസ്റ്റ് അലർജിയുണ്ടാക്കുന്ന ഇത്തരം പണികൾ സീത അവർക്കായി നീക്കിവെച്ചു. സീതയോട് കാതറിൻ കൂടുതൽ അടുപ്പം കാണിക്കുന്നുണ്ടെന്ന് എനിക്ക് വെറുതെ

തോന്നിയിരുന്നു. കാതറിന്റെ കഥകൾ കേൾക്കെ സീത കഷ്ടം, കഷ്ടം എന്നു പറഞ്ഞുകൊണ്ടിരുന്നു.

"കാതറിന്റെ വീട്ടിലൊന്ന് പോവാമായിരുന്നു," മറന്നുപോയതെന്തോ ഓർത്തപോലെ സീത പറഞ്ഞു.

"വൈകുന്നേരമാവട്ടെ" ഞാൻ സീതയെ സമാധാനിപ്പിച്ചു.

"എന്തൊരു കഷ്ടമാണ്. അവരുടെ കാര്യം"

ഈ തെരുവിന്റെ ഇസ്തിരിക്കാരനായിരുന്നുവത്രെ ഫെർണാണ്ടസ്. അതൊരു കേട്ടുകേൾവിയാണ്. മുപ്പത്തിമൂന്നിലെ സൈദാപ്പേട്ട് താത്തയ്ക്കും മുപ്പത്തിയാറിലേ പാട്ടിയ്ക്കും ഫെർണാണ്ടസിനെ ഇസ്തിരിക്കാരനായി കണ്ടത് ഓർമയുണ്ട്. താത്തയുടെ യൂനിഫോമുകൾ കഞ്ഞിമുക്കി വടിവാക്കിക്കൊടുത്തത് ഫെർണാണ്ടസായിരുന്നുവത്രെ. പിന്നെ ഇവിടെ അയാളെ കണ്ടവർ ഞങ്ങൾ മാത്രമായിരിക്കും. ഒരിക്കൽ സീതയുടെ നിർബന്ധത്താൽ കാതറിന്റെ വീട്ടിലെത്തിയപ്പോൾ ഞങ്ങളും ഫെർണാണ്ടസിനെ കണ്ടവരായി. താത്തയെപ്പോലെ, പാട്ടിയെപ്പോലെ!

നശിക്കാറായ ചൂടിക്കട്ടിലിൽ ശരീരത്തിന്റെ ആശ്രയങ്ങളെല്ലാം നഷ്ടപ്പെട്ട്, വായ പാതി തുറന്നുകൊണ്ട് ഫെർണാണ്ടസ് കിടക്കുകയായിരുന്നു. മരുന്നുകുപ്പികളും മുഷിഞ്ഞ വിരിപ്പുകളും കൂടി വല്ലാത്തൊരു ഗന്ധം മുറിയിൽ തങ്ങിനിന്നു. മെലിഞ്ഞ് ഒന്നുമല്ലാതായിത്തീർന്ന ഒരു മനുഷ്യൻ. ഫെർണാണ്ടസിന്റെ കണ്ണുകൾ എവിടെയൊക്കയോ ഓടിനടന്നു. എന്തോ പറയാനായുന്നുണ്ടായിരുന്നു; പക്ഷേ ഫെർണാണ്ടസിന് അതിന് കഴിഞ്ഞില്ല.

കാതറിൻ കട്ടിലിന്റെ തലക്കൽ ചൂളിപ്പിടിച്ചിരുന്നു. ഇടക്ക് അവൾ സാരിത്തുമ്പുകൊണ്ട് മുഖം തുടച്ചു.

"ഈശ്വരാ" പുറത്തു കടന്നപ്പോൾ സീത നിശ്വസിച്ചു. "ഇരുപത് കൊല്ലായത്രെ അയാളീ കെടപ്പ് കെടക്കുന്നു"

അപ്പോൾ ഞാൻ വർഷങ്ങളുടെ ദയയില്ലാത്ത കണക്കുകൾ ഓർത്തുനോക്കി. കാതറിന് ഇപ്പോൾ നാല്പത് വയസ്സായിട്ടുണ്ടാവും. അതായത് ഇരുപത് വയസ്സിൽ കാതറിൻ; ഫെർണാണ്ടസിനെ പോറ്റാൻ തുടങ്ങിയിരിക്കും അതിനു മുമ്പ്....?

നിരങ്കുശമായ ഒരു പ്രണയം. ഫെർണാണ്ടസ്, കാതറിനിലേക്ക് കടന്നുചെന്നത് അങ്ങനെയാണ്. കാതറിനായതും അന്നേരമാണ്. അതിനു മുമ്പ് അവരുടെ പേര് മറ്റെന്തോ ആയിരുന്നു. ലക്ഷ്മിയാവാം വാസന്തിയാവാം. അത് കാതറിൻ ആരോടും പറഞ്ഞിട്ടില്ല. പിന്നെ വീട്ടിൽ നിന്നും കൂട്ടുകളിൽനിന്നും താൽക്കാലികമായെങ്കിലും പുറന്തള്ളപ്പെട്ട ദിവസങ്ങൾ.

"കഷ്ടം പിടിച്ച ദിനങ്ങൾ" കാതറിൻ സീതയോട് പറഞ്ഞിരുന്നു. "അമ്മാവും അപ്പാവും മിണ്ടുകയേ ഇല്ല"

നാളുകൾ കഴിയുന്തോറും പാപത്തിന്റെ രേഖകൾ മാഞ്ഞുപോവുകയാണ് പതിവ്. ഇത്തരം കഥകളിൽ അതങ്ങനെയാണ്. അമ്മ കനിഞ്ഞിട്ടും ഉയിരെടുക്കുന്നതുവരെ അപ്പ മുഖത്തു നോക്കിയതേയില്ല.

അപ്പോഴും നിസ്സംഗതയോടെതന്നെ കാതറിൻ നടന്നിരിക്കണം.

''കാതറിൻ ഫെർണാണ്ടസ്'' ഒരിക്കൽ സീത അങ്ങനെയാണ് അവരെ വിളിച്ചത്.

''പോ, അമ്മാ, ഏമാത്താതെ. അതെല്ലാം വലിയ വീട്ടിലെ പെണ്ണുങ്ങളെ വിളിക്കുന്ന പഴക്കം'' കാതറിൻ ചൊടിച്ചു. ഭർതൃനാമത്തിന്റെ വാലുമായി നടക്കണമെങ്കിലും ഭാഗ്യം ചെയ്യണം എന്ന് കാതറിൻ വിശ്വസിച്ചു.

''നമുക്ക് പോവാം'' സീത റെഡിയായിരിക്കുന്നു.

ഇനിയൊരിക്കൽ കാണാൻ കഴിഞ്ഞില്ലെന്നുവരും എന്നെനിക്ക് തോന്നിപ്പോയി. വേഗത്തിൽത്തന്നെ വീടുപൂട്ടി ഇറങ്ങി നടക്കുമ്പോൾ സ്വന്തം ഗേറ്റിങ്കൽത്തന്നെ സ്ഥാപിച്ചിരിക്കുന്ന കമലമ്മ ചോദിച്ചു:

''എങ്ങോട്ടാ? ഈവനിങ്ങ് വോക്കിനായിരിക്കും.''

എന്നിട്ടും കമലമ്മയ്ക്ക് വിശ്വാസം വന്നില്ല. അവർ തല കുടഞ്ഞു.

ഫെർണാണ്ടസിന്റെ കണ്ണുകൾ അടഞ്ഞുകിടന്നു. ഒരു ഞരക്കവും ഒരു ശ്വാസവും അയാളിൽ തങ്ങിനിൽക്കുന്നുണ്ടായിരുന്നു. ചെരിച്ചു കിടത്തിയതുകൊണ്ട് പുറത്തെ വ്രണങ്ങൾ മുഴുവൻ കാണാം. ആകെ ഞെട്ടിപ്പിക്കുന്ന രൂപം. കട്ടിലിൻ തലക്കൽ കീഴെ കാതറിൻ ഇരുന്നിരുന്നു. അവർ കൈകൾകൊണ്ട് മുഖം പൊത്തിയിരുന്നു.

ആരും ഒന്നും മിണ്ടിയില്ല. അതിന് കഴിയുമായിരുന്നില്ല എന്നതാണ് വാസ്തവം. ഇറങ്ങാൻ തുടങ്ങുമ്പോൾ കഴിഞ്ഞ തവണത്തെപ്പോലെ സീത, കാതറിന്റെ കയ്യിൽ എന്തോ പിടിപ്പിച്ചു. അത് കുറച്ച് രൂപയായിരുന്നു. കയ്യിൽ ചേർത്തുവെക്കപ്പെട്ട നോട്ടുകൾ വിടർത്തിനോക്കി. പിന്നെയത് തിരിച്ചുനീട്ടിക്കൊണ്ട് കാതറിൻ പറഞ്ഞു.

''വേണ്ടമ്മാ ഇതുകൊണ്ട് ഇനിയൊരു കാര്യവുമില്ല.''

സീത അത് തിരിച്ചുവാങ്ങാൻ മടിച്ചപ്പോൾ ഉറക്കെ കരഞ്ഞുകൊണ്ട് കാതറിൻ, സീതയുടെ കൈപിടിച്ച് വിടർത്തി നോട്ടുകൾ അതിൽ തിരുകിവെച്ചു. ഇനിയും ഒരു നിമിഷംകൂടി നിന്നാൽ സീതയും കരഞ്ഞുപോകും എന്നെനിക്ക് അറിയാമായിരുന്നു.

പുറത്ത് ഫെർണാണ്ടസിന്റെ ഇസ്തിരിവണ്ടിയുണ്ടായിരുന്നു. 'ഇയേശു സകായം മൊബൈൽ ഇസ്തിരി' എന്നെഴുതിയത്. ആ ഉന്തുവണ്ടിയുടെ വശങ്ങളിൽ പൊറ്റയടർന്ന് അവ്യക്തമായിക്കിടന്നു. കാതറിന്റെ വണ്ടിയാണതിപ്പോൾ. വൈകുന്നേരമായാൽ ക്യാമ്പ്റോഡ് ജങ്ഷനിൽ, വണ്ടിനിറയെ എന്തെങ്കിലും പഴങ്ങളുമായി കാതറിൻ എത്തും. അതാത് സീസണിലെ പഴങ്ങൾ. മാങ്ങയാവാം, സപ്പോട്ടയാവാം, റൊബസ്റ്റയാവാം. സ്വന്തം ജീവിതത്തെ എന്നപോലെ കാതറിൻ അതിനെയും ഉന്തിക്കൊണ്ട് നടന്നു. തീരെ വില്പന നടക്കാത്ത ദിവസങ്ങളിൽ അതിൽ കുറേ പഴങ്ങളെടുത്ത് അഞ്ചോ ആറോ പൊതികളാക്കി ഈ തെരുവിലെ വീടുകളിൽ ഏല്പിക്കും. കാശ് വാങ്ങും. കാതറിൻ നിർബന്ധമായി ചെയ്യുന്ന ഒരേയൊരുകാര്യം ഇതായിരിക്കും.

ചവോക് തടിയുടെ തൂണിനോട് ചേർത്ത് കെട്ടിയിട്ടിരിക്കുന്ന മൊ

ബൈബിൽ ഇസ്തിരിവണ്ടി അനക്കമറ്റുകിടന്നു. ഫെർണാണ്ടസിന്റെ ശരീരവും. അയാളുടെ രൂപമോർത്തപ്പോൾ, വർഷങ്ങളുടെ വിഫലതയോർത്തപ്പോൾ, കാതറിൻ ഇപ്പോഴും കരയുന്നതെന്തിന് എന്ന് ഞാൻ അത്ഭുതപ്പെട്ടു. യാതൊരു അർത്ഥവുമില്ലാത്ത വികാരം. കാതറിന് ഒന്നും കിട്ടിയിരിക്കില്ല. ഒരു ആലിംഗനംപോലും. ഇരുപതുകൊല്ലമായി കാതറിൻ അയാളെ കാത്തുപോരുന്നു.

''അവരെന്തിനാണ് കരയുന്നത് എന്നാണെനിക്കു മനസ്സിലാവാത്തത്.'' ഞാൻ അറിയാതെ പറഞ്ഞുപോയി.

''അതാപ്പൊ നന്നായത്. അവരുടെ ഭർത്താവ് ചാവുമ്പൊ പിന്നെ അവരു ചിരിക്കുകയാ ചെയ്യാ?'' സീതക്ക് ദേഷ്യം വന്നു.

''ഭർത്താവ്'' ഞാൻ സംശയിച്ചുകൊണ്ട് പറഞ്ഞു: ''ഇരുപത് കൊല്ലമായി മരിച്ചുകൊണ്ടിരിക്കുന്ന ഒരാളാണോ ഭർത്താവ്?''

''നിങ്ങളെന്തായീ പറയണേ?''

''നീ വിചാരിക്കുന്നുണ്ടോ, ഈ ശുശ്രൂഷ കാതറിന് ഒരിക്കൽപോലും മടുത്തുകാണില്ലെന്ന്?''

''ഉണ്ടാവും നാലും അവരെന്താ ചെയ്യേണ്ടിയിരുന്നേ?'

'അതെനിക്കും അറിയില്ല.''

''നന്നായി. വളരെ നന്നായി. ഇനി ഞാനാണിങ്ങനെ വീണ് പുഴുത്തതെങ്കി തോണ്ടി പുറത്തു കളയുമായിരുന്നു അല്ലേ?''

ഞാനുത്തരം പറഞ്ഞില്ല അതിന് ഒരുത്തരവും ഉണ്ടായിരുന്നില്ല. അതൊരു ചോദ്യമേ അല്ലായിരുന്നു. സീത അനാവശ്യമായി ഒരു പ്രശ്നമെടുത്തിട്ടതാണ് എന്നെനിക്ക് തോന്നി.

കിടക്കാൻ ഒരുങ്ങുമ്പോൾ സീത ഒരിക്കൽകൂടി കാതറിനെ ഓർത്തു:

''കഷ്ടംതന്നെ അവരുടെ കാര്യം.''

പിന്നെ അതിനെക്കുറിച്ച് ഒന്നും പറയാതിരിക്കാൻ ഞങ്ങൾ ശ്രമിച്ചു. ആ ദൃശ്യങ്ങളും ശബ്ദങ്ങളും മാറിനിൽക്കട്ടെ എന്ന് കരുതി. പക്ഷേ അതിന് വഴിയൊന്നുമില്ലായിരുന്നു. കിടന്നിട്ടും ഞങ്ങൾ ശരിക്ക് ഉറങ്ങിയോ? ഓരോ തവണ സീത തിരിഞ്ഞും മറിഞ്ഞും കിടക്കുമ്പോഴും എന്റെയും ഉറക്കത്തിന്റെ കണ്ണികൾ പൊട്ടിക്കൊണ്ടിരുന്നു.

ഉണർന്നപ്പോൾ പിന്നെ രാവിലത്തെ തിരക്കുകളായി. എനിക്ക് ഏഴുമണിക്കുതന്നെ ഒരുങ്ങിയിരിക്കണം. അതിന് പിന്നാലെ സീതയുടെ സ്ക്കൂൾവാൻ വരും. കഴിഞ്ഞുപോയത് ഒരു ഞായറാഴ്ചയായിരുന്നുവെന്നും ഒഴിവുദിനമായിരുന്നുവെന്നും ഓർക്കനാവാത്തവിധം ഞങ്ങൾ തിരക്കിലായി. അങ്ങനെ ദിവസത്തേക്കുള്ളതെല്ലാം ഒരുങ്ങിക്കൊണ്ടിരിക്കെ പെട്ടെന്ന് ഗേറ്റ് തുറക്കുന്ന ശബ്ദം. പേപ്പർകാരനും പാൽക്കാരനും നേരത്തെ വന്നുപോയല്ലോ!'

കാതറിനായിരുന്നു.

വലിയൊരു കരച്ചിൽ ഒതുക്കിപ്പിടിച്ചിട്ടെന്നവണ്ണം കാതറിൻ ഉമ്മറത്ത് വീഴുകതന്നെയായിരുന്നു.

''എന്താ കാതറിൻ, എന്തുപറ്റി?'' സീത ചോദിച്ചു.

കാതറിൻ ഒന്നും പറയുന്നില്ല. അവർ സീതയുടെ മുഖത്തേക്ക് മിഴിച്ചു നോക്കി.

“എന്തുപറ്റി?” ഞാനും ചോദിച്ചു.

“സർ.......” കാതറിൻ ദയനീയമായി വിളിച്ചു.‘എന്നാൽ മുടിയാത് സാർ..... എന്നാൽ മുടിയാത്..’

“എന്തേ കാതറിൻ?”

“അങ്ങേര് മരിക്കുന്നത് കാണാൻ വയ്യ....”

“ഈശ്വരാ എന്തായി കാതറിൻ പറയണേ”

“അതേമ്മാ ഫെർണാണ്ടസ് ഒടുക്കത്തെ ശ്വാസം വലിച്ചുകൊണ്ടിരിക്കുകയാ....”

“എന്നിട്ട് കാതറിൻ ഇവിടെ?”

“എനിക്ക് വയ്യാ അമ്മ...... അത് കാണാൻ എനക്ക് കഴിയില്ല....”

ഫെർണാണ്ടസ്- അയാളവിടെ ഏകനായി മരിച്ചുകൊണ്ടിരിക്കുന്നു. തികച്ചും ഒറ്റയ്ക്ക് എന്ന് ഞാൻ ഞെട്ടലോടെ ഓർത്തു. അത് കാണാനുള്ള കരുത്തില്ലാതെ, മുഖം പൊത്തിക്കൊണ്ട്, തളർന്നുകൊണ്ട്, കാതറിൻ ഇവിടെ....

“എന്തൊരനുഭവമാണിത്,” സീത വിലപിക്കുന്നത് ഞാൻ കേട്ടു.

വ്യംഗ്യമല്ലാത്ത കാര്യങ്ങൾ

വേണ്ടതും വേണ്ടാത്തതും മനസ്സിലാക്കുന്ന മനസ്സ്
മനസ്സിന് മുകളിൽ വട്ടമിട്ടു പറക്കുന്ന ആ പക്ഷി
എല്ലാം എല്ലാം നമ്മെ എല്ലാമനുഭവിപ്പിക്കുന്നു.

കവിയെ ഓർക്കാൻ സമീപസ്ഥമായ നിമിത്തങ്ങളൊന്നുമുണ്ടായിരുന്നില്ലല്ലോ എന്ന് തീർച്ചപ്പെടുത്തുമ്പോഴാണ് ആരുടെയോ പുറത്ത് അടി വീഴുന്നതും പിന്നെയൊരു സ്ത്രീയുടെ നിലവിളിയും കേൾക്കുന്നത്. മുള്ളുവേലികൊണ്ട് വേർപിരിഞ്ഞുപോയ അയൽപക്കത്തു നിന്നാണ്. അഥവാ ഒരു മറുലോകത്തുനിന്ന്. കരുത്തും പരാക്രമവുമുള്ളവൻ അവളെവെച്ച് വീക്കുകയാണ്. അവൾ മലർന്നടിച്ചു വീഴുന്നു. എഴുന്നേൽക്കുമ്പോൾ വീണ്ടും വീക്കുന്നു.

കാണിയുടെ കരുണയെ മുള്ളുവേലി തടയുന്നു.

അമ്മ മലർന്നടിച്ചു വീഴുന്നതും അലമുറയിടുന്നതും കണ്ട് കൊച്ചുമകളും കരയുന്നുണ്ട്. പാദസരം കിലുങ്ങുമാറ് ഓടിക്കളിക്കാറുള്ള ആ കുഞ്ഞ് ആര്യവേപ്പിന്റെ കീഴെ, അരണ്ടുനിൽക്കുന്നു. കുഞ്ഞ് ഏങ്ങിയേങ്ങിക്കരയുന്നു.

'അവളോടെ ഹസ്ബന്റ് ഊര്ക്ക് പോയിട്ടാര്.' അടുത്ത പോർഷനിൽ താമസിക്കുന്ന താര അടക്കം പറഞ്ഞു. താരയുടെ മുഖത്ത് നിസ്സംഗത. ഞങ്ങളേക്കാൾ മുമ്പ് മുള്ളുവേലിയുടെ അയൽക്കാരായ താരക്കും കണ്ണനും ഇതിലൊന്നും കാണാനില്ലായിരുന്നു. പക്ഷെ താര പറഞ്ഞത് പുതിയൊരു അറിവായി. (ആ പക്ഷി വട്ടമിട്ട് വട്ടമിട്ട് പറക്കുന്നു....) അടികൊണ്ട് വീഴുന്നവളുടെ കണവനിവിടെയില്ല. പിന്നെ ആരാണ് വീക്കിയത്? ബാല്യത്തിൽ പിതാവിനും യൗവനത്തിൽ ഭർത്താവിനും വാർദ്ധക്യത്തിൽ പുത്രനും ഒരു സ്ത്രീയെ വീക്കാവുന്നതാണ്. ഇയാൾ ഇവരിലാരുമല്ലെന്നല്ലെ താര പറഞ്ഞത്. പിന്നെ?

"കണവനോടെ അണ്ണൻ" താര പറഞ്ഞു.

"വായ് മൂട്.... വായ് മൂട്...." മലർന്നു കിടന്നു കരയുന്നവളെ മാമിയും

മാമനാരും അടക്കുന്നുണ്ടായിരുന്നു. വീക്കിയവൻ തൊട്ടപ്പുറത്തെ സ്വന്തം മാളത്തിലേക്ക് വലിയുന്നു. പിന്നെ കുളിക്കാനായി തോർത്തെടുത്തു പുറത്ത് വരുന്നു. എല്ലാം അവസാനിച്ചെന്ന് ഉറപ്പുവരുത്തിയിട്ട് വീണുകിടക്കുന്നവളുടെ മാമിയും മാമനാരും പിൻതിരിഞ്ഞു പോകുന്നു. ആ വലിയ വീട്ടിൽ ഓരോ കുടുംബവും വേറെ വേറെ വെപ്പും തീനുമായി കഴിയുകയാണത്രെ.

“അവര് ലൗ മാരേജ് താൻ....” താര വീണ്ടും പറഞ്ഞു. എന്നിട്ട് കണ്ണനെയൊന്ന് നോക്കി. എന്താണ് ലൗ മാരേജ് എന്നു പറഞ്ഞാൽ ഈ രംഗത്തിൽ അർത്ഥം? അത് മാമിയുടേയും മാമനാരുടേയും കാരുണ്യമില്ലായ്മയുടെ അർത്ഥമാണെന്നറിയുന്നു. ഒരു കച്ചവടത്തിന്റെ സുഖദമായ വിലപേശലുകൾ നടക്കാത്തതുകൊണ്ട്, വീണുകിടക്കുന്നവളെ താങ്ങാൻ ബാധ്യതയില്ലാതെ നിൽക്കുകയാണീ മാമിയും മാമനാരും. പെൺവീട്ടിൽ നിന്ന് വരേണ്ടുന്ന എത്രയെത്ര ഉപഹാരങ്ങളാണ് അനുരാഗത്തിന്റെ പേരിൽ മകൻ മുടക്കിയത് എന്നോർക്കുമ്പോൾ മാമിക്കും മാമനാർക്കും ഒടുങ്ങാത്ത രോഷമുണ്ടാകുന്നു.

അപ്പോൾ കണ്ണനും താരയും അവരുടെ അകങ്ങളിലേക്ക് പോയി. അവർക്ക് കാഴ്ച മതിയായിരുന്നു. വാസ്തവത്തിൽ കണ്ടുനിൽപ്പിന്റെ ആലസ്യങ്ങൾക്ക് സുഖമേകാൻ ഇതിലൊന്നുമില്ല. തിരിഞ്ഞപ്പോൾ സീതയുണ്ട് പിറകിലെന്ന് കണ്ടു. എനിക്കൊന്നും പറയാനുണ്ടായിരുന്നില്ല. ആര്യവേപ്പിന്റെ കുടക്കീഴിൽനിന്ന് കുഞ്ഞ് ഏങ്ങിയേങ്ങിക്കരയുന്നുണ്ടായിരുന്നു. കാഴ്ചകൾക്കും ശബ്ദങ്ങൾക്കുമൊന്നുമൊരു സ്നിഗ്ദ്ധതയില്ല. പതുക്കെ കട്ടിലിൽ ഇരുന്നപ്പോൾ സീതവന്ന് മടിയിൽ മുഖമമർത്തി. പറന്നുവീണ തലമുടിയിലൂടെ വിരലോടിക്കുമ്പോൾ സീത കരയുന്നു എന്നെനിക്ക് മനസ്സിലായി.

അപ്പോൾ മൃദുലവും അതിസംതൃപ്തവുമായ സ്വരത്തിൽ താര വിളിക്കുകയായിരുന്നു:

“മുരുകാ.... ഏയ് മുരുകാ....”

അമ്മയുടെ വിളി കേട്ട് മുരുകൻ കുണുങ്ങിക്കുണുങ്ങി ഉണ്ണുവാൻ വരവായി. കളിനിർത്തി കൂട്ടുകാരെല്ലാം പിരിഞ്ഞു.

“എന്നാമ്മാ?....” ട്രൗസറിൽ തിരുപ്പിടിച്ചുകൊണ്ട് മുരുകൻ ചോദിച്ചു. കളിക്കിടയിൽ തിരിച്ചുവിളിച്ചതിന്റെ പരിഭവം അവൻ മറച്ചുവെച്ചില്ല. കുഴച്ചുവച്ച തൈർ സാദത്തിന്റെ പ്ലേറ്റ് അപ്പോൾ താര മുരുകന് നേരെ നീട്ടി. കൊച്ചു കൊച്ചുരുളകളായി മുരുകൻ അത് വാരിത്തിന്നുന്നത് താര നോക്കിനിന്നു. സഫലമായ അടിവയറിന്റെ മുഗ്ദ്ധത അപ്പോൾ താരയെ ചൂഴ്ന്നുനിന്നു. താരയുടെ ചുണ്ടുകൾ വിറകൊള്ളുകയും കണ്ണുകൾ സജലങ്ങളാവുകയും ചെയ്തു.

കൈവന്ന ഈ നേട്ടത്തിലെ സഫലതയാൽ കണ്ണനും താരയും എപ്പോഴും വിടർന്നുനിന്നു. സ്കൂളിൽനിന്ന് തളർന്നും വിരസമായും മുരുകൻ വരുമ്പോൾ താരയുടെ മുലകൾ ചുരന്നു. ഒന്നാം ക്ലാസിലായിട്ടും മുരുകനതിൽ ഒട്ടും നാണമില്ല. വരാനിരിക്കുന്ന വേവലാതിക

ളിൽനിന്ന് ഇന്നേ മോചനം നേടിയ കണ്ണനും താരയും സായാഹ്നങ്ങൾ ആഘോഷിക്കുകയും വിരുന്നു പോവുകയും ചെയ്തിരുന്നു. ഇടക്കെല്ലാം കണ്ണൻ ഇപ്പുറത്തേക്ക് തലനീട്ടി ചോദിക്കും.

''വൈ ഡോൺഡ് വീഹാവെ ഗെറ്റു ഗെതർ, സർ''

വായുസേനയിൽനിന്ന് സ്വയം മോചിതനായ കണ്ണന് സ്വകാര്യമായ ഒരു മദ്യശേഖരം ഉണ്ടായിരുന്നു. നാടിന്റെ മനംകാക്കുന്ന രണശൂരന്മാർക്കു വേണ്ടി സവിശേഷ ചേരുവകളിൽ ഉണ്ടാക്കുന്ന വീര്യവും ശുദ്ധിയുമുള്ള മദ്യത്തിൽ പതുക്കെ ആഴുമ്പോൾ കണ്ണന് വാക്കുകളേറും.

''ഒന്ന് പോതും. ധാരാളമാ പോതും.... വീയാർ ഡിറ്റർമിന്റ്.... വൈ ഷുഡ് വീ ഹാവ് അൺവാണ്ടഡ് വറീസ്, സർ?''

വാക്കുകളേറുമ്പോൾ കണ്ണന് എന്നും ഇതു തന്നെയായിരുന്നു പറയാനുള്ളത്. അതുകൊണ്ട് ഈ ഗെറ്റുഗെതറുകൾ വിരസമായിരുന്നു. ഒരു കുഞ്ഞുകൂടി വേണം എന്ന അടക്കാനാവായ്മയെ പിടിച്ചു നിർത്തുകയാണോ കണ്ണൻ?- അതു പെണ്ണായാലോ? എന്തുകൊണ്ടോ അയാൾ ഇതു തന്നെ പറഞ്ഞുകൊണ്ടിരുന്നു. ഒരുങ്ങി നിൽക്കുന്ന ജന്മങ്ങളുടെ മറവിൽനിന്ന് ഇളം കരച്ചിലുകൾ താര കേൾക്കാറുണ്ട്. പക്ഷെ ചെവികൊടുക്കാറില്ല. മുരുകനു ശേഷം താരയുടെ മാതൃപാത്രം പാഴായും ശൂന്യമായും ഇരുന്നു. ആഴത്തിനുമേൽ ഇരുൾ ഉണ്ടായിരുന്നു.

ഒന്ന്, രണ്ട്, മൂന്ന്.... കണ്ണന്റെ മുഖം തുടുക്കുന്നു. കണ്ണുകളിൽ ചോര നിറയുന്നു. മദ്യം ശരിക്കും പ്രവർത്തിക്കുന്നു. എനിക്കും തല തരിക്കാൻ തുടങ്ങിയിരുന്നു. വാക്കുകൾ വരുതിയിലേക്ക് വരാത്ത നേരങ്ങളാണിവ.

''അപ്പോഴെ, കണ്ണൻ'' ചോദിക്കാൻ പാടില്ലെന്നോർത്തിട്ടും ഞാൻ ചോദിച്ചു. ''മുരുകന്റെ പെണ്ണിൽനിന്ന്, അതായത് താങ്കളൊരു മാമനാരാകുമ്പോൾ, ഉപഹാരങ്ങൾ ഒഴിവാക്കുമോ?''

കണ്ണൻ കോപിക്കുമെന്നാണ് പ്രതീക്ഷിച്ചത്. പക്ഷെ അതുണ്ടായില്ല. പ്രത്യേക രീതിയിൽ വിരലുകളുയർത്തി, വേഗത്തിൽ തലകുലുക്കിക്കൊണ്ട് കണ്ണൻ പറഞ്ഞു:

''നോ.... നോ.... ഞാനൊരാൾ വിചാരിച്ചാൽ സൂര്യൻ പടിഞ്ഞാറുദിക്കുമോ? ഇറ്റീസ് നോട്ടെ ക്വസ്റ്റ്യനറ്റാൾ.''

മുരുകനപ്പോൾ കുലുങ്ങിക്കൊണ്ട് വന്നു. ടീപ്പോയിലുള്ള പ്ലേറ്റുകളിൽ കയ്യിട്ടുവാരി. വായ നിറച്ചും ഉപ്പേരി കുത്തിത്തിരുകിയ മുരുകനെ കണ്ണൻ ആലസ്യത്തോടെ വാരിയെടുത്തു. മുരുകന് നാണമാകുന്നുണ്ടായിരുന്നു. അവനുടനെ കണ്ണന്റെ മടിയിൽനിന്ന് വഴുതിയിറങ്ങി അകത്തേക്കോടി.

പുത്രൻ പിതൃക്കൾക്ക് മോക്ഷവുമായെത്തുന്നവൻ

ഞാൻ ഉരുവിട്ടു.

''ആത്മാ വൈ പുത്രനാമാ അസി. സജീവ: ശരത: ശതം.''

നന്ദി, സുഹൃത്തെ. ഒരു സൽക്കാരത്തിന് നന്ദി.

''അവൾ വീണ്ടും ഗർഭിണിയാണ്'' അപ്പോൾ കണ്ണൻ പറഞ്ഞു.

''ആര്?''

"കണ്ടില്ലേ, അടികൊണ്ട് മലർന്നു കിടക്കുന്നത്....?"

....മലർന്നു വീണവൾ അങ്ങനെത്തന്നെ കിടക്കുകയാണ്. അടിയുടെ ഊക്കിൽ അവളുടെ അടിവയറ് കലങ്ങിയിരിക്കണം. മലർന്നുകിടക്കുന്ന അമ്മയിൽനിന്നും വിരൂപനായ അരുണൻ പുറത്തു കടക്കുന്നു. അപൂർണ്ണ സുഷുപ്തിയുടെ നീരസവുമായി, അമ്മക്ക് ആയിരം കൊല്ലത്തെ ദാസ്യവും നേർന്നുകൊണ്ട് അവൻ മുകളിലേക്ക് ഉയർന്നു. സഹസ്രകിരണനായ സൂര്യന്റെ തേരാളിയാകുന്നു....

എല്ലാം പതിവു പോലെ.

ഇന്ന് ചൂട് ജാസ്തിയാണ്. കണ്ണൻ പറഞ്ഞു.

വൈരൂപ്യത്തിന്റെ കോപത്താൽ അരുണൻ ചമ്മട്ടിയെടുത്ത് ആഞ്ഞു വീശി. ശ്വേതവാജികൾ അലറിപ്പാഞ്ഞു....

ആദ്യത്തേത് പെണ്ണാണ്.... ആണ്ടവരേ, ഇനിയവൾക്ക് അടുത്തതും.... കണ്ണൻ പറയുന്നുണ്ടായിരുന്നു.

അമ്മ അപ്പോഴും മലർന്നുവീണ് കിടക്കുകയാണ്.

ലച്ച്മിയുടെ സുന്ദരിപ്പാവകൾ

ധ്യാനപ്പുരയുടെ കരിങ്കൽപ്പടവുകൾ കയറി രമേശൻ തിരിഞ്ഞുനോക്കി. മറ്റൊരു ബോട്ട് മഹായോഗിയുടെ പാറയോടടുക്കുന്നു. ദൂരെ കര വിട്ടുമാറി നിന്നു. കരക്കും പാറക്കും ഇടയിൽ കട്ടമരങ്ങളെ വിഴുങ്ങാനായുന്ന കടൽ. പായതാഴ്ത്തി, തിരകളെ കവച്ചുകടന്ന് കട്ടമരങ്ങൾ തീരത്തോടടുക്കുന്നു. രമേശൻ മുഖം പറിച്ചെടുത്ത് ധ്യാനപ്പുരയുടെ അകത്തേക്ക് കയറി. അശാന്തരുടെ നെടുനിരകൾ ധ്യാനപ്പുരയിൽ തിങ്ങി വിങ്ങുന്നു. ഇരുട്ടിൽ പതിഞ്ഞിരുന്ന്, തെളിഞ്ഞുവരുന്ന ഇളം പച്ചവെളിച്ചത്തിൽ കണ്ണുംനട്ട് ഏവരും സ്വാസ്ഥ്യമാവാഹിക്കുന്നു.

"ശബ്ദമുണ്ടാക്കരുത്...." ശാന്തിമന്ദിരത്തിലെ ഔദ്യോഗിക കാവൽക്കാരൻ ചുണ്ടത്ത് വിരലമർത്തി.

രമേശൻ ചുണ്ടുകൾ കടിച്ചുപിടിച്ചു. എന്നിട്ട് ഒരു മൂലയിൽ പടിഞ്ഞിരുന്നു. ധ്യാനപ്പുരയിലെ ഇരുട്ട് എല്ലാ ശബ്ദങ്ങൾക്കും മുകളിൽ കട്ടിക്കരിമ്പടമായി പതിഞ്ഞു കിടക്കുന്നു. വസ്ത്രങ്ങളുരയുന്ന ശബ്ദം മാത്രം നിലനിൽക്കുന്നു. മൗനം കനത്തു വരുന്നു.

ഇരുട്ട് തെളിയവെ, മുന്നിൽ സാരി പുതച്ച ഒരു യുവതി ധ്യാനത്തിൽ അലിഞ്ഞലിഞ്ഞില്ലാതാകുന്നത് രമേശൻ കണ്ടു.

ധ്യാനപ്പുരയെ വഹിക്കുന്ന പാറക്കെട്ടുകളെച്ചുറ്റി മൂന്നു സമുദ്രങ്ങൾ ഇളകി മറിയുന്നു. പുറംലോകത്തിന്റെ ഒച്ചകളുമായി അവ രമേശിന്റെ ചെവിയിൽ ഇരമ്പിയാർത്തു. 'അരുത്' രമേശൻ സമുദ്രങ്ങളോടു പറഞ്ഞു. "ഈ കൂടിയിരിക്കുന്നവരുടെ ധ്യാനം തകർക്കരുത്, എന്റേയും...."

രമേശൻ പച്ചവെളിച്ചത്തിലേക്ക് ഉറ്റുനോക്കിക്കൊണ്ടിരുന്നു. പിന്നിൽ ശാന്തി തേടിയെത്തുന്നവരുടെ മൃദുപാദശബ്ദങ്ങൾ. മുന്നിലെ യുവതിയുടെ സാരിത്തലപ്പ് ഒന്നുണർന്ന് രമേശിന്റെ മടിയിൽ വന്നുവീണു. ഇരുളിൽ പച്ചവെളിച്ചം കത്തിനിൽക്കുന്നു. ഇരുട്ടും നിഴലുമങ്ങനെ മാഞ്ഞുപൊയ്ക്കൊണ്ടിരിക്കവെ, മുന്നിലെ വെളിച്ചത്തിൽ മനമുറച്ചു

നിർത്താൻ രമേശൻ വായിൽക്കിട്ടിയ ശബ്ദങ്ങൾ ചുണ്ടനക്കാതെ ഉച്ച രിച്ചുകൊണ്ടിരുന്നു.

കണ്ണിനു മുമ്പിലെ തിമിരപടത്തിൽ സ്മൃതികൾ ആടിക്കൊണ്ടിരുന്നു. അവ രമേശനു നേരെ ഗോഷ്ഠി കാണിക്കുന്നു. ഇവയെയാണ് ഒതുക്കേണ്ടത്. ഓർമ്മകളുടെ കോമാളിച്ചിരികളെ അമർത്തേണ്ടിയിരിക്കുന്നു. രമേശൻ കണ്ണുകൾ മുറുക്കിയടച്ചു. പതുക്കെ, വളരെപ്പതുക്കെ അരൂപിയായിത്തീരുന്നത് രമേശനറിഞ്ഞു.

എന്നിട്ടും ഒടുങ്ങാത്ത സമുദ്രങ്ങൾ. രമേശിന് അരിശം വന്നു. പച്ചവെളിച്ചത്തിന്റെ ആഴങ്ങളിലേക്ക് പടികളിറങ്ങിച്ചെല്ലവെ, മൂന്നു സമുദ്രങ്ങളുടെ ആരവം കനംകൂടിത്തന്നെ വരികയാണെന്നു രമേശനറിഞ്ഞു.

''അരുത്; ശബ്ദമുണ്ടാക്കരുത്'' രമേശൻ സമുദ്രങ്ങളോട് വീണ്ടും വിളിച്ചു പറഞ്ഞു. ''ജനലുകൾ കൊട്ടിയടച്ച് ഇവിടെയെത്തിയത് നിങ്ങളുടെ ബഹളം കേൾക്കാനല്ല'' തോന്ന്യാസികളായ സമുദ്രങ്ങൾ. ഇക്കൂടിയിരിക്കുന്നവരുടെ കലങ്ങിയ മനസുകളെക്കുറിച്ച് അവക്കെന്തറിയാനാണ്! മനസ്സുറപ്പിക്കാൻ ചൊല്ലിയ മന്ത്രങ്ങളെല്ലാം പിഴക്കുന്നു. ശൈത്യമുള്ള ആ മുറിയിൽ ഇരുന്നിട്ടും രമേശിന്റെ മൂക്കിൻതുമ്പത്ത് വിയർപ്പു തുള്ളികൾ പൊടിഞ്ഞു. അവ ചാലുവച്ചൊഴുകാൻ തുടങ്ങി. ശാന്തി നേടാൻ പഠിച്ചുവച്ച മന്ത്രങ്ങൾ തെറ്റിയോ? ചൊല്ലിയ വരികളോർക്കവെ രമേശന് കിടിലമുണ്ടായി.

പുതിയ പുംബീജമായ് വീഴൂ
അടിമണ്ണിലൂടെ
നീരുറവയിലൂടെ നീ
മരമായ് മനുഷ്യനായ്
പൊഴിയുന്ന മഴയായി
ഒഴുകുന്ന പുഴയായി....
ഒഴുകുന്ന പുഴയായി....
ഒഴുകുന്ന പുഴയായി.

ചൊല്ലിയ വരികളുടെ മുന്നിലെ വരികളോർക്കവെ, പച്ചവെളിച്ചത്തിന്റെ പടികളിറങ്ങാനാവാഞ്ഞത് ഇടറി നിന്നതു എന്തു കൊണ്ടാണെന്ന് രമേശനറിഞ്ഞു.

പൊഴിയുന്ന മഴയായി
ഒഴുകുന്ന പുഴയായി....
ഒഴുകുന്ന പുഴയായി....

അതിശയം തന്നെ. ഒരുങ്ങിയെത്തുമ്പോൾ എന്തും എപ്പോഴും വിലങ്ങി നിൽക്കുന്നു. ഒരു യാത്രയുടെ അന്ത്യത്തിൽ ശാന്തിമന്ത്രത്തിലും പരുഷത കലരുന്നു. രമേശിന് കരച്ചിൽ വന്നു.

അപ്പോൾ ബോട്ടുകൾക്ക് താണ്ടാനാവാത്ത വിധം മൂന്നു സമുദ്രങ്ങളിലേയും തിരമാലകൾക്ക് വലിപ്പംവച്ചു വരുന്നതായി ആരോ വിളിച്ചു പറഞ്ഞു. ഒച്ചവെക്കരുത് എന്നു വിലക്കിയ ധ്യാനപ്പുരയുടെ കാവൽക്കാരൻ തന്നെ തിരക്കുകൂട്ടി. ''വേഗം.... വേഗം.... പിന്നെത്താമസിച്ചാൽ

അപ്പുറം കടക്കാൻ കഴിയില്ല. ഇന്നിവിടെ കുടുങ്ങിപ്പോകും....''

ധ്യാനം ഇവിടെവച്ച് അവസാനിപ്പിക്കേണ്ടിയിരിക്കുന്നു. ഇറങ്ങിപ്പോയതിന്റെ ഇരട്ടി വേഗത്തിൽ എല്ലാവരും പച്ചവെളിച്ചത്തിന്റെ പടികൾ തിരിച്ചു കയറുന്നത് രമേശൻ കണ്ടു. പുതച്ച സാരി നേരെയാക്കി മുന്നിലെ യുവതി ഝടിതിയിൽ ധ്യാനപ്പുരയുടെ വാതിൽക്കലേക്ക് നീങ്ങുന്നു. എത്ര പെട്ടെന്നാണ് ഇവളുണർന്നത്!

എത്രയിറങ്ങിയിട്ടും ഒരു പടിപോലും താണ്ടിയിട്ടില്ലാത്ത രമേശനു പിന്നിൽ സുന്ദരിക്കുട്ടികളുടെ കൗതുകരൂപങ്ങൾ വില്ക്കുന്ന പെൺകുട്ടി.

''ആറ് രൂപാ സാർ.... സാറ് നാല് രൂപക്ക് എട്ത്തിട്ങ്കോ സാർ....'' കറുത്ത പെൺകുട്ടി വിടാതെ പിന്തുടർന്നു. 'എനിക്ക് പാവകളെ വേണ്ടല്ലോ' എന്ന് രമേശൻ പറഞ്ഞു. കൈതോല ചതച്ചുണ്ടാക്കിയ സുന്ദരിപ്പാവകളുമായി കറുത്ത പെൺകുട്ടി പിന്നാലെ കൂടിയപ്പോൾ, ധ്യാനം മുറിഞ്ഞ ഇച്ഛാഭംഗവുമായി നടക്കുകയായിരുന്നു രമേശൻ. ശംഖുവില്പനക്കാരുടെ ആക്രോശം വലുതായി വരുന്നുണ്ട്. തൊപ്പികളും സഞ്ചികളും ശംഖുമാലകളും കടൽജീവികളുടെ കൗതുകമുള്ള അസ്ഥിക്കൂടങ്ങളും. ആൾത്തിരക്കിൽ രമേശൻ മറഞ്ഞു നടന്നു.

എന്നിട്ടും കറുത്ത പെൺകുട്ടി പിന്നാലെയുണ്ട്.

''അനിയത്തിയേപ്പോലെ നെനച്ച് വാങ്കിടുങ്കോ സാർ' രമേശനെ ബോധ്യപ്പെടുത്താൻ അവൾ തന്റേതല്ലാത്ത ഭാഷയിൽ മെനക്കെടുന്നുണ്ട്. അനിയത്തി എന്നു കേട്ടപ്പോൾ രമേശന് നൊന്തു. പച്ചവെളിച്ചം അശക്തമായിക്കൊണ്ടിരിക്കുന്നു. ചുറ്റും നിറഞ്ഞു കവിഞ്ഞവർ ഇളകിത്തുടങ്ങിയോ? രമേശന് അങ്ങനെ തോന്നി. ബോട്ടുകളുടെ വരവ് നിലച്ചിരിക്കുന്നു. പാറയിലെത്തിയവരെ തിരിച്ചേൽപ്പിക്കാൻ അവ ഒരുങ്ങിയിരിക്കയാണ്. മുന്നിലെ യുവതി ഒന്നിളകിയിരുന്നു. രമേശന്റെ മടിയിൽവീണ സാരിത്തലപ്പ് ഊർന്നിറങ്ങി. കാർപ്പെറ്റിലൂടെ അവളുടെ പിൻഭാഗത്ത് പറ്റിച്ചേർന്നു.

കറുത്ത പെൺകുട്ടി വിടുന്നേയില്ല. നാലു രൂപ ഇപ്പോൾ മൂന്നായിട്ടുണ്ട്. അവളുടെ കൈയിൽ സുന്ദരിക്കുട്ടിയുടെ കൗതുകരൂപങ്ങൾ നിറഞ്ഞു കവിയുന്നു.

പുതിയ പുംബീജമായ് വീഴൂ
വാഴൂ.... വാഴൂ....
മരമായ് മനുഷ്യനായ്....
മരമായ് മനുഷ്യനായ്....

മന്ത്രം പിഴച്ചവൻ തലകുത്തിനിൽക്കുന്നു. മാഞ്ഞുപോയ സ്മൃതിരൂപങ്ങൾ തിരിച്ചുവരുന്നു. പച്ചവെളിച്ചത്തെ ദൃശ്യപഥത്തിൽനിന്ന് മറച്ചുപിടിച്ചുകൊണ്ട് അവ കരാളനൃത്തം തുടങ്ങി. രമേശൻ വീണ്ടും കണ്ണുകൾ മുറുക്കിപ്പൊത്തി. വിരലുകളുടെ വിടവുകളിലൂടെ ആ നൃത്തം തുടർന്നുകൊണ്ടേയിരുന്നു. രമേശന്റെ തലച്ചോറ് ആയിരം ഇതളുകളായി വിണ്ടുകീറാൻ തുടങ്ങി. അനന്തസമുദ്രങ്ങൾ ആ വിടവുകളിലൂടെ

ആർത്തലച്ച് ഇരമ്പിക്കടന്നു.

“വേണമാാാ.... സാാാർ....” കറുത്ത പെൺകുട്ടി ചോദിച്ചു.

“നിന്റെ പേരെന്താ?” രമേശൻ തിരിച്ചു ചോദിച്ചു.

അതുകേട്ടപ്പോൾ അവളൊന്ന് പിന്നാക്കം വലിഞ്ഞു. എന്നിട്ട് സുന്ദരിക്കുട്ടികളുടെ രൂപങ്ങൾ നിലത്തുവെച്ച്, എളിയിൽ കൈ കുത്തിനിന്ന് അവൾ രമേശനെ ചുഴിഞ്ഞു നോക്കി. നാടെവിടെ, വീടെവിടെ, വീട്ടിലാരൊക്കെയുണ്ട് എന്നൊരു പരമ്പര ഈ സാറിൽനിന്ന് ഇനി വരും എന്നവൾ അറിഞ്ഞു. മുന്നിൽ നിൽക്കുന്ന തടിയൻ സാറ് തീർത്തും ഉപയോഗശൂന്യനായിരിക്കുന്നു.

‘ലചമി’ അവൾ നിർലക്ഷ്യയായി പറഞ്ഞു. പിന്നെ രമേശന്റെ മുന്നിൽ നിരത്തിയ സുന്ദരിപ്പാവകളെ അടക്കി കൈയിലെടുക്കുന്നതിനു മുമ്പ് അവൾ ചോദിച്ചു. “വേണമാ സ്സാാാർ.... കടൈശ്ശിവെല ഒന്ന് അമ്പത്?” ലച്മി എന്നിട്ട് പതുക്കെ തിരിഞ്ഞു നടന്നു.

മുന്നിലെ പച്ചവെളിച്ചം ഇപ്പോൾ തീർത്തും കെട്ടുപോയിരിക്കുന്നു.

അച്ഛന്റെ കഥ

"അമ്മേ, ഒരു കഥ പറയ് അമ്മേ", കുട്ടികൾ രണ്ടും ചടഞ്ഞിരുന്ന് കെഞ്ചി. ഇത്തിരിയാണ്ടുകളായി അങ്ങനെ ഒരേ ഇരുത്തമിരുന്ന് വേരു പിടിച്ചുപോയ അമ്മ, ഇനിയെന്തു കഥ പറയേണ്ടു എന്നറിയാതെ വലഞ്ഞു. രാജാക്കന്മാരായ രാജാക്കന്മാരുടെ കഥയെല്ലാം പറഞ്ഞു തീർന്നു. വിദൂഷകരുടെയും വേതാളങ്ങളുടേയും കഥകളും കഴിഞ്ഞു. ഇനിയെന്തു കഥ? "എന്ത് കഥയാ അമ്മ പറയണ്ടേ?" മൂത്തവളുടെ കവിളിൽ തട്ടിക്കൊണ്ട് അമ്മ ചോദിച്ചു. കഥയറിയാത്ത കുട്ടികൾ എന്തു പറയാനാണ്. രണ്ടുപേരും നന്നായി ആലോചിച്ചു കൊണ്ടിരിക്കെ, അമ്മ യൊന്ന് ചരിഞ്ഞിരുന്നു. അവിടവിടെയായി ഒന്നുരണ്ടു വേരുകൾ പൊട്ടി. ഇത്തിരി ചോര പൊടിഞ്ഞു. നാശം! എല്ലാം ഒപ്പം പൊട്ടിയാൽ ഒന്നെ ഴുന്നേൽക്കാമായിരുന്നു.

"അമ്മേയമ്മേ, നമ്മടെ അച്ഛന്റെ കഥ പറ. അതു മാത്രമെന്താ അമ്മ പറയാത്തെ" കുട്ടികൾ രണ്ടും ഒരുമിച്ചു പറഞ്ഞു. അങ്ങനെ പറയു മ്പോൾ, അവരുടെ കണ്ണുകൾ തിളങ്ങി. ഒരുമ്മ കിട്ടിയതു പോലെ കവി ളുകൾ തുടുത്തു. അമ്മയുടെ കണ്ണുകളിലേക്കു തന്നെ നോക്കിയിരിക്കെ, അമ്മ അച്ഛന്റെ കഥ പറയാൻ പോകയാണെന്നവർ തീർച്ചയാക്കി. കാര ണം സാധാരണ അങ്ങനെ പറഞ്ഞാൽ അമ്മ പറയും: "ഒന്നാം രാജാ വ് എലിയെ പിടിക്കാൻ പോയ കഥ കേൾക്കണ്ടെ മക്കൾക്ക്?" അല്ലെ ങ്കിൽ, "ഭൂതത്തിനു പറ്റിയ മണ്ടത്തരം കേൾക്കണ്ടെ?" അതുമല്ലെങ്കിൽ അമ്മ പറയും: "ആ കഥ നാളെ പറയാലോ." ഇന്നങ്ങനെയൊന്നും പറയുന്നില്ല. അമ്മയിന്ന് അച്ഛന്റെ കഥ പറയും. ഹായ്!

"പണ്ടു പണ്ട്...." അമ്മ തുടങ്ങി. "ഇവിടെയൊരച്ഛനുണ്ടായിരുന്നു. നിങ്ങടെ അച്ഛൻ"

"ഞങ്ങൾ ജനിക്കുന്നതിനും മുമ്പാണോ അമ്മേ?" മൂത്തവൾക്ക് സംശയമായി.

"കഥയിൽ ചോദ്യമില്ല എന്നറിഞ്ഞൂടെ നിനക്ക്" അമ്മ വിലക്കി:

''ഒരു ചോദ്യോം ചോദിക്കാമ്പാടില്ല.''

ഒരു ചോദ്യവുമില്ലാതെ ആ കഥ നീണ്ടു പോകവേ കുട്ടികൾക്ക് അത്ഭുതമായി. എന്തൊക്കെയാണീ അമ്മ പറയുന്നത്. ഒന്നും മനസ്സിലാവുന്നില്ലല്ലോ. എത്ര ശ്രദ്ധിച്ചിട്ടും ഒന്നും തിരിയുന്നില്ലെന്നായപ്പോൾ അവർ ഉറക്കമായി. എന്നും, ഏതു കഥയുടേയും പകുതിവെച്ച് കുട്ടികൾ സ്വയം മതിയാക്കുന്നു, കിടക്ക തട്ടിക്കുടഞ്ഞു വിരിച്ച്, അമ്മ കുട്ടികളെ എടുത്തു കിടത്തി. ഒരു പുതപ്പെടുത്ത് മൂടുകയും ചെയ്തു. ഉറക്കം ഇത്തിരി നീങ്ങവെ, വാതിൽ തുറന്ന് കുട്ടികൾ സ്വപ്നത്തിലേക്ക് കടന്നു പോയി. ആ വീട്ടിൽ അമ്മ തനിച്ചാവുകയും ചെയ്തു.

രാവേറെ ചെന്നപ്പോൾ, അച്ഛൻ വരേണ്ട സമയമായത് അമ്മയറിഞ്ഞു. ഇന്നു വൈകുന്നല്ലോ; എന്തു പറ്റിക്കാണും എന്നെല്ലാം അമ്മ ഓർത്തുകൊണ്ടിരിക്കവേ, ചാരിയ വാതിൽ തുറന്ന്, മുഷിഞ്ഞ അച്ഛൻ കടന്നു വന്നു.

''നീയൊന്നും കഴിച്ചില്ലേ?'' അച്ഛൻ പതിവുചോദ്യം ചോദിച്ചു. അമ്മ ഇല്ലെന്ന് തലയാട്ടി.

''എന്നാൽ വിളമ്പൂ, എനിക്ക് വിശക്കുന്നു.''

ഊണു കഴിച്ചു കൊണ്ടിരിക്കുമ്പോൾ കറികൾക്കെല്ലാം എന്തൊരു സ്വാദ് എന്ന് അച്ഛൻ അത്ഭുതപ്പെട്ടു. ഇഷ്ടപ്പെട്ട കറികൾ മാത്രം ഇവളുണ്ടാക്കുന്നതോ, അതോ ഉണ്ടാക്കിയതെല്ലാം ഇഷ്ടപ്പെടുന്നതോ? രണ്ടു തരത്തിലും സംഭവിക്കാവുന്നതാണെന്ന് അച്ഛൻ സ്വയം സമാധാനിപ്പിച്ചു. ഊണിലൂടെ, കറികളിലൂടെ, അമ്മയുടെ നനുത്ത വിരലുകൾ മുടിയിലൂടെ അരിച്ചു നടക്കുന്നത് അച്ഛനറിഞ്ഞു. അപ്പോൾ കൈത്തണ്ടയിലെ രോമങ്ങൾ എഴുന്നുനിൽക്കുന്നതായും മങ്ങിയ മുഖത്ത് തുടുപ്പ് കയറുന്നതായും അച്ഛൻ അനുഭവിച്ചു. പിന്നെ അച്ഛൻ അമ്മയെ പിന്നിലൂടെ കെട്ടിപ്പിടിച്ച് പിൻകഴുത്തിൽ ചുണ്ടുകളമർത്തി. പാത്രങ്ങൾ കഴുകുന്നേരം ഒടിഞ്ഞുവീണ, അമ്മയുടെ കയ്യിലെ കുനുകുനായുള്ള രോമങ്ങൾ നിവർന്നു നിന്നു. ഭ്രാന്തമായ ഒരു തിരിയലിൽ അമ്മ അച്ഛനെ കെട്ടിപിടിച്ച് ചേർന്നു കിടന്നു. ''മുറുക്കിപ്പിടിക്കൂ'' എന്നമ്മ പതുക്കെ അലറി. ഇന്നും തളർന്നു കിടന്നുറങ്ങിയാൽ നാളെയും നേർത്തെ എഴുന്നേൽക്കാനാവില്ലല്ലോ എന്നാശങ്കപ്പെടവേതന്നെ, അപാരമായ ഒരാലസ്യത്തിലേക്ക് അച്ഛൻ ഒഴുകി വീണു.

കുട്ടികൾ രണ്ടും ഉറക്കപ്പിച്ചോടെ എഴുന്നേറ്റുവന്ന് പതിവുപോലെ ഊൺമേശയിലേക്ക് നോക്കി. അവിടെയതാ വാടിയ പച്ച മുന്തിരിക്കുല. അച്ഛൻ ഇന്നലെയും വന്നിരുന്നു. എന്നിട്ടെവിടെ? ''എടാ, അച്ഛനിന്നും നമ്മളെ പറ്റിച്ചു.'' മൂത്തവൾ വിഷാദത്തോടെ പറഞ്ഞു. അച്ഛന്റെ ലാളന മേശപ്പുറത്ത് അനാഥമായിക്കിടക്കുന്നു. പല്ലുതേക്കുന്നതിനു മുമ്പ്, മുഖം കഴുകുന്നതിനു മുമ്പ് അവർ മുന്തിരിങ്ങ തിന്നാൻ തുടങ്ങി. മത്സരിച്ച് തിന്നാൻ തുടങ്ങി. മുന്തിരിയുടെ ഇളം പുളി, കാണാത്ത അച്ഛന്റെ ഉമ്മയായി അവരുടെ ചുണ്ടുകളിൽ പറ്റിച്ചേർന്നു. ഇന്നലെയാണ് പൊട്ടിയ സ്ലേറ്റിനു പകരം ഒന്നും, കാണാതായ ചുവന്ന പെൻസിലിനു പകരം

വേറൊന്നും മേശപ്പുറത്തുനിന്നും കിട്ടിയത്. അടുക്കളയിൽ അമ്മ മുഖം പൊത്തി നിന്നു. പിന്നെ പതുക്കെ ബ്രഷുകളിൽ പേസ്റ്റ് പതിച്ച് മക്കളെ വിളിച്ചു. അവരിരുവരും സ്വയം ഒരുങ്ങിക്കൊണ്ടിരുന്നു. ലഞ്ച് ബോക്സിൽ ദോശ മടക്കി വെച്ചുകൊണ്ടിരിക്കെ, പുറത്ത് റിക്ഷാക്കാരൻ മണിയടിച്ചു.

അമ്മ ജാലകം ചാരിനിന്നു. വലിയ പുറംകാഴ്ചകളൊന്നും അതിലൂടെ കടന്നുവരുന്നില്ല. നിറയെ ഇല കൊണ്ടുമൂടിയ മരത്തിന്റെ ഇരുണ്ട കോണിൽ, രാത്രി മറന്നുപോയ ഒരു മൂങ്ങ. പകൽവെളിച്ചം കുത്തിക്കയറിയ അതിന്റെ വട്ടക്കണ്ണുകൾ അമ്മയിൽ തറഞ്ഞുനിന്നു. മൂളിയാൽ പറന്നെത്തുന്ന കാക്കകളെ പേടിച്ചു മൂങ്ങ ചൂളിയിരിക്കുന്നു. അമ്മ ജനൽ വലിച്ചടച്ചു. പെട്ടെന്ന് പിൻകഴുത്തിൽ അച്ഛൻ വന്നതായി അമ്മക്ക് തോന്നി. തിരിഞ്ഞുനോക്കവേ, ചുവന്ന വെള്ളം കുടിച്ച് നിതാന്തമായി ആടിക്കൊണ്ടിരിക്കുന്ന രണ്ട് പക്ഷി പ്രതിമകൾ മാത്രം. മണി പത്തടിക്കുന്നു. തിരക്കിട്ട് ഊണു കാലാക്കിയിട്ട് എന്തു ചെയ്യാനാണ്? എന്നുമെന്നപോലെ, വൈകുന്നേരം കുട്ടികളോടൊത്തോ, രാത്രിയിൽ വൈകി വാതിൽ തുറന്നെത്തുന്ന അച്ഛനോടൊത്തോ ശമിപ്പിക്കാൻ വേണ്ടി അമ്മ വിശപ്പ് മാറ്റിവെച്ചു. വിരിചുളിഞ്ഞു നാശമായിക്കിടക്കുന്ന കിടക്കയിൽ, നെടുനാളത്തേക്കുള്ളൊരു ഉറക്കത്തിലേക്ക്, അമ്മ അറിയാതെ മറിഞ്ഞുവീണു.

വൈകുന്നേരമായപ്പോൾ വാതിലിൽ, പൊടുന്നനെ മുട്ടുകേട്ടു. മകനാണ്. അവനിന്നുവരും എന്നെഴുതിയിരുന്നു. എന്നിട്ടും അമ്മ കട്ടിലിൽ നിന്നെഴുന്നേൽക്കാൻ വൈകി. വയ്യ. പാറിപ്പറന്ന മുടി പിന്നോട്ട് ഒതുക്കിവച്ച്, അമ്മ കട്ടിൽ പിടിച്ച് പതുക്കെയെഴുന്നേറ്റു. ഏറെ നേരമെടുത്ത്. ഏറെ ദൂരം താണ്ടിച്ചെന്ന് വാതിൽ തുറന്നു. വാതിൽക്കൽ നിൽക്കുന്ന മകനെ കണ്ടപ്പോൾ, "നീ ക്ഷീണിച്ചു പോയല്ലോടാ" എന്നവർ സങ്കടപ്പെട്ടു. അവന്റെയൊരു മുടിയും മീശയും. എന്തൊരു പൗരുഷമാണാ മുഖത്ത്. മകൻ പെട്ടിയെടുത്തകത്തു വെച്ച് പറഞ്ഞു: "അമ്മേ വിശക്കുന്നല്ലോ." ജോലി സ്ഥലത്ത് ഒറ്റക്ക് അവനൊന്നും കഴിക്കുന്നുണ്ടാവില്ല. അമ്മ വേഗം അടുക്കളയിൽ കടന്നു. മകൻ പതുക്കെ ഷൂലെയ്സ് അഴിച്ചു കൊണ്ടിരുന്നു. രണ്ടും അഴിച്ചുമാറ്റാൻ അവൻ ഒരുപാട് സമയമെടുക്കുന്നു. അമ്മയതെല്ലാം കണ്ടു. കയ്യിൽ ഒരു കെട്ട് മുന്തിരിങ്ങയുണ്ട്. അത് മകൻ മേശപ്പുറത്ത് വെച്ചു. കാപ്പിയുമായി അമ്മ കടന്നുവരവേ, വീണ്ടും വാതിൽക്കൽ മുട്ട്. ഇത്തവണ മകൾ ചാടിവീണു. "അമ്മേ എത്ര നാളായി അമ്മയെ കണ്ടിട്ട്" എന്നവൾ പറഞ്ഞു. പിന്നാലെ മകളുടെ ഭർത്താവും. അയാളുടെ കഷണ്ടി കുറേക്കൂടി പിറകോട്ട് പോയിരിക്കുന്നു. ഇപ്പോൾ ഉള്ളതിലധികം പ്രായം തോന്നിക്കും. മകൻ, മകൾ, മകളുടെ ഭർത്താവ് എല്ലാവരും ഊൺമേശക്ക് ചുറ്റുമിരുന്ന് കാപ്പികുടിക്കുമ്പോൾ അമ്മ പതുക്കെ പറഞ്ഞു.

"എല്ലാവരും കൂടി ഇന്നു വന്നത് നന്നായി. ഇന്ന് അച്ഛന്റെ ആണ്ടുശ്രാദ്ധമാണ്."

"ആരുടെ, അച്ഛന്റെയോ? ആരാണ് ഈ അച്ഛൻ?" എന്ന് മക്കൾ രണ്ടുപേരും ഒപ്പം ചോദിച്ചു. അമ്മക്ക് ഒന്നും പറയാനായില്ല. ദൂരെ, വളരെ ദൂരെ ഊൺമേശയുടെ അങ്ങേത്തലക്കലിരുന്ന്, മക്കൾ കേൾക്കാത്തവിധം അമ്മ നെടുവീർപ്പിട്ടു. ഇനിയും താൻ കടന്നുചെന്നിട്ടില്ലാത്ത ഒരു കാലത്തിലിരുന്നു മക്കൾ, താൻ പറഞ്ഞതിനെക്കുറിച്ചന്യോന്യം സംശയിക്കുന്നത് അമ്മ വ്യക്തമായി കേട്ടു. അവരങ്ങനെ സംശയിച്ചു കൊണ്ടിരിക്കവേ, മേശയിന്മേലേക്ക് അമ്മ പെട്ടെന്ന് കുനിഞ്ഞുവീഴുന്നത് അകലെയിരുന്നു മക്കൾ കണ്ടു. പൊടുന്നനെ മൂന്നുപേരും എഴുന്നേറ്റ് അമ്മയുടെ അരികിലേക്ക് ഓടാൻ തുടങ്ങി. അവർക്ക് കുറെയേറെ ദൂരം ഓടാനുണ്ട്. മേശയുടെ അങ്ങേത്തലക്കൽ എത്തണമല്ലോ. വെപ്രാളപ്പെട്ടു മക്കളങ്ങനെ ഓടിയടുത്തു കൊണ്ടിരിക്കവെ, അമ്മയുടെ ഉള്ളിൽ അച്ഛൻ ഒരു മുന്തിരിക്കുലയായി തൂങ്ങിക്കിടക്കുന്നു. അച്ഛൻ അമ്മയുടെ പിൻകഴുത്തിൽ ഒരുമ്മയായി ചേർന്നു നിന്നു. രാത്രി വൈകിയെത്തി, വാതിൽ തുറന്ന്, മുഷിഞ്ഞു തളർന്ന അച്ഛൻ വിയർപ്പിന്റെ മണവുമായി അമ്മയിലേക്കു കുഴഞ്ഞുവീണു.

നിയോഗം

മുറിയിൽ തിരിച്ചെത്തുമ്പോൾ, ജനലിലൂടെ വീണിരിക്കാവുന്ന കത്തുകൾക്ക് ആയുന്നതിന് മൂർത്തമായ കാരണമുണ്ട്- അപ്പുറവുമിപ്പുറവുമുള്ള മുറികളിലെ നല്ലവരായ അയൽക്കാർ. മൂന്നാമതൊരാൾ പരിചയപ്പെടുത്താനില്ലാത്തതുകൊണ്ടോ എന്തോ, ആരുമായും വലിയ അടുപ്പമായിട്ടില്ലിതേവരെ. ആയതിനാൽ മുറിക്കുള്ളിലൊറ്റക്കാവുന്നതിന്റെ അമ്പരപ്പു തീർക്കാൻ കത്തുകളല്ലാതെ പോംവഴികളൊന്നുമില്ല. ജോലിക്കായി പുറത്തു പോകുന്നതുവരെയും തിരിച്ചു വന്നാലുടനെയും തന്റെ ട്രാൻസിസ്റ്റർ മൂളിച്ചു കൊണ്ടിരിക്കുന്ന അൻപഴകനാണ് ഒരാൾ. പിന്നെയിപ്പുറത്ത് എപ്പോഴും ആഹാരം പാകം ചെയ്യുകയും എപ്പോഴും പാത്രം കഴുകുകയും ചെയ്യുന്ന ബാലുവും തോമസും. മറ്റുള്ളവരെക്കുറിച്ചൊന്നുമറിയില്ല. കുളിക്കാനായി കോമൺ ബാത്തിലെത്തുമ്പോൾ മാത്രം കാണുന്നവർ. ലോഡ്ജ് ഒരു ഭൂപടം പോലെയാകുന്നു. ഓരോരുത്തരും അവരവരുടെ ഭൂപ്രദേശം വളച്ചുകെട്ടിയുറപ്പിക്കുന്നു.

അവരെപ്പോലെയല്ല ഈ കത്തുകൾ. അവയെപ്പോഴും ഉള്ളതു പറയുന്നു. അകലങ്ങളിലെ സൗഹൃദമോ ഈർഷ്യയോ കാണിക്കുന്നു. അതുകൊണ്ടു തന്നെ മുറിപൂട്ടി, പ്രഭാതങ്ങളിൽത്തന്നെയിറങ്ങുമ്പോൾ ഒരു ജനൽപ്പാളി തുറന്നു വെക്കുന്നു. ആ പാളിയിലൂടെ പഴയ സൗഹൃദങ്ങൾ എപ്പോഴും കടന്നു വരുന്നു.

ജനലിലൂടെ വരുന്ന ബന്ധചിഹ്നങ്ങൾ രണ്ടു തരത്തിലുള്ളവയാണ്. ഒരു മണ്ടൻ വർഗ്ഗീകരണം എന്നു കരുതിയാൽ മതി- സൂക്ഷിച്ചു വെക്കുന്നവയും അല്ലാത്തവയും. ജയയുടെ കത്തുകൾ സൂക്ഷിച്ചുവെക്കുന്നു. അവയിൽ ഒരു കൊച്ചുകുടുംബത്തിന്റെ ആർദ്രമായ സ്വപ്നങ്ങളുണ്ട്. മാസാന്ത്യങ്ങളിലെങ്കിലും നശിപ്പിച്ചു കളയുന്ന മറ്റുള്ളവയിൽ സ്വപ്നങ്ങളുണ്ടാകാറില്ല. പൂനയിൽ നിന്ന് പിന്നെ ബോംബെയിൽ എത്തിയ ഉമേശ് അയക്കുന്ന കത്തുകളിൽ കർമ്മവിരസതയുടെ ദൈന്യമുണ്ട്. പുകക്കുഴലിന്റെ ഉയരവും ഫാക്ടറിയുടെ വിശാലതയും അവ

നെ നിസ്സാരനാക്കുന്നുവത്രെ. സർക്കസിന്റെ മായാലോകം രാഘവനെ അവശനും വിഡ്ഢിയുമാക്കുന്നു. പ്രമുഖമായൊരിന്ത്യൻ സർക്കസിലെ കോമാളിയാണവൻ. ഇങ്ങനെ ഓരോരോ മൂലകളിൽനിന്നും ഓടിയെത്തുന്ന കത്തുകളിൽ അതാതു മൂലകളുടെ ഇരുട്ട് പരന്നുകിടക്കുന്നു. ജയക്ക് പക്ഷെ, സ്വപ്നവും കാണാനാകുന്നുണ്ട്.

പ്രസന്നയുടെ കത്തുകളിലും സ്വപ്നങ്ങളില്ല. എങ്കിലും കീറിക്കളയാനാവാത്ത എന്തോ ഒന്ന് അവയിലുണ്ട്.

വാസ്തവത്തിൽ പ്രസന്ന കത്തുകളയക്കേണ്ട കാര്യമേയില്ല. ഈ നഗരത്തിന്റെ സമീപ കോണുകളിൽനിന്ന് നിത്യേനയെന്നോണം അവളെ കണ്ടുമുട്ടുന്നു. കൂടിക്കാഴ്ചകൾക്ക് ദൈർഘ്യവുമുണ്ടാകാറുണ്ട്. എന്നിട്ടും അവൾ എഴുതുന്നു. അതിൽ അവ്യാഖ്യേയമായി എന്തോ ഒന്നുണ്ട്.

പ്രസന്നയെ എവിടെവെച്ചാണ് ആദ്യം കാണുന്നത്? കേരള സമാജത്തിന്റെ മുഷിപ്പൻ പ്രതിമാസ പരിപാടികളിലൊന്നിൽ വെച്ചാണെന്ന് തോന്നുന്നു. എല്ലാ മലയാളിക്കുംകൂടി ഒരു മലയാളം ഇല്ലാത്തതുകൊണ്ടോ എന്തോ, പരിപാടികൾക്ക് ആളുണ്ടാവില്ല. ഒഴിഞ്ഞ കസേരകളെ സാക്ഷിനിർത്തി പ്രകടനങ്ങൾ അരങ്ങു തകർക്കും. അത്തരമൊരു വ്യർത്ഥപ്രകടനത്തിൽവെച്ച്, അച്ഛന്റെ നിഴലിൽനിന്ന്, അങ്ങേർ തന്നെ വെളിച്ചത്ത് കൊണ്ടുവന്നതുകൊണ്ട് കണ്ടു; അറിഞ്ഞു. ഈ വലിയ നഗരത്തിൽ മനുഷ്യനെ അറിയാൻ യാദൃച്ഛികതകളല്ലാതെ മറ്റു വഴിയൊന്നുമില്ല.

എന്തിനെക്കുറിച്ചും എങ്ങനെയും സംസാരിക്കുന്ന പ്രസന്നയുടെയച്ഛൻ ഒരംഗീകൃത ബോറനാണെന്ന് തോന്നി. തന്റെ വാക്കിങ് സ്റ്റിക്ക് വെച്ച്, കെ.ഡി. മേനോൻ സാമാജികരെ കൊളുത്തി വലിക്കുന്നു. പലരും രക്ഷപ്പെടാനായി വെപ്രാളം കാട്ടുന്നു. വേറൊരാളെ പരിചയപ്പെടുത്തിക്കൊണ്ട് തലയൂരുന്നു. അതൊരു കാഴ്ചയായിരുന്നു. ഇതിനിടയിൽ, സാരിയും പുതച്ച് പ്രസന്ന പുഞ്ചിരിച്ചു.

അരവിന്ദൻ അപ്പോഴേക്കും എവിടെ നിന്നാണാവോ എത്തിയത്? പണിതീരാത്ത മുകൾത്തട്ടിൽ നിന്നോ, ജല്ലി കൂട്ടിയിട്ടിരിക്കുന്ന വരാന്തയിൽനിന്നോ, അസ്തിവാരത്തിന്റെ ആഴങ്ങളിൽ നിന്നോ, ചുവരിലെ പിരമിഡുകളുടെ ചിത്രത്തിൽ നിന്നോ-ഇതാ അവൻ മുന്നിൽ ഇറങ്ങിയിരിക്കുന്നു. അവൻ ചിരിക്കുന്നു. ഇനിയെന്താണ് അവൻ പറയുക? പേടിയായി. മനസ്സിൽ മുള്ളിട്ട് പോവുകയാണ് അരവിന്ദന്റെ രീതി.

അവൻ മൊഴിഞ്ഞു:

‘‘ഭാര്യയുടെ കത്തുകൾ സൂക്ഷിച്ചുവെക്കുന്നത് മനസ്സിലാക്കാം. പ്രസന്നയുടെ കത്തുകൾ എന്തിനെ, ഡേ സൂക്ഷിക്കുന്നേ?’’

കത്തുകൾ സൂക്ഷിക്കുന്ന ഡയറി അരവിന്ദൻ എപ്പോഴാണാവോ കണ്ടെത്തിയത്! പറഞ്ഞു കഴിഞ്ഞതും ടെറസ്സ് തുളച്ചുകൊണ്ട് അവൻ ഉയർന്നുപോകുന്നു.

പ്രസന്നയുടെ കത്തുകളിൽ പ്രസന്നയുടെ സാന്നിധ്യം മാത്രമേ

പ്രതീക്ഷിക്കേണ്ടു. അവൾക്കത്രയേ എഴുതാനാകൂ എന്നതാണ് വാസ്തവം. കൊച്ചു കൊച്ചു വാചകങ്ങളടുക്കിവെച്ച്, പലപ്പോഴും അവളവക്ക് പരിധിരേഖകൾ വരയുന്നു. ആചാരമനുസരിച്ചെഴുതേണ്ട സ്ഥലവും തീയ്യതിയും മാത്രമേ അന്നേരം പരിധിക്ക് പുറത്തുണ്ടാകൂ. അവളൊരിക്കൽ എഴുതി:

കാലത്തിന്റെ മുകളിലോ ചോട്ടിലോ വരയേണ്ടതെന്ന് എനിക്കിനിയും തീർച്ചയായിട്ടില്ല.

ദാർശനികതയുടെ അസുഖം എന്നാണാദ്യം തോന്നിയത്. അങ്ങനെയായിരുന്നില്ല. പക്ഷെ, പിന്നെന്താണെന്നു പറയാനും അറിയില്ല. ഇങ്ങനെ പരിമിതമാക്കപ്പെട്ട വാക്കുകളും വാക്യങ്ങളും ചേർത്തുവെക്കാനും അതിൽനിന്ന് പ്രസന്നയെ കണ്ടെത്താനും– ആദ്യമാദ്യം അമ്പരപ്പായിരുന്നു. അതങ്ങനെയാണ്, ഒരാളെ അറിയുക എന്നത് പ്രയാസമുള്ള കാര്യം തന്നെ.

ആദ്യ കത്തിൽ പരിധികളില്ലാതെ പരിമിതപ്പെടുത്തിക്കൊണ്ടവൾ എഴുതി:

ബാലന് തന്നെയെഴുതണം എന്നെനിക്ക് ഉറപ്പൊന്നും ഉണ്ടായിരുന്നില്ല. എല്ലാവർക്കുമായി അയക്കേണ്ടുന്നവയാണെന്ന് എനിക്ക് തോന്നുന്നു. ഞാനെനിക്കുതന്നെ പ്രവാചകത്വം നൽകുകയാവാം. പക്ഷെ, ആരും കേൾക്കാനുണ്ടാവില്ല. ആരും വായിക്കില്ല. അതുകൊണ്ട് ബാലന്റെ വിലാസം ഇതിനു പുറത്തുണ്ടായി എന്നു കരുതിയാൽ മതി. ഇനി ബാലൻ തന്നെ വായിക്കുമോ എന്നെനിക്കറിയില്ല. പക്ഷേ, എഴുതാതിരിക്കാൻ എനിക്കെങ്ങനെ കഴിയും? ഞാനെഴുതുന്നത് ആർക്കെങ്കിലും അറിയാത്ത കാര്യങ്ങളാണെന്ന് എനിക്കുതന്നെ തോന്നിയിട്ടില്ല. എല്ലാവരും അറിയുന്നു. എന്നിട്ട് മറക്കുന്നു; മറയ്ക്കുന്നു.

പ്രസന്നയെ അറിഞ്ഞുതുടങ്ങുന്ന കാലം മാത്രമായിരുന്നു അത്. അവളിൽനിന്നും വരുന്ന വാക്കുകൾക്ക് അവയുടെ അർത്ഥം കൊടുക്കാൻ മാത്രം പരിചയമില്ലാത്ത കാലം. അതുകൊണ്ടാവാം അന്യയിൽനിന്നൊരു കത്ത് കിട്ടിയപ്പോൾ ആദ്യമൊന്ന് പരിഭ്രമിച്ചത്. പിന്നെയൊരു ദിനം പ്രസന്നയെ കണ്ടപ്പോൾ എഴുത്തു കിട്ടിയെന്ന് സൂചിപ്പിച്ചു.

"എഴുത്തോ?" അവൾ അമ്പരന്നു. "ഞാനെന്തിനാണ് ബാലന് എഴുത്തയക്കുന്നേ? അല്ല, എന്നും കാണുന്നവർക്കാരെങ്കിലും എഴുത്തയക്കാറുണ്ടോ? ഇതാ ഇപ്പം തമാശയായത്."

കണ്ണകിപ്രതിമക്കു ചാരെ, ചിരിക്കുന്ന പ്രസന്ന. അവളെയങ്ങനെ നോക്കിനിന്നപ്പോൾ വാക്കുകൾ കൂട്ടിവായിക്കാൻ കഴിയാത്ത രണ്ടാം ക്ലാസുകാരന്റെ നിസ്സഹായത. പെട്ടെന്നവൾ ക്ലാസ്മുറിയിലെ പൊടിക്കൈയുകളെക്കുറിച്ച് പറയാൻ തുടങ്ങി. ഇവിടെ നിന്നാൽ അവളുടെ കോളേജ് കാണാം. "ദാ, അതാണെന്റെ ക്ലാസ്." എന്നവൾ എവിടേക്കോ ചൂണ്ടിക്കാണിച്ചു. തമിഴൻ പ്രൊഫസർ ജന്തുനാമങ്ങളെ ഇംഗ്ലീഷിൽ ത്തന്നെ വക്രീകരിക്കുന്നതോർത്ത് പ്രസന്ന പൊട്ടിച്ചിരിക്കുന്നു. ട്ടെറിഡോഫൈറ്റാ, ഖോർഡാറ്റ എന്നിങ്ങനെ.

കൂടെ ചിരിക്കാൻ കഴിഞ്ഞില്ല. പിന്നെയേതു പ്രേതാത്മാവിന്റെ കത്താണെനിക്ക് കിട്ടിയത്? കത്തുകളെക്കുറിച്ചു ചോദിക്കുമ്പോൾ, ''ബാലന് ഭ്രാന്താ'' എന്നവൾ പറയാൻ തുടങ്ങി. കുഴക്കുന്ന അവസ്ഥ. എങ്ങനെയാണ് നേർരേഖകൾ വരയുക? അവയില്ലാതെ കൃത്യമളവുകൾ എങ്ങനെയാണ് കണ്ടുപിടിക്കുക?

ഏതോ കവിയുടെ കവിതകളിലെ ക്രിയാരൂപങ്ങളെക്കുറിച്ചാണ് അരവിന്ദൻ ഗവേഷണം നടത്തുന്നത്. ക്രിയാരൂപങ്ങളിലൂടെയും കവി തെളിയുന്നു എന്നാണവൻ പറയുക. എന്തും കണ്ടുപിടിക്കുക എന്നതാണ് അരവിന്ദന്റെ സ്വഭാവം. ഒരശരീരിപോലെ കയറിവരികയും ഇറങ്ങിപ്പോവുകയും ചെയ്യുന്ന അരവിന്ദൻ. ഇതാ, അവനെപ്പോഴോ, ഏതിലൂടെയോ കയറി വരുന്നു. രണ്ടു മണിക്കൂർ നേരം ഒന്നുമല്ലാത്ത കാര്യങ്ങളെക്കുറിച്ച് തർക്കിച്ച് കിടന്നു. സ്റ്റൗ കത്തിച്ച് ചായയുണ്ടാക്കുകയും അവനെ പേടിച്ച് ഒളിച്ചുവെച്ചതുകൊണ്ട് ഉണങ്ങിപ്പോയ റൊട്ടിക്കഷണങ്ങൾ നനച്ച് തിന്നുകയും ചെയ്തു. അവനെപ്പോഴാണ് മുള്ളിടുക എന്ന് പേടിച്ച് ഇരുന്നു. വരാമെന്ന് പറഞ്ഞ് പെട്ടെന്നിറങ്ങിയപ്പോൾ 'പറ്റിച്ചല്ലോ' എന്ന ഭാവമായിരുന്നു അവന്റെ മുഖത്ത്.

കൊല്ലന്തോറും ആവർത്തിക്കുന്ന പലതിലൊന്നാണ് നഗരത്തിൽ പുസ്തകമേളയും. ഒരുതരം പ്രതാപ പ്രദർശനം. അങ്ങനെ പലതുമുണ്ട്- സിനിമാ മേളകൾ, വ്യാവസായിക മേളകൾ; കടപ്പുറം പോലുള്ള പാരമ്പര്യ സായന്തനസങ്കേതങ്ങൾ മടുക്കുന്നവർക്കു വേണ്ടിയൊരു കെണി, അത്രയേ ഇതിനൊക്കെ അർത്ഥമുള്ളൂ.

അരവിന്ദനുത്ഭവിക്കുംമുമ്പ് പുറത്തിറങ്ങണം എന്ന് കരുതി മുറിപൂട്ടി നടന്നതാണ്. എല്ലാ വൈകുന്നേരങ്ങൾക്കും പറ്റിയ കൂട്ടുകാരനല്ല അവൻ. ആരും അല്ല. നടന്നുനടന്ന് എത്തിയത് പുസ്തകമേളയുടെ മൈതാനിയിൽ. സ്റ്റാളുകളുടെ പൊള്ളത്തരങ്ങളിലൂടെ നടക്കുമ്പോൾ മുന്നിൽ പ്രസന്ന. കൂടെ മറയായി, മറക്കുടയായി അച്ഛനും. അങ്ങേരാണ് ആദ്യം സംസാരിച്ചു തുടങ്ങിയത്:

''എനിക്കിതിലൊന്നും താത്പര്യമില്ല, കേട്ടോ, മിസ്റ്റർ ബാലചന്ദ്രൻ. ഇവളുടെ നിർബന്ധം കാരണമാ ഞാൻ വന്നതുതന്നെ. പുസ്തകങ്ങൾക്കൊക്കെ ഭയങ്കര വില. ടെറിബിൾ. റിഡക്ഷനെന്നൊക്കെ പറയുന്നത് വെറും തട്ടിപ്പാ.''

അച്ഛനെ പിൻതാങ്ങുന്ന മട്ടിൽ പ്രസന്ന ചിരിച്ചു. കൊച്ചു പുസ്തകക്കെട്ടുകൾ താങ്ങി അവൾ വെറുതെ നിന്നു. പിന്നെയാരും ഒന്നും പറയുകയുണ്ടായില്ല. കെ.ഡി. മേനോന്റെ വായ്ത്താരിയും ഉണ്ടായില്ല. ഇത്തിരി ദൂരം ഒപ്പം നടന്ന് അറിയാതെ വേർപെട്ടു പോയതുപോലെ, അടുത്ത സ്റ്റാളിലേക്ക് കയറിയപ്പോൾ എന്തോ കാര്യമായ ഒരബദ്ധം പറ്റിയ ബ്ലീച്ച് തോന്നി.

പിന്നെയവളുടെയോ ആരുടേയോ എഴുത്തുവന്നു. കത്തും കാണലും തമ്മിൽ അസംബന്ധബന്ധങ്ങൾ തുടർന്നുകൊണ്ടിരുന്നു. കത്തിനു പുറത്ത് സീലുകൾ തെളിയാറില്ലേ? പിന്നെപ്പിന്നെ അതിലൊന്നും അത്ഭു

തം തോന്നിയില്ല. പ്രേതാത്മാവിന് എന്തുതന്നെ സാധിക്കില്ല! മേളക്കു ശേഷം കിട്ടിയ കുറിപ്പിൽ ഇങ്ങനെയുണ്ടായി:

പേരെഴുതി ഓർമ്മപ്പെടുത്തേണ്ടതില്ലാത്ത വിധമെങ്കിലും ബാലന് എന്നെ അറിയാമല്ലോ. ഇവിടെച്ചിലർക്ക് അതുമില്ല. അമ്മ പൂമ്പാറ്റയെ പ്പിടിക്കുന്ന വലയുമായി എന്റെ പിറകെ നടക്കുകയാണ്.

''നഗരം, നഗരം'' എന്ന് പറഞ്ഞവർ എന്നെ പേടിപ്പിച്ചു കൊണ്ടേ യിരിക്കുന്നു. ഓർത്തിരിക്കേണ്ട കാര്യങ്ങൾ ഞാൻ മറക്കാറില്ലെന്ന്, അമ്മയെ എങ്ങനെയാണ്, ബാലാ, ബോധ്യപ്പെടുത്തുക?

പ്രതീക്ഷിക്കാതെയും വൈകുന്നേരങ്ങളിൽ പ്രസന്നയെ കണ്ടുമു ട്ടാറുണ്ട്. തിരക്കുള്ള ഫുട്പാത്തുകളിൽക്കൂടി ഏറെ ദൂരം നടക്കാനാ ണവൾക്ക് ഇഷ്ടം. അന്നേരങ്ങളിൽ പ്രസന്ന ഉല്ലാസവതിയാകുന്നു. ''ആൾക്കൂട്ടം വലിയൊരു മറയാണ്'' എന്ന് വളരെയാലോചിച്ച് ഒരിക്ക ലവൾ പറഞ്ഞു. ക്ലാസിൽനിന്നിറങ്ങിയോടി കണ്ട സിനിമയെക്കുറിച്ചും കാംപസിലെ ദുഷിപ്പുകളെക്കുറിച്ചും മറ്റും പറഞ്ഞ് അവൾ സംഭാഷ ണം സാന്ദ്രമാക്കും.

''എപ്പോ വന്നു?'' ഒരു തുടക്കവുമില്ലാതെ പ്രസന്ന ചോദിച്ചു: അവി ടേയും അമ്പരപ്പുതന്നെ. നാട്ടിൽപ്പോയ വിവരം ഇവളോടു പറഞ്ഞിരു ന്നില്ലല്ലോ.

''ഇന്നലെ. പ്രസന്നയെങ്ങനെയറിഞ്ഞു?''

''മൂന്നു ദിവസം അടുപ്പിച്ച് ഒഴിവായാൽ ബാലൻ പിന്നെയെവിടെ പോകാനാണ്. ജയക്ക് ഇടക്കെങ്കിലും കമ്പനി കൊടുക്കണ്ടേ?''

ചൊടിപ്പിക്കും വിധം വാക്കുകൾ ചോർന്നുപോയ അനുധാവനക്ക ത്തിൽ അവൾ എഴുതി:

''ഇത്തിരിയേയുള്ളൂ ഞാൻ
എനിക്കു പറയാൻ ഇത്തിരിയേയുള്ളൂ
അതു പറയാൻ ഇത്തിരിയേ വാക്കും വേണ്ടൂ.''

-ഞാൻ അടുത്തു വായിച്ച കവിതകളിൽ എനിക്കിഷ്ടപ്പെട്ട ഒരൊറ്റ യെണ്ണമാണിത്. പക്ഷേ, ഞാൻ ഇത്തിരികളെ വെറുക്കുന്നുവെന്ന് തീർച്ച. ഇഷ്ടമില്ലാത്തവയെത്തന്നെ എനിക്ക് ധാരാളം കിട്ടുന്നുമുണ്ട്, കേട്ടോ.

എനിക്കു വരുന്ന എഴുത്തുകൾ വായിക്കാൻ അരവിന്ദനെ അധികാ രപ്പെടുത്തിയിട്ടില്ല, തീർച്ച. അതുകൊണ്ടു തന്നെ ഉള്ളടക്കത്തെക്കുറിച്ച് അവന് തെറ്റായ ധാരണകൾ ഉണ്ടാകുന്നു. കണ്ണകി പ്രതിമയുടെ ചുവ ട്ടിൽ വെച്ചാണൊരിക്കൽ, രണ്ടുപേരുടേയുമിടയിൽ അരവിന്ദൻ മുളച്ചു പൊന്തിയത്. മാന്ത്രികച്ചെപ്പിലെ പുകച്ചുരുളുകൾ അരവിന്ദന്റെ കൈ കാലുകളായി രൂപാന്തരപ്പെട്ടപ്പോൾത്തന്നെ അവൻ അട്ടഹസിച്ചു:

''എന്താ രണ്ടുപേരും കൂടേ?'' അടക്കിച്ചിരിക്കുന്ന പ്രസന്നയാണ് നിലതെറ്റിത്തുടങ്ങിയ എന്നേക്കാൾ വേഗത്തിൽ മറുപടി പറഞ്ഞത്:

''ഒന്നു സൊള്ളാമെന്നു വെച്ചു, അരവിന്ദാ. ഒതുങ്ങിയിരുന്ന് സൊ ള്ളുന്നതിലും രസമാ ഇവിടെയീ തിരക്കിലിങ്ങനെ എന്താ?''

''ഞാനും കൂടിക്കോട്ടേ?'' അരവിന്ദൻ തമാശ പറഞ്ഞു.

പൊടുന്നനെ തിളച്ചുപൊങ്ങിയ പ്രസന്നയെ ശ്രദ്ധിച്ചു. എന്തെങ്കിലും പറഞ്ഞ് തണുപ്പിക്കേണ്ടിവരും എന്ന് തീർച്ചപ്പെടുത്തുന്നതിനുമുമ്പേ പ്രസന്ന ആക്രോശിച്ചു:

''ബാലന്റെ കഴിയട്ടേ കേട്ടോ, എന്നിട്ട് അരവിന്ദന്. നാണമില്ലേ, തനിക്ക്, അലവലാതി.''

പ്രസന്നയുടെ വചനങ്ങൾ കേട്ടതും കാറ്റിൽ അലിയുന്ന പുകയായി അരവിന്ദൻ, സബ്‌വേയിലേക്ക് തലകുത്തിവീണു. എല്ലാ ഗുരുത്വാകർഷണവും തെറ്റിച്ചുകൊണ്ട് പുകയായി മറയുന്ന അരവിന്ദൻ കീഴോട്ട് കീഴോട്ട് മാഞ്ഞുപോയി.

''ഏയ് നിന്റെ നാവിത്തിരി കൂടിപ്പോയി, കേട്ടോ. അവനങ്ങനെ എന്തെങ്കിലും ഉദ്ദേശിച്ച് പറഞ്ഞതായിരിക്കില്ല.''

''എനിക്കറിയാം, ബാലന് അങ്ങനെയേ പറയാനാകൂ എന്ന്. പക്ഷേ, ആ നിമിഷം എനിക്കെന്തേറ്റു എന്ന് ബാലനറിയില്ല. പറയാൻ എനിക്കുമാവില്ല.''

സൂര്യനൊടുങ്ങുന്നതു വരെയും പ്രസന്ന പോയില്ല. ഒരുതരം വാശിയോടെ അവൾ കാര്യം മറന്ന് കളികൾ പറയാൻ തുടങ്ങി. അവളെ തണുപ്പിക്കേണ്ടതുണ്ടായിരുന്നു. പറയാവുന്ന തമാശകളെല്ലാം പറഞ്ഞു തീർന്നപ്പോൾ, മുന്നിൽ തെരുവുവിളക്കുകളുടെ മഞ്ഞവെളിച്ചം വീണു.

''അല്ലാ, എന്തായിന്ന് പോകുന്നില്ലേ?''

''മനഃപ്പൂർവമാണ് ബാലാ. പോകാൻ തോന്നാഞ്ഞിട്ടല്ല. ഞാനാകെ ചൂടായി. അതുകൊണ്ടാ ഇവിടെത്തന്നെ നിന്നുകളയാമെന്നു വെച്ചത്. ഇന്നുചെന്നാൽ ശരിയായതു തന്നെ!''

പ്രസന്ന പിരിഞ്ഞപ്പോൾ കടപ്പുറത്തേക്കിറങ്ങി. സായന്തനം തീർക്കാൻ വന്നവരുടെ ചെറിയ ചെറിയ ബഹളങ്ങൾ. ആണ്ടുപോകുന്ന പൂഴിയിലൂടെ നടക്കുന്നതുതന്നെ ഒരു വ്യായാമമാണ്. ആപ്പീസുപണിയുടെ സമയമില്ലായ്മകൾക്കിടക്ക് വ്യായാമത്തിന്റെ കാര്യം മറന്നിരുന്നു. കനം കൂടിയിരിക്കുന്നു. ശരീരത്തിനും കീശക്കും.

'ബാലാ'- പൂഴിയിൽ അമർന്നുപോയ അരവിന്ദൻ, ഇരുട്ടിൽ അവന്റെ മുഖത്തെ തിരയമർന്നിരിക്കുന്നു. അവനെങ്ങനെയാണെന്ന് വ്യക്തമാകുന്നില്ല. സമാധാനിപ്പിക്കണമോ എന്ന് ഒരു നിമിഷം സംശയിച്ചു.

''നീ കൂടെയുണ്ടായിരുന്നതുകൊണ്ടാ അല്ലെങ്കിലവളെ ഞാൻ ഫിനിഷ് ചെയ്തേനെ. എന്തിനാ ഡേയ് കെട്ടിയോളുള്ളവന്റെ കൂടെ അവളങ്ങനെ നടക്കുന്നേ? കീശയൊഴിയുമ്പോ നിനക്ക് വെളിവു വരും, നോക്കിക്കോ.''

പ്രസന്നയോടല്ലാതെ അവളുടെ കത്തുകളോട് ഇതുവരെ സംസാരിച്ചിരുന്നില്ല. അല്ലെങ്കിൽ ആരെഴുതുന്നു എന്ന് തീർച്ചയില്ലാതെ എങ്ങനെ മറുകുറിയയക്കും? പ്രസന്നയുടെ കത്തുകൾക്ക് ഞാൻ ജയക്ക് മറുപടി അയച്ചു. 'ഏറിപ്പോകുന്നു, ഏറിപ്പോകുന്നു, കളിയേറിപ്പോകുന്നു'' എന്നവളുടെ മറുപടിയും വന്നുകൊണ്ടിരുന്നു. ഈ കത്തുകളെ പ്രസന്ന തന്നെ നിഷേധിച്ചുകൊണ്ടിരിക്കെ, മറ്റു പോംവഴിയൊന്നുമില്ല.

ഇടക്കും തലക്കുമായി പ്രസന്നയുടെ കത്തുകൾ വന്നുകൊണ്ടേയിരുന്നു:

പൊടുന്നനെ ഞാനും വിപണിയിലെത്തിയിരിക്കുന്നു, ബാലാ. വാങ്ങാൻ വരുന്നവരുടെ തിരക്കാണിപ്പോൾ. ചാഞ്ഞും ചെരിഞ്ഞും നോക്കി അവർ ഗുണാഗുണങ്ങൾ നിശ്ചയിക്കുന്നു. വില പറഞ്ഞ് തെറ്റുന്നു. ഇറങ്ങിപ്പോകുന്നു. എനിക്ക് തമാശ തോന്നാറുണ്ട്. ഇന്ന് ഒരു രസമുണ്ടായി. അത് ചൂടോടെ അറിയിക്കണമെന്നു വെച്ചാണ് ധൃതിയിൽ എഴുതുന്നതുതന്നെ.

വിലയൊപ്പിക്കുന്നതിനു മുമ്പ് തരം നിശ്ചയിക്കാനെത്തിയത് പുരുഷന്റെ സഹോദരിമാരായിരുന്നുവെന്ന് തോന്നുന്നു. ഒന്നോ രണ്ടോ പ്രസവിച്ച് അസ്തിത്വം സ്ഥാപിച്ചവർ. പിൻപുറത്ത്, ബ്ലൗസിനു ചേർന്ന് മടക്കുകൾ തൂങ്ങിയവർ. അവരെന്നെ മുറിയിലേക്ക് വിളിച്ചുകൊണ്ടുപോയി. ചിരിക്കാനും നടക്കാനും പറഞ്ഞു. എന്റെ മുറിയാണ്. എന്നിട്ട് അവരുടെ ധൈര്യം നോക്കണം. "വിരോധമില്ലെങ്കിൽ" മൂത്തമടക്ക് ഉപചാരപൂർവം ആരാഞ്ഞു. "ആ സാരിയൊന്നഴിക്കാമോ?"

എന്റെ തുടകളും കണങ്കാലുകളും ആദർശസുരഭിലമാണോ എന്നറിയാനാണ്, ബാലാ. നോക്കൂ, ഇനി ഞാനൽപ്പം വികാരഭരിതയാകാൻ പോകയാണ്. പൂവാലന്മാരെ വിറപ്പിക്കാൻ കൂടിയാണ് ചെരിപ്പ് എന്ന്, ഞങ്ങൾ, കൂട്ടുകാർ കൊച്ചുതമാശ പറയാറുണ്ടായിരുന്നു. പൂവാലത്തികളെ എന്തു ചെയ്യാനാണ്? അവരോട്, മാറിനിൽക്കാൻ പറഞ്ഞ് ഞാൻ എന്തു ചെയ്തെന്നോ- എല്ലാം അഴിച്ച് അച്ഛന്റെയും അമ്മയുടെയും കുഞ്ഞുമോളായി വെളിപ്പെട്ടു. കണ്ടിട്ടില്ലാത്തതു കൊണ്ട് എന്റെ മുലകളെപ്പറ്റിയും അവർ അപവാദം പറഞ്ഞാലോ? ആവശ്യപ്പെട്ടതിലധികം കാട്ടിയതുകൊണ്ടോ എന്തോ, പിന്നെയറിയിക്കാമെന്ന് പറഞ്ഞിറങ്ങിയവർ പിന്നെയൊന്നും അറിയിച്ചില്ല.

"നിന്റെ സ്വഭാവഗുണം കൊണ്ട് മൂത്തുനരച്ചിരുന്നോ" എന്നാണ് അമ്മ ആക്രോശിച്ചത്. മൂത്തു നരയ്ക്കാൻ എനിക്ക് വയസ്സിരുപതാണെന്ന് ബാലനറിയ്യോ!

ഇനി ഞാനൊരു ക്രൂരത പറയട്ടെ? പറയാൻ പാടില്ലാത്തതാണ്; എന്നാലും. ഞാൻ ബാലനെ പ്രേമിക്കാൻ തുടങ്ങിയിരിക്കുന്നുവോ എന്നൊരു സംശയം. എനിക്കങ്ങനെയൊക്കെയാണ് തോന്നുന്നത്. തെറ്റാണ്; അറിയാം. പക്ഷെ, ഈ ബഹളങ്ങളുടെയിടക്ക് ഇങ്ങനെ വീണുപോയതാണ്. ജയ എന്നവരെക്കുറിച്ച് പറയുമ്പോൾ ബാലന്റെ കണ്ണുകൾ തിളങ്ങുന്നത് ഞാൻ കാണാറുണ്ട്. എന്നെക്കുറിച്ച് പറഞ്ഞപ്പോൾ, അവരെന്നെ "സപത്നി" എന്നു വിളിച്ചുവെന്ന് ബാലനൊരിക്കൽ പറഞ്ഞു. ആ വിശാലത പോലും എനിക്കുണ്ടാവില്ല. പക്ഷേ, മറ്റൊരു വഴിയില്ല. ബാലാ ഇങ്ങനെയെന്തെങ്കിലും ചെയ്ത് ഉരുവാകുന്നതിൽനിന്ന് വിടുതൽ പ്രാപിക്കാമെന്ന് വെറുതെ തോന്നുകയാണ്.

പിന്നെയൊരാവർത്തനം പോലെ നേരിൽക്കണ്ടപ്പോൾ "അതൊക്കെ ബാലനെങ്ങനെയറിഞ്ഞു" എന്നവൾ ആശ്ചര്യപ്പെട്ടു. കഴിയുന്നത്ര ലാഘവമോ ഫലിതച്ഛായയോ വരുത്തിക്കൊണ്ട് ഞാൻ ചോദിച്ചു.

''നീയെന്നെ പ്രേമിക്കുന്നെന്നോ പ്രേമിക്കാൻ പോകുന്നെന്നോ ഒക്കെ എഴുതിയിരുന്നല്ലോ''

പ്രസന്ന ഞെട്ടിയോ? ഒരു നിമിഷത്തെ പതർച്ച അവൾക്കുണ്ടായി എന്നു തോന്നി. ശേഷം:

''തോന്ന്യാസം പറയ്യാ? ഓർക്കാത്ത കാര്യങ്ങള് ഇങ്ങനെ പറയരുത്, ബാലാ. ജയ കേട്ടാൽ എന്നെപ്പറ്റി എന്താ വിചാരിക്ക്യാ?''

പിന്നെയും ഒരു നിമിഷം ഓർത്തുനിന്ന്, ഒരു കുഞ്ഞിനേപ്പോലെ പ്രസന്ന അപേക്ഷിച്ചു:

''ബാലനിപ്പോ ഫ്രീയല്ലേ. നമുക്കൊരു സിനിമക്ക് പോയാലോ?''

മനുഷ്യരില്ലാത്ത, മൃഗങ്ങൾ മാത്രമുള്ള സിനിമ. ആറ്റക്കുരുവികൾ യുഗങ്ങളിലൂടെ, ജന്മപരമ്പരകളിലൂടെ സ്വരൂപിച്ച കൂടു പെട്ടെന്നു കത്തിയമരുന്നു. പുളിച്ചുതുടങ്ങിയ മദഫലം തിന്നതുകൊണ്ട് ഒട്ടകപ്പക്ഷികളും കാട്ടുപന്നികളും കുരങ്ങന്മാരും പിമ്പിരിയായി നൃത്തം വെക്കുന്നു. കൊക്കുരുമ്മാൻ, ക്രൗഞ്ചപുരുഷൻ ആകാശത്തോളം വിശാലമായ ചിറകുകളൊതുക്കി താഴെയിറങ്ങുന്നു. കൊമ്പന്റെ തുമ്പിക്കൈ പിടിയിലേക്കാണോ പിടിയുടേത് കൊമ്പനിലേക്കാണോ ആദ്യം നീങ്ങിയത് എന്നറിയില്ല. കൊമ്പുകൾകൊണ്ട് പെണ്ണിന് നൊന്തോ ആവോ? വിരലുകൾക്ക് തീയിന്റെ ഊഷ്മളതയും ചലനവുമുണ്ടായതെങ്ങനെയാണ്! തിരശ്ശീലയിൽ പതുക്കെപ്പതുക്കെ ഒരു മൂടൽമഞ്ഞ് പരക്കുന്നു. അതിനുള്ളിൽനിന്നൊരു ഒറ്റയാൻ അലറുന്നു. സിനിമ തീരുന്നതിനു മുമ്പേ പ്രസന്ന ഇറങ്ങി. തിരക്കുള്ള രാജവീഥികളെ ഒഴിവാക്കി ചെറിയ തെരുവുകളിലൂടെ വളഞ്ഞുപുളഞ്ഞ് നടന്നു. പിന്നെ പ്രസന്നയുടെ ബസ്സ്റ്റോപ്പ്, അവൾ പറഞ്ഞു:

''ബാലനിനി പൊയ്ക്കോളൂ.''

പിന്നെയേറെ നാൾ പ്രസന്നയുടെ കത്തൊന്നും ജനൽവഴി വീഴുകയുണ്ടായില്ല. കണ്ണകിയുടെ കാൽച്ചുവട്ടിലോ ബസ്റ്റോപ്പിന്റെ നിബിഡതയിലോ അവളുണ്ടായില്ല. അവ്യക്ത ഭയരേഖകൾ പാടുകൾ വീഴ്ത്താൻ തുടങ്ങിയിരുന്നു. പറയാതെ അവളൊരിക്കലും പിരിയാറുണ്ടായിരുന്നില്ലല്ലോ എന്ന് സമാധാനിപ്പിക്കാനും ശ്രമിച്ച് നോക്കി.

ഒരു ദിവസം വഴിതെറ്റി അരവിന്ദന്റെ മുറിയിൽ കയറിച്ചെന്നപ്പോ, അവൻ ആദ്യം ചോദിച്ചത്, സിനിമയുടെ മാധുര്യം എങ്ങനെയുണ്ടായിരുന്നു എന്നാണ്. ക്രൗര്യം പതഞ്ഞുപൊങ്ങി. പിന്നെ അരവിന്ദനെ അവന്റെ ഗുഹയിൽത്തന്നെയിട്ട് തല്ലുകയായിരുന്നുവെന്ന് തോന്നുന്നു. അവന്റെ പ്രിയപ്പെട്ട അയൽക്കാർ വന്ന് നോക്കിനിന്നു. മതിയായപ്പോൾ ഇറങ്ങിവരികയാണുണ്ടായതെന്നും തോന്നുന്നു. ഓർമ്മയില്ല. ഒന്നും ഓർമ്മയില്ല. ഇനി അരവിന്ദനെ തല്ലുകയേ ഉണ്ടായില്ലെന്നു വരാം. കാരണം, അടുത്ത ദിവസം തന്നെ ഉത്തരം തുളച്ച് അവൻ പ്രത്യക്ഷപ്പെട്ടു. ചിരിച്ചുകൊണ്ട് സ്റ്റൗ കത്തിച്ച് ചായയുണ്ടാക്കി. റൊട്ടിക്കഷണങ്ങൾ നനച്ച് തിന്നുകയും ചെയ്തു.

മുറിയിലെത്തിയപ്പോൾ ഏറെ നാളുകൾക്ക് ശേഷം പ്രസന്നയുടെ

കത്ത്:

ഇന്നലെ വന്നവർ ചാഞ്ഞും ചെരിഞ്ഞും നോക്കുകയുണ്ടായില്ല. ചിരിക്കാനും നടക്കാനും അഴിക്കാനും പറഞ്ഞില്ല. അവർക്ക് പറയാനുണ്ടായിരുന്നതു മുഴുവൻ അച്ഛനോടായിരുന്നു. വെരിമച്ച് സ്ട്രെയിറ്റ് ഫോർവേഡ്. അതെനിക്കു പിടിച്ചുവെന്നു പറഞ്ഞാൽ മതിയല്ലോ. ഏതായാലും ഈ വീടിന്റെ അസ്തിവാരവും ഇളക്കിയിട്ടേ ഞാൻ പോകുന്നുള്ളു. എന്റെ കണ്ണുകൾക്ക് വീണ്ടും കാഴ്ച കുറഞ്ഞോ എന്നൊരു സംശയം. ഇപ്പോഴുള്ള കണ്ണട പോരാതെ വന്നിരിക്കുന്നു. കാഴ്ച തിരിച്ചു കിട്ടില്ല എന്നൊന്നും പറയാൻ ഞാനാളല്ല. ബാലൻ ജയക്ക് കാഴ്ച തിരിച്ചുനൽകിയില്ലേ? (ഊവ്വോ?) അതുപോലെ. പക്ഷെ എനിക്ക് കാഴ്ച പോയി എന്നുതന്നെ തോന്നുന്നു. അച്ഛൻ പറയാറുള്ളതുപോലെ, ഒരു ശാഠ്യക്കാരിയുടെ തോന്നൽ.

ഇനി ഞാൻ സർവസാധാരണമായ ഒരു സ്വപ്നവും കുറിക്കട്ടെ. പ്ലീറ്റേഷ്യൽസിനെക്കുറിച്ചൊരു ലേഖനം ഈയിടെ കണ്ടില്ലേ? കുറിഞ്ഞി പോലെ, മുള പോലെ. ചിലർക്കങ്ങനെയാണ്. ചക്രം പൂർത്തിയാവാൻ, പൂക്കാൻ ഒന്നിലധികം ആവർത്തനങ്ങളെടുക്കുന്നു. ഈ സ്വപ് നമാണ് ഞാൻ പറയാനുദ്ദേശിച്ചത്. എന്റെ കത്തുകളുടെ സാമാന്യരീതിക്ക് വിരുദ്ധമായ ഒരന്ത്യമോ ഇത്? പക്ഷെ, മറ്റെന്തു ചെയ്യാനാണ്? എന്തെങ്കിലുമൊന്ന് തീർച്ചപ്പെടുത്തണമല്ലോ. എനിക്കു മുകളിലെ അപാരമായ ഭാരത്തെക്കുറിച്ച് അതിന്റെ ഞെരുക്കത്തെക്കുറിച്ച് ബാലനെന്തു മനസ്സിലാക്കാൻ! ഇനിയും എനിക്കൊന്നും ബാലനെഴുതാനുണ്ടാവില്ല. ഞാൻതന്നെ അവസാനം കുറിക്കുന്നു. ഇത്തരമൊരു സ്വയംഹത്യയല്ലാതെ ഈ പെണ്ണിന് മറ്റു വഴികളൊന്നുമില്ല ബാലാ. ഞാൻ എന്നോടുതന്നെ ക്ഷമിക്കട്ടെ.

ഒരു യുദ്ധത്തിന്റെ സ്മരണകൾ

ഇതുപോലൊരു വേനൽ ഓർക്കാനേയാവുന്നില്ല. വെയിലിന് പണ്ടും ചൂടുണ്ടായിരുന്നിട്ടുണ്ട്. വെള്ളത്തിന് ക്ഷാമവുമുണ്ടായിരുന്നിട്ടുണ്ട്. ഇവിടങ്ങളിലെ വിയർക്കാനനുവദിക്കാത്ത വേനൽ സ്വതവേ ദുസ്സഹവുമാണ്. എന്നാൽ ഇത്തവണ അത് എത്രയോ ക്രൂരമായിരിക്കുന്നു. ഒരുപക്ഷേ, വെറുതെ തോന്നിയതാവാം. പഴയതെല്ലാം വേഗം മറക്കുമ്പോൾ ഇപ്പോൾ അനുഭവിക്കുന്നതുമാത്രം തീയാണെന്നു കരുതുക. ഓർത്തിരുന്നാൽ പൊള്ളും എന്നതുകൊണ്ട് കഴിയുന്നതും വേഗം പലതും മറന്നു കളയുന്നു. തേഡ് ക്രോസിനപ്പുറം ജീവിക്കുന്നവരെല്ലാവരും വരൾച്ചയുറയുന്ന ഏതോ തമിഴ്നാടൻ ഗ്രാമത്തിൽനിന്നും വന്നവരാണ്. അവരും പറയുന്നു: സഹിക്കാനാവുന്നില്ല എന്ന്. നാട്ടിൽനിന്നുള്ള എഴുത്തുകളെല്ലാം ഇപ്പോൾ വേനലിൽ തുടങ്ങുകയും വറ്റിയ കിണറുകളിൽ അവസാനിക്കുകയും ചെയ്യുന്നു.

ഷിഫ്റ്റു കഴിഞ്ഞ് പുറത്തു ചാടുന്ന കമ്പനി മനുഷ്യരുടെ ഹൃദയം പോലെ പൊടുന്നനെ തണുക്കുന്ന വൈകുന്നേരങ്ങൾ മാത്രമാണിപ്പോഴൊരാശ്വാസം.

ഉണരാൻ വൈകിയതിനിന്നും ഉത്തരമായി. രാവിലെ അഞ്ചുമണി മുതൽ എട്ടുമണി വരെയാണ് പൈപ്പിൽ വെള്ളമുണ്ടാവുക. അത് വലിയ ഡ്രമ്മുകളിലും ബക്കറ്റുകളിലും മറ്റെല്ലാ പാത്രങ്ങളിലുമായി പിടിച്ചു സൂക്ഷിക്കുമ്പോഴേക്കും നേരിയ തണുപ്പുള്ള സുന്ദരമായ പ്രഭാതം അവസാനിക്കുന്നു. സുന്ദരമായ പ്രഭാതം- ജയപാലന് ചിരി വന്നു. മുന്നിൽ നിരപ്പെ നിൽക്കുന്ന ഫ്ളാറ്റുകളുടെ പിറകിൽ ക്രോസ്റോഡുകൾക്കിടയിൽ എവിടെയോ ഒരോർമ്മയായി അതു ദിവസവും മരിച്ചുവീഴുന്നു. ഇത്തരം നൊസ്റ്റാൾജിയ കൊണ്ട് വയറ്റിൽ പോവുകയില്ല എന്നറിയാവുന്നതുകൊണ്ട് ജയപാലൻ അതേപ്പറ്റിയൊന്നും ആലോചിച്ചു വിഷമിക്കാറില്ല.

സമയം നിറഞ്ഞു കവിയുമ്പോൾ, നിറയാത്ത പാത്രങ്ങളെ നോക്കി

ജയപാലൻ എന്നും അരിശപ്പെടുന്നു. ജലമെന്ന ഔദാര്യമൊഴുകുന്ന നേരത്ത് എല്ലാവരും കുളിക്കുകയാണെങ്കിൽ അത്രയും വീണ്ടും പിടിച്ചു വെക്കാം. അതിനായി ശാന്തി കുളിച്ചവസാനിപ്പിക്കുന്നു. ഗായത്രി ഒരു ങ്ങുന്നു. കഴിയുമെങ്കിൽ പത്മിനിയും കുളിച്ചൊഴിഞ്ഞേനെ. പക്ഷെ മൂന്നുപേർക്കും ഒരുക്കിക്കഴിയുമ്പോഴേക്കും സമയം കഴിയാറുള്ളതു കൊണ്ട് അവൾക്കൊരിക്കലും ഔദാര്യത്തെ പൂർണ്ണമായും ഉപയോഗ പ്പെടുത്താനാവാറില്ല. പത്മിനിയുടെ ജലം എന്നും നഷ്ടമാകുന്നു.

എല്ലാ പാത്രങ്ങളും നിറയുമ്പോഴേക്കും ജയപാലന് അവശതയുടെ പരുക്കൾ പറ്റുന്നു. പിന്നെ ഉദ്യോഗത്തിനോടാനുള്ള സമയം മാത്രം അരിച്ചെടുത്ത് ബാക്കിയുണ്ടാകും. അല്പമകലെ. ഹാരിസ് റോഡിൽ കമ്പനി ബസ് എന്നും ജയപാലനെ കാത്തുകിടന്നു. സാവകാശതയുടെ മാധുര്യം എല്ലാവർക്കുമെപ്പോഴും നഷ്ടമാകുന്നു.

ദിനചര്യകൾ പോലെ ആവർത്തിക്കുന്ന മറ്റൊരു അനുഷ്ഠാനത്തി നായി ജയപാലൻ കാത്തുനിന്നു. അത് അടുത്ത ഫ്ളാറ്റിൽനിന്നും എത്തേണ്ടതാണ്- ചുമരിനപ്പുറത്തെ അയൽക്കാരിൽനിന്ന് ഇത്രയും നേരമായിട്ടും ചലനമൊന്നുമുണ്ടായില്ല എന്നത് ജയപാലനെ അത്ഭു തപ്പെടുത്തി. ഇന്നലത്തെ അവശിഷ്ടങ്ങളായും ഒരു കാർക്കിച്ച തുപ്പലാ യും എന്തെങ്കിലുമൊന്ന് ജനലിലൂടെ പുറത്തുവരാതിരിക്കില്ല. എന്നുമുള്ള ഈ വ്യായാമം പത്മിനിയുമാവർത്തിക്കുന്നു. അവരിങ്ങോട്ടെറിയുന്നത് തിരിച്ചങ്ങോട്ടു തന്നെയിടുക! അതൊരു പടഹധ്വനിയാണ്- യുദ്ധത്തിനു മുമ്പുള്ളത്. പക്ഷെ ഏറെ ദിവസങ്ങളിലും സന്നാഹങ്ങൾ കൊണ്ടവ സാനിക്കുകയാണ് പതിവ്. പക്ഷെ ഇന്ന് പത്മിനിയേയും കാണുന്നി ല്ലല്ലോ. ഇന്നുമാത്രം മാറ്റമോ. ഒരു മാറ്റവും ഒരിക്കലും പ്രതീക്ഷിച്ചുകൂട.

അപ്പോൾ ജയപാലനെ അത്ഭുതപ്പെടുത്തിക്കൊണ്ട് ഒരു വലിയ ലെയ്ലാന്റ് ലോറി ഫ്ളാറ്റിനു മുന്നിൽ വന്നുനിന്നു. ഇതെന്തിന്റെ തിരു പ്പുറപ്പാടായിരിക്കും? ഊഹിക്കുവാൻ പോലും കഴിയുംമുമ്പേ ഡ്രൈവർ ഇറങ്ങി വന്ന് രാമമൂർത്തിയുടെ കാളിംഗ്ബെൽ ശബ്ദിപ്പിച്ചു. അസാധാര ണത സൂചിപ്പിച്ചു കൊണ്ടതാ രാമമൂർത്തിയും ഉഷയും ഇറങ്ങിവരുന്നു. പത്മിനിയുടെ ആക്രമണം ഭയന്ന് ഏറ്റവും വൈകിയേ അവർ പുറത്തി റങ്ങാറുണ്ടായിരുന്നുള്ളൂ. അതുതന്നെ ഒരിക്കലും എട്ടരക്കുമുമ്പ് ആവു കയുമില്ല. ഇപ്പോൾ ഉഷ ശരിക്കും നേരത്തെ പുറത്തിറങ്ങി വന്നിരിക്കുന്നു. രാമമൂർത്തി ഡ്രൈവർക്കും അനുയായികൾക്കും നിർദ്ദേശം കൊടു ക്കുന്നു. തിരിച്ചറിയാൻ കഴിയാത്ത എന്തോ ഒന്നു കണ്ടപോലെ ജയ പാലൻ പകച്ചുനിന്നു. ജനലിലൂടെയും വാതിൽപ്പാളിയിലൂടേയും പത്മി നിയും കുട്ടികളും പരുങ്ങി നിന്നു. അസ്വാഭാവികത അവരും മണത്തി രിക്കുന്നു.

ഒരു സത്യം ഉൾക്കൊള്ളുന്നതിനു മുമ്പുതന്നെ ഒരു ഞെട്ടലായി ത്തീരുന്നു- രാമമൂർത്തിയും ഉഷയും ഷിഫ്റ്റ് ചെയ്യുകയാണ്! അവിശ്വ സനീയമായ പലതിനേയും പോലെ ഇതും, സുസാദ്ധ്യമല്ലെങ്കിലും, വിഴുങ്ങേണ്ടിവന്നു. ഇത്ര പെട്ടെന്നൊരു മാറ്റം പത്മിനി പോലും പ്രതീ

ക്ഷിച്ചിരിക്കില്ല. അവൾക്കായിരുന്നല്ലോ ഏറെത്തിടുക്കം.

വെറുതെ ഒഴുകിപ്പോകുന്ന സർക്കാർ ഔദ്യാര്യത്തെക്കുറിച്ച് ജയപാലൻ അപ്പോൾ ഓർത്തില്ല. തങ്ങളിൽനിന്ന് പതുക്കെ പിൻവലിഞ്ഞ് പത്മിനിയും ശാന്തിയും ഗായത്രിയും ഉള്ളിലെവിടേയോ നിശബ്ദരായിരിക്കുന്നു. പൊടുന്നനെ താൻ ഒറ്റപ്പെട്ടതായിത്തോന്നി ജയപാലന്. ഒരു മനസ്സിന്റെ സഹായത്തോടെ പഴയ കുറെ നിമിഷങ്ങളെ പരതിയെടുക്കുകയായിരുന്നു അയാൾ. ഒരു യുദ്ധത്തിന്റെ സ്മരണകൾ-ജയപാലൻ കരുതി. നീണ്ടുനില്ക്കുന്ന ശീതസമരമായും അവിചാരിതമായ പൊട്ടിത്തെറികളായും ഭാവഭേദങ്ങളോടെ ഋതുക്കൾക്കൊപ്പം സഞ്ചരിച്ച ഒരു സമരം. ഒരിക്കലും അവസാനിക്കില്ലെന്നു കരുതിയ ഒരു യുദ്ധം ഇവിടെ തീരുകയാണോ? അപ്രതീക്ഷിതമായി ശത്രു പിന്മാറുന്നു. സമ്മിശ്രമായ വികാരങ്ങൾ ജയപാലനിൽ തലകുത്തി വീണു.

രാമമൂർത്തിയും ഉഷയും ഇങ്ങോട്ട് നോക്കുന്നേയുണ്ടായിരുന്നില്ല. മനഃപൂർവമായതുകൊണ്ട് അതു വേഗം വ്യക്തമാവുന്നു. ഒരുക്കിവെച്ചവയെല്ലാം ലോറിയിൽ കയറ്റാൻ തിടുക്കം. ഒരാക്രമണംതന്നെ അവർ പ്രതീക്ഷിക്കുന്നുണ്ടാകും. അതിനാൽ നിർദ്ദേശങ്ങളുടെ ബഹളം ഉച്ചത്തിലാവുന്നു. സത്യത്തിൽ ഇത്രയും ഉച്ചത്തിൽ സംസാരിക്കുവാനോ ഇത്ര ധടുതിയിൽ ചെയ്തു തീർക്കാനോ അവിടെ കാര്യങ്ങളൊന്നുമില്ല. അതിരാവിലെയുള്ള ഈ സന്നാഹം ചുറ്റുവട്ടത്തുള്ളവരുടെ ശ്രദ്ധയാകർഷിച്ചു കഴിഞ്ഞു എന്ന് ജയപാലൻ മനസ്സിലാക്കി. ഒന്നായും രണ്ടായും പതുങ്ങിയും പലതും പ്രതീക്ഷിച്ചും ആള് കൂടുന്നു. മുകളിലത്തെ രണ്ടു ഫ്ളാറ്റുകളിലേയും താമസക്കാർ പതുക്കെ പുറത്തേക്ക് കഴുത്തെറിഞ്ഞ് കാത്തുനിൽക്കുന്നു. റോഡിനപ്പുറത്തെ, ഫ്ളാറ്റിന്റെ ടെറസ്സിൽ നിന്നു ചിദംബരത്തിന്റെ ഭാര്യ, സാവിത്രി, എന്താണിത് എന്നാംഗ്യം കാണിക്കുന്നു. ക്രോസ് റോഡുകളുടെ വളവുകളിൽനിന്ന് തമിഴർ, എലികളെപ്പോലെ ആദ്യമൊന്ന് പാളിനോക്കി. അസാധാരണത മണത്തറിഞ്ഞ് കൗതുകമനുഭവിക്കാൻ പിന്നെ അവരും നിരന്നു. മുമ്പും അവരിങ്ങനെ നിരന്നിട്ടുണ്ട്. അത് പത്മിനിയും ഉഷയും യഥാർത്ഥത്തിൽ പൊട്ടിത്തെറിച്ച ചില സന്ദർഭങ്ങളിലായിരുന്നു. ആദ്യമാദ്യം പൊടുന്നനെ ആളുകൂടുമായിരുന്നു. പിന്നെപ്പിന്നെ ഒരനുഷ്ഠാനത്തിന്റെ വൈരസ്യം അവരേയും ബാധിച്ചിരിക്കണം. ഒന്ന് വന്ന് എത്തിനോക്കി, രണ്ടു ശാപവാക്കുകളുച്ചരിച്ച് അവരിൽ പലരും പിൻവലിയാനും തുടങ്ങി.

ആ അവസരങ്ങൾ ജയപാലനിൽ ഇന്നും അത്ഭുതമുണർത്തുന്നു. പത്മിനിക്കിത്രയും കട്ടിയോ? ഡബിൾഡക്കറിന്റെ മുകളിലത്തെ നിലയിൽക്കയറാൻ വിസമ്മതിച്ചിരുന്ന പത്മിനി! അതും ഇതും ചെയ്ത് അവരിടക്കൊന്ന് കൂട്ടിമുട്ടും. നീണ്ടുനിൽക്കുന്ന അലർച്ചകളും വാക്കേറ്റങ്ങളും തെറിയിലേക്കാണ് നീങ്ങുക. ഭാഷ അപ്പോഴൊരു പ്രശ്നമല്ല. എല്ലാ ഭാഷകളിലും അവർ തെറി പറയും. അപ്പോഴേക്കും നിരന്നുനിന്നാസ്വദിക്കുന്ന തമിഴരുടെ നിഴലുകൾ ക്രോഡീകൃതമായിരിക്കും. ടെറ

സ്സിനു മുകളിൽ നിന്ന് ചിദംബരവും സാവിത്രിയും, പത്മിനിയെ പരോക്ഷമായി തുണയ്ക്കുന്നു. ഇതൊരു തലവേദനയായല്ലോ എന്നമട്ടിൽ മുൻവശത്തെ ഹുണ്ടികക്കാരൻ, അകത്തേക്ക് വലിഞ്ഞിരിക്കും. തങ്ങളുടെ മാനാഭിമാനങ്ങളിൽ മമ്മി ഇത്രയും നീചമായി അഴുക്കു പുരട്ടുന്നതു സഹിക്കാനാവാതെ ശാന്തിയും ഗായത്രിയും അടുക്കളയുടെ മൂലക്കലിരുന്നു ശാപവാക്കുകൾ കത്തിക്കുകയായിരിക്കും. പിന്നെപ്പിന്നെ അവരും യുദ്ധത്തിൽ ഏർപ്പെട്ടു തുടങ്ങി. ജയപാലൻ ആരേയും തടുക്കാറില്ല. വികാരമൂർദ്ധന്യത്തിൽപ്പോലും ഉഷയെ നോക്കിയൊരു വാക്ക് പറയാനും തോന്നിയിട്ടില്ല. ഏറെ വിളിച്ചു പറഞ്ഞു കഴിയുമ്പോൾ, ഇരുവരും കോഴിയെക്കിട്ടിയ കോമരത്തെപ്പോലെ അടങ്ങുന്നു.

പെട്ടെന്നാണ് ലോറി ഡ്രൈവർ നല്ല കയറുണ്ടോ എന്നന്വേഷിച്ച് മുന്നിലെത്തിയത്. ജയപാലൻ ഒന്നു പരുങ്ങി. എന്തെങ്കിലും വലിച്ചു കയറ്റാനായിരിക്കും. ഉത്തരത്തിന്റെ അസാധ്യത ജയപാലനെ വീർപ്പുമുട്ടിച്ചു. ഡ്രൈവറും പരുങ്ങിയിരിക്കണം. പക്ഷെ ഉടൻതന്നെ രാമമൂർത്തി അകത്തുനിന്നയാളെ വിളിച്ചു. രക്ഷപ്പെട്ടിരിക്കുന്നു. കുഴക്കുന്ന ഒരു നിമിഷത്തിൽനിന്ന് പുറത്തു കടന്ന ജയപാലൻ ഓർത്തു: ഒരു കയറ്. മുമ്പ് ഒരു ബക്കറ്റ്. ഈ യുദ്ധത്തിൽ പത്മിനിക്ക് ഒരു പ്രധാന ആയുധമായിരുന്നു ബക്കറ്റ്. ഉഷയെ ഈ ക്രോസ് റോഡിലുള്ളവർ 'ലട്രീൻ ബക്കറ്റ്' എന്നാണ് വിളിക്കുക. പത്മിനി കനിഞ്ഞു കൊടുത്ത പേരാണ്. എന്തോ ആവശ്യത്തിന് ഉഷ കക്കൂസിലുപയോഗിക്കുന്ന ബക്കറ്റ് കടം വാങ്ങിയിരുന്നു. പിന്നീടാണ് യഥാർത്ഥത്തിലുള്ള യുദ്ധമുണ്ടായത്. പിടിച്ചടക്കിയ ഒന്ന് എന്ന നിലയിൽ ഉഷ ആ ബക്കറ്റ് മടക്കിയതുമില്ല. ഉഷയെക്കാണുമ്പോഴെല്ലാം പത്മിനി ആക്രോശിക്കും "ഹലോ, ലട്രീൻ ബക്കറ്റ്. ഹൗ ആർ യൂ?" ജയപാലന് ചിരി വന്നു. വസ്ത്രങ്ങൾ ഉണങ്ങാനിടാൻ ടെറസ്സിൽ കയറുന്ന സാവിത്രി ചിലപ്പോൾ വിളിച്ചു പറയും:

'പത്മിനീ ദാറ്റ് തിങ്ങ് ഈസ് കമിംഗ്. യുവർ ലട്രീൻ ബക്കറ്റ്."

ഒന്നു നീട്ടിത്തുപ്പിക്കൊണ്ട് ഉഷയും പ്രതികരിക്കും ഈ ആവർത്തനം ജയപാലനെ മടുപ്പിച്ചിരുന്നു. വാസ്തവത്തിൽ ഈ പ്രകടനങ്ങളെല്ലാം ആവശ്യമാണോ എന്ന് ഒരു മൂഢനേപ്പോലെ ജയപാലൻ ചിന്തിക്കാറുണ്ട്. പത്മിനി കുറെയേറെ കടന്നു പോകുന്നു എന്നും അറിയായ്കയല്ല. അവളുടെ വിചാരം ഈ ടൗണിലുള്ള എല്ലാവരും അവളെ പിന്തുണയ്ക്കുന്നു എന്നാണ്. അമ്മയെത്തല്ലിയാലും രണ്ടുപക്ഷമുണ്ടാകുമെന്ന് ഒരിക്കൽ ജയപാലൻ പറഞ്ഞുനോക്കി. പത്മിനി, പക്ഷെ പൊട്ടിത്തെറിക്കുകയാണുണ്ടായത്.

"എല്ലാവരും എതിരായ്ക്കോട്ടെ. അവളെ അവിടുന്ന് ഒഴിപ്പിക്കണം, അവൾക്കു വേണ്ടിയല്ല ആ ഫ്ളാറ്റും നമ്മൾ വാങ്ങിയത്. ഈ തീപ്പെട്ടിയിൽ ജീവിച്ച് എനിക്കു മടുത്തു."

ഇരുപത്തഞ്ചടി നീളവും പത്തടി വീതിയുമുള്ള ഒരു തീപ്പെട്ടി. മുന്നിലും പിന്നിലുമായി മൂന്നു കൊച്ചറകൾ. അവ യഥാക്രമം

ഡ്രോയിംഗ്, കിച്ചൺ, ബാത്ത് എന്നിവയാകുന്നു. മദ്ധ്യത്തിൽ കൊച്ചറകളേക്കാൾ വലുതൊന്ന്. ഒരു കാര്യത്തിനു മാത്രമായി ഒരറയും ഉപയോഗിക്കാനാവില്ലല്ലോ. ഡൈനിംഗ് കം സ്റ്റഡി കം ബെഡ്റൂം എന്നിങ്ങനെ മറ്റൊന്നിനു കൂടി, അല്ലെങ്കിൽ മറ്റു പലതിനും കൂടി സൗകര്യങ്ങൾ കണ്ടെത്തേണ്ടിയിരുന്നു. ഭക്ഷണം നിരക്കുന്ന മേശയും വസ്തുക്കൾ സൂക്ഷിക്കുന്ന അലമാരിയും ഉറങ്ങുന്ന കട്ടിലും വിസ്മരിപ്പിക്കുന്ന ടെലിവിഷനും കൂടി ഒരു മഹാനഗരത്തിന്റെ തിരക്ക് ആ മുറിയിൽ സൃഷ്ടിക്കുന്നു. അവയെ വേദനിപ്പിക്കാതെ ഒഴിഞ്ഞു പോകേണ്ട ബാധ്യത മനുഷ്യർക്കായിത്തീരുന്നു.

എല്ലാറ്റിനോടും പൊരുത്തപ്പെടുക എന്നതല്ല മനുഷ്യസ്വഭാവം എന്നു തോന്നുന്നു. പൊരുത്തപ്പെടുമ്പോൾത്തന്നെ എതിരായൊരു വികാരം സൂക്ഷിക്കുക കൂടി അവൻ ചെയ്യുന്നുണ്ട്. കൊച്ചറകളിലുള്ള നെടുങ്കൻ പ്രയാണങ്ങൾക്കിടയിൽ പത്മിനിയിൽ ഉറഞ്ഞുകൂടിയത് അത്തരമൊരു വികാരമാണ്. അകത്തളത്തിന്റെ വിശാലത വിസ്മരിക്കാൻ അവൾ നടത്തിയ ശ്രമങ്ങൾ പതിനെട്ട് വർഷങ്ങൾക്കുശേഷവും പരാജയമായി. പത്മിനി പിറുപിറുക്കാൻ തുടങ്ങിയത് ജയപാലൻ ശ്രദ്ധിച്ചിരുന്നു. വീണുകിട്ടുന്ന അപൂർവം ചില സന്ദർഭങ്ങളിൽ അവൾ മനഃപൂർവം നിർവികാരയാകുന്നു. സ്വകാര്യങ്ങൾ വിരസങ്ങളും ചലനങ്ങൾ അസ്വാഭാവികങ്ങളും ശബ്ദം പരുഷവുമായപ്പോൾ ഒരകൽച്ച. അവളിപ്പോൾ ചുംബിക്കാനും മറന്നിരിക്കുന്നു. കുട്ടികൾ കാണും, കേൾക്കും എന്നൊക്കെയുള്ളത് കപട നിഷേധമായിരുന്നില്ല. പലപ്പോഴും സ്വകാര്യങ്ങളിൽ ഗായത്രിയും ശാന്തിയും കയറിവന്ന് ഞെട്ടലുളവാക്കുന്നു. ഒരു മുറിയിൽത്തന്നെയുള്ള അനേകം മുറികൾ അതിക്രമിക്കുമ്പോഴാണ് അങ്ങനെ സംഭവിക്കുന്നത്. ഒരിക്കൽ ശാന്തിയുടെ സ്റ്റഡി, ജയപാലന്റേയും പത്മിനിയുടേയും ബെഡ്റൂമിലേക്കാണ് അതിന്റെ നീരാളിക്കാലുകൾ വിടർത്തിയത്. പിടഞ്ഞുവീണ പത്മിനി ഒരിക്കൽക്കൂടി ജയപാലനു നേരെ ആക്രോശിച്ചു:

"ഞാനങ്ങു മരിച്ചു കളയും നിങ്ങളതു വാങ്ങിയില്ലെങ്കിൽ-"

ഒന്നും രണ്ടുമായി എല്ലാം മനസ്സിലാക്കുന്ന കുട്ടികൾ. തനിക്ക് നഷ്ടപ്പെടുന്ന പ്രൈവസിയെക്കുറിച്ച് ഉറക്കെപ്പറഞ്ഞുപോയ ഗായത്രിയെ ഒരു ദിവസം ജയപാലൻ ശാസിച്ചു. അവൾക്ക് എന്നാണാവോ പ്രൈവസി ഉണ്ടായിരുന്നിട്ടുള്ളത്?

പഴയ സ്നിഗ്ദ്ധതകൾ ഓർമ്മപ്പെടുത്താനാകുമെന്നു കരുതിയാണ് താഴെയുള്ള രണ്ടു ഫ്ളാറ്റുകളും ഒരുമിച്ചു വാങ്ങാൻ ജയപാലൻ തീരുമാനിച്ചത്. അതിനായി കൊടുക്കേണ്ട പണത്തിന്റെ ഭീകരത ഒരു യാഥാർത്ഥ്യമായനുഭവപ്പെടുംമുമ്പ് ഫ്ളാറ്റുകൾ ജയപാലന്റെ പേരിലായിക്കഴിഞ്ഞിരുന്നു. അവിടേയും പത്മിനി ധൃതി കാണിച്ചുവോ? ഏതായാലും പണയമായി ഈ ജീവിതങ്ങൾ മാത്രമേ ഉണ്ടായിരുന്നുള്ളൂ. ഒരു പ്രേമകഥയിലെ വില്ലനേപ്പോലെ കടത്തിന്റെ ക്രുദ്ധത ജയപാലനു നേരെ പല്ലിളിച്ചു കാണിച്ചുകൊണ്ടിരുന്നു. എല്ലാ കഥയിലേയും പോലെ രക്ഷ

പ്പെടാനുള്ള ശ്രമങ്ങളായി പിന്നീട്. കമ്പനിയിൽ പർച്ചേസ് സെക്ഷനിലെ ബില്ലുകൾ ഒപ്പിടുമ്പോൾ മുറുക്കിയടക്കുക മാത്രമേ പിന്നെ കരണീയമായിട്ടുള്ളൂ. അപ്പോൾ ബന്ധപ്പെട്ട വ്യക്തികൾക്കും സ്ഥാപനങ്ങൾക്കും ഒരുപാട് നേട്ടമുണ്ടാവുന്നു. ജയപാലനും. മറ്റെന്തു വഴിയാണ് വ്യക്തമാവുക? ഒപ്പുകൾക്ക് സ്വാർത്ഥതയുടെ വർണ്ണഭേദങ്ങൾ- വയ്യ ജയപാലന് ഏറെയോർക്കാൻ വയ്യ.

ലോറിയിൽ സാധനങ്ങൾ കയറ്റുന്നതിപ്പോൾ പതുക്കെയായിരിക്കുന്നു. ഒരുപക്ഷെ ഒരൊറ്റ ട്രിപ്പുകൊണ്ടവസാനിപ്പിക്കാനുള്ള വഴി നോക്കുകയാവും, അവർ. അതിനായി ഓരോ മൂലയിലും ഓരോ പഴുതിലും കുത്തിനിറക്കാൻ ശ്രമിക്കുമ്പോൾ പതുക്കെയാവുന്നു. രാമമൂർത്തിയും ഉഷയും പുറത്തു വരുന്നേയില്ല. അവർ അടുക്കള പാക്ക് ചെയ്യുന്ന തിരക്കിലായിരിക്കും. വിഷാദത്തിന്റെ നിഴൽവീണ തമാശയോടെ ജയപാലൻ ഓർത്തു: ആ പഴയ ലട്രീൻ ബക്കറ്റ് കടന്നുപോകുമോ?

ആ ശകാരപ്പേരിൽ ഒരായിരം തവണ ചിരിച്ചിട്ടുണ്ടെങ്കിലും, അതൊരു തമാശയേ ആണെന്ന് ജയപാലനിപ്പോൾ തോന്നിയില്ല. എവിടെ പത്മിനിയും കുട്ടികളും? കഴിഞ്ഞ കുറേ വർഷമായി ഉഷ ജോലിക്കു പോകാൻ ഇറങ്ങുന്ന സമയത്ത് പത്മിനിയും മക്കളും കൃത്യമായി വാതിൽക്കൽ ഹാജരാകുന്നു. ലട്രീൻ ബക്കറ്റ് എന്നോ അതുപോലെ മറ്റെന്തെങ്കിലും ചീത്തയോ വിളിച്ചുപറയാൻ വേണ്ടിയാണത്. അപ്പോൾ ഉഷ കാർക്കിച്ചു തുപ്പുകയും സാധാരണയായി സ്ത്രീകൾ ഉപയോഗിക്കാറില്ലാത്ത ചില തെറികൾ പറയുകയും ചെയ്യും. ചിലപ്പോൾ പത്മിനിയേക്കാൾ മക്കൾ മികവു കാട്ടുന്നത് ജയപാലൻ കണ്ടിട്ടുണ്ട്. ആളുകൾ നിരക്കുമ്പോൾ മാത്രമേ അവർക്ക് വീർപ്പുമുട്ടലും അഭിമാനക്ഷതവുമുള്ളൂ. അവരുടെ പഴയ ഉഷാന്റിയും മൂർത്തിയങ്കിളും നികൃഷ്ടതയോടെ സംബോധന ചെയ്യപ്പെടുമ്പോൾ അകൽച്ചയുടെ തീവ്രത എല്ലാവർക്കുമനുഭവപ്പെടുന്നു. വീണുകിട്ടുന്ന ഒഴിവു ദിനങ്ങളിലേ ജയപാലൻ ഈ പ്രകടനങ്ങൾ കാണാറുള്ളൂ. പ്രത്യേകിച്ചൊന്നും തോന്നാറില്ല. പത്മിനിയുടെ നിർവികാരതയും ശാന്തി ഗായത്രിമാരുടെ വളർച്ചയും വീർപ്പുമുട്ടിക്കുന്നു. ഇതെല്ലാം അനിവാര്യമാണെന്ന മട്ടിൽ അനുവദിക്കാൻ ജയപാലൻ എന്നോ തയ്യാറായിരുന്നു. നേരിട്ട് ഇടപെടാറില്ല. വ്യത്യാസം അത്ര മാത്രം.

ഞായറാഴ്ചകളിൽ അവർ പുറത്തിറങ്ങാറില്ല. ശത്രു എപ്പോൾ പുറത്തു വന്നാലും ആക്രമിക്കാൻ ഇവിടെ എല്ലാവരും തയ്യാറായിരിക്കുന്നുണ്ടാകും. ടി.വി.യിലെ പരിപാടികൾ പോലും അപ്പോൾ പ്രശ്നമാകുന്നില്ല. അന്നേരം അടുത്ത ജനലിൽ നിന്നും പഴത്തൊലികളും കടലാസുകഷണങ്ങളും ഈ മുറ്റത്തേക്ക് പറന്നുവരും. 'ഓൾടമ്മേന്റെ....' എന്ന് പത്മിനി ആക്രോശിക്കുന്നു. സാധാരണയായി അവിടെയവസാനിക്കും. ഇടക്കൊന്നവർ തോടു പൊളിച്ച് പുറത്തുവരും. ആർക്കും അവസാനിപ്പിക്കാൻ അറിയില്ലായിരുന്നു. തെരുവുപെണ്ണുങ്ങളുടെ പാടവത്തോടെ ഇരുവരും പൊരുതുന്നു. രാമമൂർത്തി ഇടപെട്ടെങ്കിൽ എന്തെ

ങ്കിലും ചെയ്യാം എന്നു കരുതി ജയപാലൻ കാത്തിരിക്കും. പക്ഷെ രാമമൂർത്തി മാത്രം അനങ്ങില്ല. സുന്ദരിയെന്നെപ്പോൾ വേണമെങ്കിലും വിളിക്കാവുന്ന ഉഷ ഈയിടെ സാരി ചെരിച്ചു കയറ്റിക്കാണിക്കാനും തുടങ്ങിയിരിക്കുന്നു. 'അരുൺലാൽ എക്സ്പോർട്ട്ഴ്സി'ലെ റിസപ്ഷനിസ്റ്റ്. ഭയപ്പാടോടെ മാത്രമേ ആ കാലുകളെ ജയപാലൻ ആസ്വദിച്ചിട്ടുള്ളൂ. ഏറ്റവും അവസാനത്തെ അടവാണത്. പത്മിനി പിന്നെയവിടെ മുട്ടുകുത്തുന്നു.

ഡ്രൈവർ വണ്ടിയുടെ വാതിൽ തുറന്ന്, ചാടിക്കയറി എന്ന് ജയപാലൻ കണ്ടു. വലിയ ലെയ്ലാന്റ് ലോറി, ആദ്യം ഒന്നു പിണങ്ങി. സ്റ്റാർട്ടായി. ഇടുങ്ങിയ റോഡിൽ സൂക്ഷിച്ച്, വളരെ സൂക്ഷിച്ച് ഡ്രൈവർ വണ്ടി തിരിച്ചെടുത്തു. നേരത്തെ പറഞ്ഞൊരുക്കിയതുപോലെ ലോറി, പെട്ടെന്ന് വേഗം കൂടി വളവുകൾക്കു പിറകിൽ മറഞ്ഞു.

ജയപാലൻ വീണ്ടും കാത്തു. രാമമൂർത്തിയേയും ഉഷയേയും അവരുടെ വിടവാങ്ങലിനേയും. വേഗം കൂടുന്ന ഹൃദയമിടിപ്പിനെ ദീർഘശ്വാസങ്ങളിൽ ഇല്ലാതാക്കാൻ ശ്രമിച്ച് പരാജയപ്പെട്ടു. ഇപ്പോൾ രാമമൂർത്തിയും ഉഷയും പുറത്തുവരും. വാതിലടച്ച് അവർ പോകും. ആ അവസ്ഥയെ നേരിടുന്നതിനെക്കുറിച്ച് ഏറെനേരം ആലോചിക്കാനും വയ്യായിരുന്നു. എവിടെ പത്മിനി? അവൾ കൂടെയുണ്ടാകുന്നത് നല്ലതാണെന്ന് ജയപാലന് തോന്നി. പക്ഷെ വാതിൽപ്പാളികൾക്ക് പിന്നിലൊന്നും അവളില്ല. ഉറക്കെ വിളിക്കാനും കഴിയില്ലെന്ന് ജയപാലന് അറിയാമായിരുന്നു.

ഓർത്തിരിക്കുമ്പോൾ ജയപാലന് മുന്നിൽ രാമമൂർത്തിയും ഉഷയും പുറത്തു വരുന്നു. അവർ വാതിൽ പൂട്ടി. താക്കോൽ ഒരുപക്ഷെ ഇങ്ങോട്ടെറിയും എന്നാണ് ജയപാലൻ കരുതിയത്. അല്ലെങ്കിൽ പ്രതികാരം പോലെ അവരത് കൂടെക്കൊണ്ടുപോകും. കാരണം കോടതിയിൽ ഉള്ള കേസ് വിധിയായതിനു ശേഷമേ, വേണമെങ്കിൽ ഫ്ളാറ്റ് അവർക്ക് കൈമാറേണ്ടതുണ്ടായിരുന്നുള്ളൂ. ഈ വിശാലതയിൽ മറ്റൊരിടത്തും നോക്കാനാവാതെ, ജയപാലൻ വിഷമിച്ചു.

നന്നായി പൂട്ടി താക്കോൽ, രാമമൂർത്തി അരമതിലിന്മേൽ സൗമ്യമായി നീട്ടിവെച്ചു. യഥാർത്ഥത്തിൽ അവരുടെ കണ്ണുകൾ കൂട്ടിമുട്ടിയിരുന്നു. ഉഷയുടെ കണ്ണുകൾക്ക് നേർക്ക് നോക്കാതിരിക്കാനും ജയപാലന് കഴിഞ്ഞില്ല. അവിടെയെന്താണ് നിറഞ്ഞിരിക്കുന്നത്?- ഒരു നിമിഷനേരത്തെ പതർച്ചകൾക്കുശേഷം അവർ തിരിഞ്ഞു നടന്നു. നോക്കിയിരിക്കേ, തൊട്ടടുത്ത വളവിന്റെ അപാരതയിൽ അവർ പൊടുന്നനെ വിലയം ചെയ്തു.

വെള്ളത്തിന്റെ ഒഴുക്കു നിന്നിരുന്നു. സമയത്തെക്കുറിച്ച് അപ്പോഴാണ് ജയപാലൻ ബോധവാനായത്. കമ്പനിബസ്സ് ഏറെനേരം ഹോണടിച്ച് പിറുപിറുത്തുകൊണ്ട് പോയിട്ടുണ്ടാകും. ഇനിയും നിൽക്കാൻ സമയമില്ല. വികാരങ്ങളിൽ തൂങ്ങിനിൽക്കാനുള്ള അവകാശം എടുത്തുകളയപ്പെട്ടിരിക്കുന്നു!

അകത്ത്,

ശാന്തിയും ഗായത്രിയും കൂനിക്കൂടിയിരിക്കുന്നു. പതർച്ച അവരുടെ മുഖത്ത് സ്പഷ്ടമാണ്. പത്മിനി എന്നിട്ടും അടുക്കളയിലാണെന്നത് ജയപാലനെ അത്ഭുതപ്പെടുത്തി. അല്ലെങ്കിൽ സമയത്തെക്കുറിച്ചവർ ഇപ്പോഴേക്കും നൂറുപ്രാവശ്യം ഓർമ്മിപ്പിച്ചിട്ടുണ്ടാകും. ഈ താക്കോൽ അവളെയാണ് ഏൽപ്പിക്കേണ്ടത്. അവൾ അടച്ചുപൂട്ടിയ വികാരങ്ങളുടെ താക്കോലാണത്.

ജയപാലൻ പതുക്കെ അടുക്കളയിൽ കടന്നു. എന്നത്തേയും പോലെ അവളെല്ലാം ഒരുക്കിയിരിക്കുന്നു. പോകാനുള്ളവരാണ് പിന്നെയും വൈകുന്നത്. ഏതു ഭാഷയിൽ വിളിക്കണമെന്നറിയാതെ ജയപാലൻ ഒന്നു പരുങ്ങി. അവളുടെ പ്രതികരണം എന്തായിരിക്കും? ഒന്നും വ്യക്തമായി ഉരുത്തിരിയാതെ തരിച്ചു നിൽക്കുമ്പോൾ പെട്ടെന്ന് പത്മിനി തിരിഞ്ഞുനോക്കി. അവളും കരയുകയായിരുന്നു. പത്മിനിയുടെ കണ്ണുകൾ നിറഞ്ഞിരിക്കുന്നു....

വൃശ്ചികം

ജോലിസ്ഥലത്തുനിന്ന് ഒരാഴ്ച അവധി വാങ്ങി ഞാൻ നാട്ടിലെത്തിയതാണ്, ഒന്ന് സന്തോഷിക്കാൻ. അവിടെ ഇതിനുള്ള അവസരങ്ങളെല്ലാം വളരെ കുറവ്. കൂടിപ്പോയാൽ സിനിമാക്കൊട്ടക വരെ പോകാം, അല്ലെങ്കിൽ കോർപ്പറേഷൻ വക ഉദ്യാനത്തിൽ. രണ്ടിടത്തിലും വേണ്ടതിലധികം ജനമുണ്ടാകും. സന്തോഷിക്കാൻ പോയാൽ ശ്വാസം മുട്ടലാണുണ്ടാവുക.

നമ്മുടെ ഇച്ഛകളെയെല്ലാം തടുത്തിടുന്ന മന്തുപോലുള്ള ഒരു ഭാരത്തെയാണ് നാം ഉദ്യോഗമെന്ന് വിളിക്കുന്നത്. വീർത്തുപൊട്ടി ചലമൊലിക്കുന്ന ആ മന്താണ് മാസാദ്യങ്ങളിൽ ബാങ്ക് അക്കൗണ്ടിൽ ചെന്നുവീഴുന്ന ശമ്പളം. നമ്മൾ ജോലിയുടേയും ശമ്പളത്തിന്റേയും തടവുകാരാണ്. അതിൽനിന്നൊന്ന് വിടുതൽ വാങ്ങിച്ച് സന്തോഷ മുണ്ടാക്കാനാണ് ഞാൻ നാട്ടിലെത്തിയത്.

എങ്ങനെയെങ്കിലുമൊന്ന് നിറയേണ്ടേ, ചങ്ങാതീ? ഈ ശൂന്യമാനസങ്ങളിൽ ഒരു നിറം, ഒരു ശ്രുതി, ചേർക്കേണ്ടേ?

ഇവിടത്തെ കല്ലുമ്മക്കായും കള്ളും ഒരു സായന്തനവും നിനക്ക് വാഗ്ദാനം ചെയ്തിട്ടു ഒരു വർഷമാകുന്നു. നിനക്കു അവിടെ നിന്നും എനിക്കു എന്റെ സ്ഥലത്തുനിന്നും. ഒരേ കാലത്തിൽ വന്നു ചേരാനാകുന്നില്ല. നോക്കൂ, നമുക്ക് വ്യാമോഹങ്ങളൊന്നുമില്ല. നീ എന്റെ ഇടത്തിലേക്ക് വരുന്നു. അഞ്ചാറുകുപ്പി കള്ളും കല്ലുമ്മക്കായ് പൊരിച്ചതും അരിക്കടുക്കയുമായി കടപ്പുറത്തേക്ക് പോകുന്നു. വട്ടക്കല്ലിൽ ഇരുന്ന്, സായന്തന സൂര്യനേയും കടലിൽ പൊങ്ങിക്കിടക്കുന്ന തുരുത്തിനേയും സാക്ഷിനിർത്തി നാമൊന്ന് നിറയാൻ ശ്രമിക്കുന്നു.

കഴിഞ്ഞില്ലല്ലോ ഇതുവരെ.

നാട്ടിലെത്തുമ്പോൾ തുലാവർഷം പെയ്തകന്ന് തുടുത്ത പ്രകൃതി. ആകെ പച്ച പിടിച്ചു കിടക്കുന്നു. ഏതുച്ചക്കും തണലുകൾ വിടർന്നു നിന്നു. ഞാനാകെ വല്ലാതെയായി. മഴ പെയ്യുന്ന ആ നാളുകളിൽ എനി

ക്ക് വരാനായില്ലല്ലോ. നീർച്ചാലുകളിൽ പൊടിമീൻ പൊന്തുന്നത് കണാനായില്ലല്ലോ. മഴ നിറഞ്ഞു പെയ്യുമ്പോൾ, ഇടവഴിയിലൂടെ, കുടപിടിച്ച് വെള്ളം തട്ടിത്തെറിപ്പിച്ച് നടക്കാനായില്ലല്ലോ.... ഓരോരോ കൗതുകങ്ങൾ....

ആടിമാസത്തിലെ സന്ധ്യ
ഇരുൾകൊണ്ടു മൂടിടുന്നു
പകലെങ്ങോ മറഞ്ഞുപോയി.
ധാരമുറിയാത്ത മാരി
മനോരാജ്യചാരി ഞാൻ നില്പൂ
ഗൃഹത്തിൽ.... ഏകാകിയായ്....

ടാഗോറും ജിയും ചേർന്നതാണ്. പണ്ടെന്നോ വായിച്ച് പഠിച്ചതാണ്.

ഞാനെത്തുമ്പോൾ വൃശ്ചികത്തിന്റെ നേരിയ കുളിര്. ഉറങ്ങാനും ഉണരാനും നടക്കാനുമൊക്കെ എന്തൊരുന്മേഷം! അയൽപ്പക്കങ്ങളിലെ കുട്ടികൾ ഇടവഴിയിൽ ക്രിക്കറ്റ് കളിക്കുന്നു. ഞാനും ചേർന്നു. ഇവിടെ കളിയിലെ നിയമങ്ങളൊക്കെ പ്രത്യേക തരമാണ്. ഒരു തിണ്ടിന് കൊണ്ടാൽ നാല്, പൊന്തിപ്പോയി കൊണ്ടാൽ സിക്സർ! വേറൊരു തിണ്ടിനപ്പുറം പോയാൽ ഔട്ട്. ഏറെക്കാലം കൂടിയിട്ടാണ് കൈയും കാലുമൊക്കെയൊന്ന് അനങ്ങുന്നത്. ഇങ്ങനെയൊരു തൊണ്ടൻ, കുട്ടികളുടെ കൂടെ കളിക്കുന്നത് വഴിനടക്കുന്നവരിൽ ചിരിയുണർത്തി. പിറ്റേന്ന് രാവിലെ എഴുന്നേൽക്കാനും നടക്കാനുമൊന്ന് ബുദ്ധിമുട്ടി. ശരീരമാകെ വേദന. എന്നാലെന്താ കളിച്ചില്ലേ!

ഇത്തരം കൂടിച്ചേരലുകൾ പ്രായത്തെക്കുറിച്ചും നാം പാഴാക്കിയ കാലത്തെക്കുറിച്ചും ഓർമ്മയുണ്ടാക്കുന്നു. രണ്ട് പന്തെറിയുമ്പോഴേക്കും കിതച്ചു. അടുത്ത തലമുറ ഒറ്റക്കുതിക്കു തിണ്ടുകയറി മറിഞ്ഞ് പന്തെടുത്തു വരുന്നതു കാണുമ്പോൾ ശ്വാസംമുട്ടൽ, അസൂയ. പഴയ കളിക്കളങ്ങളെയെല്ലാം വിഷമം നിറഞ്ഞോർക്കും. മധ്യവയസ്സായില്ലേ, ചങ്ങാതീ. രക്തത്തിൽ കൊഴുപ്പ്, പ്രമേഹം, നടുവേദന, രക്തസമ്മർദ്ദം, വാതം ഏതിന്റെയൊക്കെയെങ്കിലും പടിവാതിൽക്കലോ ഒരുപടി ഉള്ളിലേക്ക് കടന്നോ ഒക്കെയാണല്ലോ നമ്മുടെ നില്പ്.

ആകെയൊരു പ്രസന്നതയൊക്കെയായിരുന്നു. ഉറക്കമുണർന്ന് പുറത്തുവന്ന്, വളപ്പിൽ നടന്നുകൊണ്ട് ഞാൻ പല്ലുതേച്ചു കൊണ്ടിരുന്നു. പുലർകാലത്തിന്റെ നേരിയ വെളിച്ചം. കാണെക്കാണെ അത് തെളിഞ്ഞു. ലുങ്കി മാത്രമുള്ള ശരീരത്തിൽ കുളിര് പൊതിഞ്ഞു. മഴയൊഴിഞ്ഞ പറമ്പിലും ഇലകളിലും അപ്പോഴും നനവുണ്ടായിരുന്നു, മഞ്ഞു കൊണ്ടാവാം. മരങ്ങളും ചെടികളും ഇടവഴിത്തിണ്ടുകൾ മൂടിയ പുല്ലും പച്ച. കണ്ടം കൊത്തിത്തീർന്നതിനാൽ ചുറ്റുമുള്ള പറമ്പുകളിലും ചെമ്മൺ നിറം പകർന്നു കിടന്നു.

സ്ഥലകാല വിദൂരതകളിൽനിന്ന് നാട്ടിലെത്തുന്നവന്റെ തോന്നലുകൾ മാത്രമാവാം ഇതൊക്കെ. ഞാൻ കാണുന്നതൊന്നും അവിടെ ഇല്ലെന്നുണ്ടോ? കാരണം, ഇടവഴിയിലൂടെ കുതിച്ചുപോകുന്ന ആരിലും

ഈ കൗതുകങ്ങളൊന്നും കണ്ടില്ല.

“വൈയ്യീറ്റ് കാണാഡോ.” തിരക്കുപിടിച്ചു പോകുന്നതിനിടയിൽ നൂല് ഭാസ്കരൻ വിളിച്ചു പറഞ്ഞു. അങ്ങനെത്തന്നെയാണ് മറ്റു പലരും കുശലം പറഞ്ഞത്. മിക്കവരേയും വൈകുന്നേരവും കാണാനായില്ല. എനിക്ക് മാത്രമാണല്ലോ കുറെയധികം സമയം വെറുതെ കിടക്കുന്നത്.

അവധിയിൽ നാട്ടിലെത്തുമ്പോഴെല്ലാം അനുഭവിക്കുന്ന പ്രശ്നമാണിത്. തിരക്കൊഴിച്ച് കളഞ്ഞ് ഇവിടെയെത്തുന്നത് തിടുക്കമുള്ളവരുടെ ലോകത്തിലേക്കാണ്. എനിക്കായി ഇവരോടൊക്കെ അവധിയെടുക്കാൻ പറയാൻ പറ്റുമോ?

പല്ലുതേച്ചു കഴിഞ്ഞ്, നേരെ കിണറ്റിൻ പടിയിലേക്ക് നടന്നു. വെള്ളം കോരിയെടുത്ത് വായും മുഖവും കഴുകി. മോട്ടോറും പൈപ്പും ടാപ്പുമൊക്കെയുണ്ടെങ്കിലും അതൊരു സുഖമാണ്. ഇവിടെ ഞാൻ കോരിയേ കുളിക്കാറുമുള്ളൂ. ലുങ്കി കൊണ്ടുതന്നെ മുഖം തുടച്ച് അകത്തേക്കു കടക്കുമ്പോഴേക്കും ചായ തയ്യാറായെന്ന് രാധിക.

“നിങ്ങള് കടുപ്പോണ്ടോന്ന് നോക്ക്യാട്ടെ” രാധിക പറഞ്ഞു.

ഇത്തിരി കുടിച്ച് ഞാൻ തലയാട്ടി, “ങും ഒപ്പിക്കാം....”

“ഹൊ, എന്തൊര് കടുപ്പാന്നപ്പാ. ഒര് ചായക്ക് ഒന്നരക്കിലോ പൊട്യാന്ന്!” എന്ന് എപ്പോഴും പറയുന്ന പരാതി രാധിക അപ്പോഴും പറഞ്ഞു.

അന്നേരം ഉറക്കച്ചടവോടുകൂടി കുട്ടികളെത്തി. കൈകൊണ്ട് കണ്ണു തിരുമ്മിയാണ് രണ്ടുപേരും ഹാജരായത്. ചായഗ്ലാസ്സ് മേശമേൽ വെച്ച് രണ്ടിനേയും ഒപ്പമെടുത്ത് രണ്ടാക്കത്തുമായിരുത്തി. മോൻ കഴുത്തിൽ കൈയിട്ട് പിടിച്ചു. മോൾക്ക് അല്പം നാണമൊക്കെ ഉണ്ടായി. അവൾ വലുതായിരിക്കുന്നു. ഏഴാം ക്ലാസിലെ കുട്ടി ചെറിയ കുട്ടിയൊന്നുമല്ല. അവൾ വേഗം ഊരിയിറങ്ങി.

“നല്ല കുട്ട്യോളായിറ്റ് രണ്ടെണ്ണവും വേഗം പല്ലുതേച്ചാട്ടെ....” ഞാൻ നിർദ്ദേശിച്ചു.

“ഞാനിന്ന് സ്കൂള്പ്പോന്നില്ലച്ഛാ...” എന്ന് മകൻ.

“ആദ്യം ഇദ് നടക്കട്ടെ” എന്ന് ഞാൻ.

ഞാൻ വീണ്ടും ചായയെടുത്ത് മുറ്റത്തേക്കിറങ്ങി. രാധിക വളർത്തുന്ന പൂന്തോട്ടം ഭംഗിയായി വിരിഞ്ഞു നിൽക്കുന്നുണ്ട്. മൂപ്പരുടേത് ഒരു പ്രത്യേകതരം തോട്ടമാണ്. പൂച്ചെടികളോടൊപ്പം ചില പച്ചക്കറികളും. വെണ്ട, പയറ്, കയ്പ മുതലായവ. കയ്പയുടെ ഇലകൾ പുഴു തിന്ന പാടോടുകൂടിയവയാണ്. പുഴുക്കളെയൊക്കെ രാധിക അപ്പപ്പോൾ നശിപ്പിച്ചിരിക്കും. ഒരു ഈർക്കിൽ മണ്ണെണ്ണയിൽ മുക്കി പുഴുവിനെ ഒന്നു തൊട്ടാൽ മതി; കാലിയാകും.

ചങ്ങാതീ, അങ്ങനെ ഞാൻ ഉലാത്തുകയാണ്. മതിമറന്ന ലാഘവ നിശബ്ദതയോടെ. ഒരു തേങ്ങാത്തൊണ്ട് കാലു കൊണ്ട് തട്ടിത്തെറിപ്പിച്ച്, ഇടക്കിടെ ചായ കുടിച്ചു. ഇനിയും കായ്ച്ചിട്ടില്ലാത്ത സപ്പോട്ട പിടിച്ചൊന്ന് കുലുക്കി. ബിലുംബിയുടെ ഒരു കായെടുത്ത് കടിച്ച്, പുളിച്ച്, മുറ്റത്തും തൊടിയിലുമങ്ങോട്ടുമിങ്ങോട്ടും അങ്ങനെ.... അന്നേരം തിള

ക്കുന്ന മീൻകറിയുടെ നേരിയ മണം ആ പ്രഭാതാന്തരീക്ഷത്തിൽ കലരുന്നു. എന്റെ ചില കൊച്ചു നിർബന്ധങ്ങളുടെ മണമാണത്....

ഇങ്ങനെ പറഞ്ഞുകൊണ്ടിരുന്നാൽ, തിരിച്ച് വണ്ടി കയറുന്നവരെ പറയേണ്ടിവരും. അതിൽ പ്രത്യേകിച്ചൊന്നുമുണ്ടാവുകയുമില്ല. മൂന്ന് ഇരുപതിന്റെ മെയിലിൽ കയറിയാൽ പിന്നെ.... തകിടം മറിയാൻ ലാഘവങ്ങൾക്ക് എത്രനേരം വേണം? അത്രയധികമൊന്നും വേണ്ട തന്നെ. നോക്കിയിരിക്കവെ എന്നുത്തരം പറയാം, അല്ലേ?

അങ്ങനെ നോക്കിയിരിക്കവേ, ഇടവഴിയിലൂടെ ആരോ ഓടുന്ന ഒച്ച കേട്ടു. ഞാൻ ഏന്തിനോക്കി. 'ഉഷസ്സിലെ' സുമേഷാണ്. ഇത്ര രാവിലെതന്നെ ഈ തടിയുംവെച്ച് ഇവൻ എങ്ങോട്ടാണ് ഓടുന്നത്? വിളിച്ചു ചോദിക്കാനായുംമുമ്പേ അവൻ വളവ് തിരിഞ്ഞുമറഞ്ഞു.

അധികം കാത്തുനിൽക്കേണ്ടി വന്നില്ല. രണ്ടാമത്തേയും മൂന്നാമത്തേയും ആളുകൾ ഓടിവന്ന് വളവ് തിരിഞ്ഞു മറഞ്ഞു. വല്ല കൂട്ടയോട്ടമോ മറ്റോ ആണോ? സ്വാതന്ത്ര്യത്തിന്റെ അമ്പതാം വാർഷികമല്ലേ. അതിന്റെ സന്ദേശവും ആവേശവും ഇടവഴി തലങ്ങളിലേക്ക് വ്യാപിപ്പിക്കാൻ ആർക്കെങ്കിലും തോന്നിയതായിക്കൂടേ? ഞാൻ സംശയിച്ചു.

അപ്പോഴേക്കും ഓടുന്നവരുടെ എണ്ണം കൂടി. ഉച്ചത്തിൽ എന്തോ പറഞ്ഞുകൊണ്ടാണവർ ഓടുന്നത്. പക്ഷേ, എനിക്കൊന്നും വ്യക്തമായില്ല. പിന്നെ രണ്ടുമൂന്ന് പെണ്ണുങ്ങളും അതിലൂടെ ഓടുന്നത് കണ്ടപ്പോഴാണ് ശരിയല്ലല്ലോ ഇതിലെന്തോ പന്തികേടുണ്ടല്ലോ എന്നെനിക്ക് തോന്നിയത്.

കുടിച്ചുകഴിഞ്ഞ ചായഗ്ലാസ് മുറ്റത്തുതന്നെ വെച്ച്, ഞാൻ ഇടവഴിയിലേക്ക് ഇറങ്ങിനിന്നു. ആരോടെങ്കിലും ചോദിക്കാമെന്നു വെച്ചാൽ കൂടുതലും നാമറിയാത്തോരും നമ്മളെയറിയാത്തോരുമാണ്. കുറേക്കാലമായില്ലേ ഇവിടെ നിന്ന് പോയിട്ട്. അങ്ങനെ നിൽക്കവെ ഒരു പരിചിത മുഖം. ഉച്ചുമ്മലെ മജീദ്.

''എന്തേനും മജീദേ?'' ഞാൻ ചോദിച്ചു.

മജീദ് നിന്നു.

''ഞ്യറിഞ്ഞില്ലേ, ഞമ്മടെ ഫിറ്റർ സുരേശിന്റെ വീട്ടിന് തീ പിടിച്ചുപോലും!''

മജീദ് ഓടാൻ തുടങ്ങിയപ്പോൾ ഞാനും കൂടി.

മൂന്നു വളവുകൾ കഴിഞ്ഞ് വേലാണ്ടിപ്പറമ്പിന്റെ കയറ്റത്തിലാണ് ഫിറ്റർ സുരേശിന്റെ വീട്. കരിഞ്ഞമർന്ന മോന്തായം ദൂരെനിന്നു തന്നെ കാണാം. പുരപ്പുറത്തു കയറി ചിലർ വെള്ളമൊഴിക്കുന്നുണ്ട്. ഓല കരിഞ്ഞ മണവും പുകയും. സുരേശിന്റെ വീട്ടുമുറ്റം നിറയെ ആൾക്കാരായിരുന്നു. വെള്ളത്തിൽ കുതിർന്ന കരിഞ്ഞ ഓലകൾ. മേൽക്കൂരയുടെ കറുത്ത അസ്ഥിക്കൂടും. എല്ലാവരുടേയും മുഖത്ത് അമ്പരപ്പ്; ഭയം.

''എങ്ങനെയേനും കത്തീന്?'' അടുത്തുനില്ക്കുന്ന ആളിനോട് ഞാൻ പതുക്കെ ചോദിച്ചു.

അയാൾ അതിലും പതുക്കെ പറഞ്ഞു.

''സുരേശേട്ടന്റെ പെണ്ണുങ്ങള്! മണ്ണെണ്ണ ഒഴിച്ചിറ്റ് തീവെച്ചതാ പോലപ്പാ....''

''എന്നിറ്റ്''

''എന്നിറ്റെന്താണ്? ഓള് കാഞ്ഞുപോയി. ഒപ്പം രണ്ടു കുട്ട്യോളും''

''സുരേശനേട്ത്തൂ?''

''ഓറ് പണിക്ക് പോയതാ പോലപ്പാ. ആരൂല്ലാത്തേരല്ലേ ഇദ് ചെയ്യാമ്പറ്റൂ....''

ഞാനൊന്നു വിറച്ചു. ഒരു മിന്നൽ എന്നിലൂടെ കടന്ന് മണ്ണിൽ പതിച്ചു എന്നു പറയുന്നതാകും ശരി. മുറ്റത്തുള്ള തൈമാവിന്റെ കൊമ്പിൽ ഞാൻ പിടിച്ചു. സുരേശൻ- ഞങ്ങൾ ഒരുമിച്ച് റെയിൽവേ കോർട്ടിൽ ഫുട്ബോൾ കളിക്കാറുണ്ടായിരുന്നു. അവൻ നല്ല ഉശിരുള്ള ഫോർവേഡായിരുന്നു. പക്ഷേ, എങ്ങും എത്തിയില്ല. ഫിറ്റർ പണിയെല്ലാം പഠിച്ച് ഒരു വഴിക്കായതിനുശേഷം, വൈകിയാണ് അവൻ കല്യാണം കഴിച്ചത്.

സ്വയമൊടുക്കുന്ന ജീവനുകളെ കുറിച്ചുതന്നെ, ചങ്ങാതീ, വീണ്ടും പറഞ്ഞതുതന്നെ പറയുന്നൊരീപ്പണി നിർത്താൻ എനിക്ക് മോഹമുണ്ടായാൽ മാത്രം പോരാ. അതിനുള്ള സാഹചര്യങ്ങളും ഉണ്ടാവണം. ലോകത്തിൽ ആത്മഹത്യ നിലനിൽക്കുന്നേടത്തോളം കാലം ആരെങ്കിലുമൊക്കെ അതിനെക്കുറിച്ച് പറഞ്ഞുകൊണ്ടിരിക്കും. ചങ്ങാതീ, നീയത് കേട്ടുകൊണ്ടുമിരിക്കും. നമുക്ക് വേദനിക്കും.

രണ്ട് ആത്മഹത്യകൾക്കിടയിലൂടെ ഒഴുകുന്ന എന്തോ ഒന്നാണിന്ന്, ജീവിതം.

ഓരോരുത്തരായി അകത്തുകടന്ന് നോക്കുന്നുണ്ട്. കാണണമോ? ആദ്യം ഞാനൊന്നു ശങ്കിച്ചു. കണ്ടവർ ഇറങ്ങി വരികയും അടുത്തകൂട്ടം അകത്തു കടക്കുകയും ചെയ്തുകൊണ്ടിരിക്കവേ, ഞാനും പതുക്കെ അനങ്ങി. നനഞ്ഞുകുതിർന്ന ഓലയിലും ചളിയിലും ചവിട്ടി, മെല്ലെ കോലായിൽ കയറി.

അടുക്കള ഭാഗമാണ്. അടുപ്പിനു താഴെ വീട് എരിഞ്ഞ കറുത്ത വെള്ളം തളംകെട്ടി നിന്നിരുന്നു. പാദം മറയുന്നത്ര വെള്ളം അടുക്കളയിൽ ഉണ്ടായിരുന്നു. തല കുനിച്ച് കാലെടുത്തുവെക്കവേ, ഞാൻ കാണുന്നത് ആ ഇരുണ്ട ജലപ്പരപ്പിൽ, പൊങ്ങിക്കിടന്ന് ഒഴുകുന്ന ഒരു ഒഴിഞ്ഞ മുലക്കുപ്പിയാണ്. അല്പം പാല്, അഞ്ചാറ് തുള്ളി അതിന്റെ അടിയിലുണ്ടായിരുന്നു. അതിനെ കവച്ചുവെക്കുമ്പോൾ കാലൊന്ന് വിറച്ചു.

അകത്തു കൊച്ചുമുറിയിൽ, കട്ടിലിന്റേയും മേശയുടേയും ഒരു തുന്നൽ യന്ത്രത്തിന്റേയും ഇടയിൽ ഭാര്യ ഉഷ, മുട്ടുകുത്തി, കുനിഞ്ഞിരിക്കുന്നു. തല തുന്നൽയന്ത്രത്തോട് ചേർന്നുനിൽക്കുന്നു. മുടിയാകെ കരിഞ്ഞമർന്നിട്ടുണ്ട്. പിന്നെ പുറം മാത്രമാണ് കാണാൻ കഴിഞ്ഞത്. അതിന് വെന്ത മാംസത്തിന്റെ നിറമായിരുന്നു. അതിനപ്പുറം അടഞ്ഞുകിടക്കുന്ന വാതിലിനും കട്ടിലിനും ഇടയിൽ രണ്ട് ചെറിയ കുട്ടികൾ കരിഞ്ഞുകിടക്കുന്നുണ്ട്.

തുണിയും മുടിയും മണ്ണെണ്ണയും എരിഞ്ഞതിന്റെ കൂടിക്കുഴഞ്ഞ

മണം.

അധികം നേരം ഞാൻ നോക്കിയില്ല. പിന്നിൽനിന്ന് തള്ളുവന്നു. കാണാനുള്ള ആകാംക്ഷ വലുതാവുകയാണ്. ആൾക്കൂട്ടത്തിനിടയിലൂടെ ഞാൻ ഊരിയിറങ്ങി. വീണ്ടും അതേ വഴിക്കുതന്നെ. ഞാൻ അടുക്കളയിലേക്ക് കാൽവെച്ചു. ആളുകൾ കടക്കുന്നതിനനുസരിച്ച് കറുത്ത വെള്ളം തിരയിളക്കുന്നുണ്ട്. വീണ്ടും അതേ കാഴ്ച തന്നെ ചങ്ങാതീ. അടുക്കളയിൽ തേമ്പി നിൽക്കുന്ന ഇരുണ്ട ജലത്തിൽ വേറൊരു മൂലയിലേക്ക് ഒഴുകിപ്പോയി, ആ ഒഴിഞ്ഞ മുലക്കുപ്പി, അപ്പോഴും....

സ്വപ്രത്യായനം

ഒന്ന്

പാർക്ക് സ്ട്രീറ്റ് ഹൗസിംഗ് കോളനിയിൽ, നിറഞ്ഞും നിറയാതെയും ദിവസങ്ങൾ വന്നു പോയ്ക്കൊണ്ടിരുന്നു. നന്നെ നേരത്തേ എത്തി പാൽക്കാരൻ മണിയടിക്കും. ഉടനെ ചെന്നില്ലെങ്കിൽ അയാൾ പിറുപിറുക്കുന്നതു കേൾക്കാം. പിന്നാലെ പത്രക്കാരൻ വന്ന് ഒരുപാടു വാർത്തകൾ വലിച്ചെറിഞ്ഞുപോകും. ചായ കുടിക്കുന്നു, പത്രം വായിക്കുന്നു, ഇത്തിരി തിരക്കിട്ട് ദിനകൃത്യങ്ങൾ നടത്തി, ജോലിക്കു പോകുന്നു. തിരിച്ചു വരുന്നു- മിക്കവരും അങ്ങനെ കഴിഞ്ഞുപോന്നു.

ചുറ്റും വീടുകളുടെ നിര. നടുവിലെ ഇത്തിരി വെളിമ്പ്രദേശത്തിൽ കുറച്ച് പൂച്ചെടികളും ഒന്നു രണ്ടു മരങ്ങളും. അതാണ് പാർക്ക്. വൈകുന്നേരമായാൽ കോളനിക്കുട്ടികളും കൂട്ടുകാരും അവിടം ശബ്ദമുഖരിതമാക്കും. അവർ കളിക്കുന്നു; വഴക്കു കൂടുന്നു; വീഴുന്നു; കാലു പൊട്ടുന്നു- അങ്ങനെയങ്ങനെ. രാവിലെ പത്തുമണിക്കും അഞ്ചുമണിക്കും ഇടക്കുള്ള സമയം മിക്കവാറും നിശബ്ദമാണ്. എന്നുവെച്ച് കുങ്കുമ പ്രഭാതങ്ങളും സ്വച്ഛസായന്തനങ്ങളും എന്നൊന്നും അർത്ഥമില്ല. പിടിപാടില്ലാത്തതും അനാവശ്യമായതും ആയ അനവധി മുഹൂർത്തങ്ങൾ ഇതിനിടയിൽ ഉണ്ടാകുന്നുണ്ട്.

വൈകുന്നേരങ്ങളിൽ ജയ ഗെയ്റ്റിൽ ചെന്ന് കുട്ടികൾ തിമിർക്കുന്നതു കാണും. അവരുടെ ഓരോ നിമിഷവും ജയ ഓർത്തുവെക്കുന്നു. തളർന്ന് തിരിച്ചെത്തുമ്പോൾ കുട്ടികളിൽ മുഴുകിയിരിക്കുന്ന ജയയാണ് എന്നെ എന്നും എതിരേൽക്കുക. ഒരമ്മ അവിടെ വിതുമ്പി നിൽക്കുന്നു എന്ന് ഞാനറിയുന്നു. ഇപ്പോഴിപ്പോൾ കുട്ടികളുടേയും എന്റേയും നടുവിൽ ജയ പെട്ടെന്ന് മൂകയാവും. ജയയുടെ കണ്ണിലെ ആഴങ്ങൾ കാണുമ്പോൾ, ഒന്നര മണിക്കൂറെങ്കിലും ബസ്സിലിരുന്നു തളരുന്ന എന്നിലും ആ മൂകത പടരുന്നു.

അപ്പോൾ ഒറ്റയും തെറ്റയും കാക്കകൾ വന്നുകൊണ്ടിരിക്കും. പാർ

ക്കിലെ മരങ്ങളുടെ ഓരോ കൊമ്പിനും ചില്ലക്കും അവ അവകാശം സ്ഥാപിച്ചിരുന്നു. ഇരുട്ട് വീഴാൻ തുടങ്ങുമ്പോൾ എവിടെനിന്നെന്നില്ലാതെ ഒരായിരം കാക്കകൾ ഒരുമിച്ചുകൂടും. നിലത്തിരുന്ന് ചിക്കിച്ചെനക്കി, മതിലുകളിൽ കയറി കരഞ്ഞുവിളിച്ച്, സമയവും സന്ദർഭവും നോക്കി ഓരോന്നായി മരങ്ങളിൽ കയറിപ്പറ്റുന്നു. പിന്നെ ചില്ലയുറപ്പിക്കാനുള്ള വെപ്രാളമാണ്. ചില്ലകൾ തോറും മാറിയിരുന്ന് അവ അന്നത്തെ വിശേഷങ്ങൾ കൈമാറുന്നു. ഇവിടത്തെ മനുഷ്യർ ശാപവാക്കുകളുതിർക്കുന്ന സമയമാണത്. കാക്കകളുടെ ആരവം അസഹനീയമാണ്. അരിശംവന്ന കുട്ടികൾ കല്ലെറിഞ്ഞോടിക്കാൻ നോക്കും. പിന്നെ നാലുഭാഗത്തുനിന്നും ശരങ്ങൾ പോലെ കാക്കകൾ എത്തുമ്പോൾ തോൽവി സമ്മതിച്ചുകൊണ്ട് കുട്ടികൾ പിൻവാങ്ങുന്നു.

ഒരിക്കൽ ഏറെക്കാലത്തിനു ശേഷം എത്തിയ ജോസഫ്, കാക്കകളുടെ ആരവം കേട്ട് ചോദിച്ചു: 'അല്ല ഇവറ്റ ഇവിടേയുമെത്തിയോ?''

''നിനക്കീ കാക്കകളെ നല്ല പരിചയമുണ്ടെന്നു തോന്നുന്നല്ലോ.'' ഞാൻ ജോസഫിനെ കളിയാക്കാൻ നോക്കി. അന്നേരം ജയ പൊട്ടിച്ചിരിച്ചു.

''കളിയാക്കേണ്ട, പെങ്ങളേ.'' ജോസഫ് പറഞ്ഞു. ''ഞങ്ങടെ കോളനീലും ഒണ്ടാർന്നു ഒരു കാക്കപ്പട. ആ കൊഴപ്പണ്ടായില്ലേ, അതിന് ശേഷാണ് അവറ്റയെ കാണാതായത്.''

ജോസഫ് തമാശ പറയുകയാണെന്നാണ് ഞാൻ കരുതിയത്. ഇടക്ക് അവനങ്ങനെ പല ബഡായികളും പറയും. പക്ഷേ, ജോസഫ് തുടർന്നു:

''മൂന്നെണ്ണം ചത്തില്ലേ? ആ സംഭവത്തിനു ശേഷം ഇവറ്റയെ ഞാൻ കണ്ടത്, മുതലിയാർ ജങ്ഷനടുത്താ. അവിടേം പിന്നേതാണ്ടുണ്ടായില്ലേ– ഒര് പെണ്ണിനെ മൂന്നാല് പേർകൂടി.... പിന്നെ ഞാനാ വഴിക്ക് പോയപ്പോ കാക്കപ്പടയെ അവിടേം കാണാണ്ടായി. ഇപ്പഴല്ലേ ഇവ്ടെ കാണണേ....''

ജോസഫ് താമസിക്കുന്നേടത്ത് കുഴപ്പമുണ്ടായത് ഞാനോർക്കുന്നു; മുതലിയാർ ജങ്ഷനടുത്ത് ഒരു സ്ത്രീ മരിച്ചുകിടന്നതും. അതും കാക്കകളുമായെന്തു ബന്ധം? ആ കാക്കകൾ തന്നെയാണോ ഇങ്ങോട്ടു വന്നത്? ജോസഫ് വെറുതെ പറയുന്നതല്ല, തീർച്ച. പൂമരങ്ങളിൽ കയറിയിരിക്കുമ്പോൾ കാക്കകൾക്ക് താഴെ മുഴുവൻ കാണാനാകും. തിക്കും തിരക്കും ബഹളവും ഏറിവരുന്നത് അവ അറിയുന്നു. പേടിപ്പെടുത്തുന്ന പൊട്ടലും ചീറ്റലും കൊണ്ട് ഉറക്കം കെട്ടുപോകുന്നു. ആകാശത്തിലെ സാക്ഷികൾ അങ്ങനെ കെട്ടും ഭാണ്ഡവും പേറി, അഭയാർത്ഥികളായി പാർക്ക് സ്ട്രീറ്റ് ഹൗസിംഗ് കോളനിയിലെ വലിയ മരങ്ങളിൽ ചേക്കേറുന്നു. അങ്ങനെതന്നെയാവാം സംഭവങ്ങൾ നടന്നത്. ജോസഫ് അതുടനെ മനസ്സിലാക്കിയിരിക്കുന്നു.

രണ്ട്

ഡും ഡും ഡും!
ആരാണ്?
മാലാഖ
എന്തിനു വന്നു?

നിറത്തിനു വന്നു.

എന്തു നിറം?

അപ്പോൾ മാലാഖ ഒരു നിറം പറയുന്നു. മാലാഖ ഓടിവന്നു തൊടുന്നതിനു മുമ്പേ പറഞ്ഞ നിറത്തിലുള്ള എന്തെങ്കിലും തൊടണം. ഞാൻ ജനലിലൂടെ പുറത്തേക്കു നോക്കി. മാലാഖ ജയയാണ്. ഇത്തിരി കുട്ടികൾ ആകാംക്ഷയോടെ ജയയുടെ കളി പഠിക്കുന്നു. അവരെല്ലാം അടുത്തടുത്ത വീടുകളിലുള്ളവരാണ്. ഞായറാഴ്ചയുടെ സാന്ത്വനമേൽക്കാനായി ചാരുകസേരയിൽ മലർന്നുകിടന്നു മയങ്ങവേ, കഴിഞ്ഞ കാലത്തിൽനിന്ന് ഒരു സൗഹൃദശബ്ദം കേട്ടപ്പോൾ ഉണർന്നുപോയി. ജയക്കു പകരം അവിടെ രമേശനാണ്; അല്ലെങ്കിൽ രമണി. നിറങ്ങളായ നിറങ്ങളെല്ലാം മാലാഖയും കുട്ടികളും സ്വന്തമാക്കിക്കഴിയുമ്പോൾ 'ആകാശവും ഭൂമിയും' ഞങ്ങൾ കളിക്കും. അതും കഴിഞ്ഞാൽ റെയിൽപ്പാളത്തിൽനിന്ന് സൂക്ഷ്മതയോടെ പെറുക്കി സൂക്ഷിച്ച കല്ലുകളുമായി കൊത്തങ്കല്ല് കളിക്കുന്നു. പുറംകൈയിൽ വീഴുന്ന കല്ലുകൾ വാരിപ്പിടിക്കുമ്പോൾ കടം. രമണിക്ക് അത്രയും കടത്തിന് കൈത്തണ്ടയിൽ അടി കൊള്ളുന്നു.

അതെ, നിറങ്ങളായ നിറങ്ങളെല്ലാം കഴിഞ്ഞപ്പോൾ ജയ കുട്ടികളെ മുറ്റത്തും കോലായിലും നിർത്തി 'ആകാശവും ഭൂമിയും' കളിപ്പിക്കുന്നു. അപ്പോഴാണ് സാവിത്രിമേനോൻ, നിറഞ്ഞ പുഞ്ചിരിയുമായി കടന്നുവന്നത്. ആകാശത്തേയും ഭൂമിയേയും കുട്ടികളെ ഏൽപ്പിച്ച് ജയ ഉടനെ ഒരു കുടുംബിനിയായി.

''നോക്കൂ ജയേ, ഈ കുട്ടികൾക്ക് കളിയെന്നല്ലാതെ ഒരു വിചാരവുമില്ല. രാജേഷിന്റെ കാര്യം നോക്കൂ. അവനിപ്പോൾ പഠിത്തത്തിൽ തീരെ ഇംപ്രൂവ് ചെയ്യുന്നില്ല. കളി തന്നെ കളി. ഇങ്ങനെയായാൽ എങ്ങനെയാ അല്ലേ?''

ഞാൻ സൂക്ഷിച്ചുനോക്കി. ജയയുടെ മുഖം മങ്ങിയോ? ഒന്നു ബ്ലീച്ചായതുപോലെ. സാവിത്രിമേനോൻ കൊണ്ടുവന്ന അപ്പമെടുത്ത് ജയ അകത്തേക്കു പോയപ്പോൾ അവർ പിന്നെ എന്നോടായി:

''നോക്കൂ ബാലചന്ദ്രൻ, കുട്ടികൾ ഇങ്ങനെയായാ ശരിയാകുമോ?''

ഞാൻ ചിരിച്ചുകൊണ്ടു തലയാട്ടി. പിന്നെയും അവർ പറഞ്ഞുകൊണ്ടിരുന്നു. വളരെ പ്രധാനപ്പെട്ട കാര്യങ്ങൾ. പത്രവാർത്തകൾ. എനിക്കും ജയക്കും കേൾവിക്കാരാകേണ്ട ബാധ്യതയേയുള്ളൂ. മറ്റുള്ളവരെപ്പറ്റി ഒരിക്കലും ദോഷം പറയാത്തവരായതുകൊണ്ട് അവർ വരുന്നതിലും ഞായറാഴ്ച മുടക്കുന്നതിലും സന്തോഷമേ ഉണ്ടായിരുന്നുള്ളൂ. മിസ്റ്റർ മേനോന് ഞായറാഴ്ച ഉറങ്ങാനുള്ളതാണ്. അപ്പോൾ സാവിത്രി മേനോൻ എന്തുചെയ്യും?

''നോക്കൂ, നാലാഴ്ചയായി ഞാനിവിടെ വരുന്നു. നിങ്ങൾ അങ്ങോട്ടിതുവരെ വന്നിട്ടില്ല. അടുത്ത സൺഡേ വീട്ടിലേക്ക് വന്നില്ലെങ്കിൽ സാവിത്രിമേനോൻ ഇനി പലഹാരം കൊണ്ടുവരില്ല, തീർച്ച.' അവർ ഗെയ്റ്റ് കടന്നു പോയി.

ഒതുക്കുകൾ കയറി കോലായിലെത്തവെ, ജയ തിരിഞ്ഞുനിന്നു

ചോദിച്ചു:

"കുട്ടികൾക്ക് കളിക്കാനും പാടില്ലേ? ഇദാപ്പോ നന്നായത്!"

അപ്പോഴും ഞാനൊന്നും പറഞ്ഞില്ല.

മൂന്ന്

ഓരോ ഞായറാഴ്ച എത്തുമ്പോഴും ജയ ഓർമ്മിപ്പിക്കുന്നതു പോലെ പറയും:

"ഇന്നെങ്കിലും അവിടെ പോണം. എത്ര പ്രാവിശ്യായി അവരു വന്നു പറയുന്നു!"

ഉണ്ടാക്കിയെടുക്കാൻ ശ്രമിക്കുന്ന തോട്ടത്തിലെ പണി തീരുമ്പോൾ ഞായറാഴ്ചയും തീരുന്നു. തടമെടുക്കലും വളം ചേർക്കലും വേണ്ടാത്ത കൊമ്പ് മുറിച്ചു നീക്കലും.... മറ്റു ദിവസങ്ങളിൽ ചെടികൾക്ക് വേണ്ടത്ര വെള്ളമൊഴിക്കാൻ പോലും കഴിയാറില്ല. കുട്ടികൾ എത്തുമ്പോൾ പോകേണ്ട കാര്യം ജയയും മറക്കുന്നു. പുതിയ പുതിയ കളികൾ അവരെ പഠിപ്പിക്കാൻ എന്തുത്സാഹമാണ് അവൾക്ക്! എന്നിട്ടും മാലാഖയുടെകളി തന്നെ കുട്ടികൾക്ക് ഏറ്റവും രസിച്ചത്. തോട്ടത്തിൽ വിടരുന്ന പൂക്കളെ ല്ലാം പറിച്ച് ജയ കുട്ടികൾക്ക് കൊടുക്കും. ആയിക്കോട്ടെ എന്ന് ഞാനും കരുതി. ഇവിടെയിങ്ങനെ പൂക്കൾ വിരിഞ്ഞു നിന്നിട്ടെന്തു കാര്യം? പുതുപൂക്കൾ ഞെരടിക്കളയുകയും ചെടികൾ ചവിട്ടിയൊടിക്കുകയും ചെയ്യേണ്ട ഉണ്ണി മറുതീരത്തിലെവിടേയോ ആണല്ലോ....

ചെടികളെ നോക്കുന്നത് വൈകുന്നേരമാകട്ടെ എന്നു കരുതി ഈ സിച്ചെയറിലേക്ക് പിൻവാങ്ങിയൊതുങ്ങുമ്പോൾ, അതാ, സാവിത്രിമേ നോൻ തിരക്കിട്ടു കടന്നുവരുന്നു.

"സാവിത്രിമേനോന് നാണമില്ലെങ്കിൽപ്പിന്നെ നിങ്ങളെ പറഞ്ഞിട്ടെ ന്താ കാര്യം, അല്ലേ?" അവർ ചോദിച്ചു. അവരുടെ വീട്ടിൽ പോകാത്ത തിന് അന്നാദ്യമായി വിഷമം തോന്നി.

"വേണ്ടാന്നു വെച്ചിട്ടല്ല മേനോനെ. ഓരോന്ന് ചെയ്തു തീരുമ്പോ ഴേക്കും ഞായറാഴ്ച തീരുന്നതറിയില്ല, അതാ."

സാവിത്രിമേനോൻ "കള്ളത്തരം കണ്ടുപിടിച്ചല്ലോ" എന്ന മട്ടിൽ, തലയാട്ടി. അപ്പോഴേക്കും പുറത്തുവന്ന ജയ 'ഞാനപ്പോഴേ പറഞ്ഞില്ലേ' എന്ന് പിറുപിറുത്തു.

"വേഗം ഒരുങ്ങിക്കോളൂ രണ്ടാളും. അവിടെയെല്ലാം ഒരുക്കി വെച്ചിട്ടാ ഞാൻ വന്നത്."

കൈയോടെ പിടികൂടിയിരിക്കുന്നു! ഒരുങ്ങിയിറങ്ങുമ്പോൾ ഓർത്തു: ഇത്രയടുത്തുള്ള വീട്ടിൽ പോകാനും മുഹൂർത്തങ്ങൾ നിരവധി പോയ ല്ലോ!

ഞങ്ങൾ എത്താൻ കാത്തുനിൽക്കുകയായിരുന്നു വീഡിയോ ഓൺ ചെയ്യാൻ. മേനോനെ ആദ്യമായി അടുത്തു കാണുകയാണ്. എന്നിട്ടും അദ്ദേഹം ചിരപരിചിതനായി ചിരിച്ചു സ്വീകരിച്ചു. അടുത്തടുത്ത വീടു കളിലെ നാലഞ്ചുപേർകൂടിയുണ്ടായിരുന്നു. ബാങ്കിലെ ചിദംബരമാണ് ഒരാൾ. മറ്റുള്ളവരെ മുഖപരിചയമുണ്ടെന്നേയുള്ളൂ. സോഫയിലും കട്ടിലിലുമായി എല്ലാവരും സ്ഥലം പിടിച്ചു. ഏറ്റവും പുതിയ ഒരിം

ഗ്ലീഷ് സിനിമയായിരുന്നു.

"ഈശ്വരാ കുട്ടികളും കൂടെയുണ്ടല്ലോ...." ജയ നിശ്വസിക്കുന്നത് ഞാൻ കേട്ടു.

ഇടക്ക് സാവിത്രിമേനോൻ അകത്തേക്കു പോവുകയും തയ്യാറാക്കിയ വിഭവങ്ങൾ അതിഥികൾക്ക് വിതരണം ചെയ്യുകയും ചെയ്തു. ഇപ്പോൾ സിനിമയുടെ ഒപ്പം തിന്നുന്നതിന്റേയും കുടിക്കുന്നതിന്റേയും ശബ്ദങ്ങൾ ഉണ്ട്. എല്ലാവരും സിനിമയിൽ ലയിച്ചിരിക്കുന്നു. ജയ ഇടക്കിടക്ക് തിരിഞ്ഞുനോക്കും. ക്ഷമിക്ക് എന്ന് ഞാൻ ആംഗ്യം കാണിക്കും.

സിനിമ തീരവേ, എല്ലാവരും എഴുന്നേറ്റു. ഓരോരുത്തരായി പിരിഞ്ഞു പോകാൻ തുടങ്ങി. ജയ ആകെ ക്ഷീണിച്ച മട്ടായിരിക്കുന്നു. പാർക്ക് മുറിച്ചു കടക്കുമ്പോൾ ജയ പെട്ടെന്ന് കൈയിൽ കയറിപ്പിടിച്ച് പറഞ്ഞു:

"ഇവിടെവിട്യെങ്കിലും ഇരിക്കാട്ടോ."

മരങ്ങളിൽ അന്തിതീർക്കാനെത്തിയ കാക്കകൾ അടങ്ങിയിരുന്നു. ഇടക്കൊന്ന് ഒരു ചില്ലയിൽനിന്ന് മറ്റൊന്നിലേക്ക് പറക്കുമ്പോൾ ഒരാരവം. ആകാശം നക്ഷത്രങ്ങളെക്കൊണ്ടു നിറഞ്ഞിരിക്കുന്നു. ദൂരെ ഒരു കോണിൽ പകുതി ജീവൻ വെച്ച ചന്ദ്രൻ. ഇപ്പോൾ കാറ്റിന് നഗരത്തിന്റെ മണമില്ല....

ഏതോ ഫാക്ടറിയിലെ മൂന്നാം ഷിഫ്റ്റ് തുടങ്ങുന്ന സൈറൺ കേട്ടപ്പോഴാണ് ഞങ്ങളുണർന്നത്. ഇത്രയും നേരം, ഒന്നും മിണ്ടാതെ തൊട്ടുതൊട്ട് കിടക്കുകയായിരുന്നു! പതുക്കെ എഴുന്നേൽക്കവെ, ജയ അരിശത്തോടെ പറഞ്ഞു:

"വീട്ടിലിരുന്നാ മതിയായിരുന്നു. വെറ്തെ സമയം മെനക്കെടുത്താൻ ഓരോരോ...."

ദൂരെ നഗരം ഉറങ്ങിയിരുന്നില്ല. എല്ലാം പ്രശാന്തമായപ്പോൾ നഗരമിരമ്പുന്ന ശബ്ദം വ്യക്തമായി കേൾക്കാം. ഷിഫ്റ്റുകളിൽനിന്ന് ഷിഫ്റ്റുകളിലേക്ക്, ജീവിതം ഗഡുക്കളായി പണിതും ഉറങ്ങിയും തീർക്കുന്ന നഗരം.

നാല്

ഈ രാത്രിയാകുന്ന നേരത്ത് നഗരത്തിന്റെ മറുകരയിൽനിന്ന് ജോസഫ് കയറിവരുന്നു. ആയിരം കാക്കകൾ ആയിരം തരത്തിൽ കൂടണയുന്നതും നോക്കി ഇരിക്കുകയായിരുന്നു.

"എന്താഡോ ഈ അസമയത്ത്? വഴി തെറ്റിയോ?" ഞാൻ ചോദിച്ചു.

"ഹേയ്, വെറുതെ. കെട്ട്യോളേം കുട്ടികളേം നാട്ടിലേക്ക് വിട്ടു. ആരുമില്ലാതിരിക്കുമ്പോ ഒരു സുഖവുമില്ല. അതോണ്ടിങ്ങോട്ട് പോന്നു. വേണ്ടേ? ഞാമ്പോയേക്കാം."

ജോസഫ് ഫോമിൽത്തന്നെ. അടുക്കളയിൽനിന്ന് ജയ, ശബ്ദം കേട്ട് തിരിച്ചറിഞ്ഞ് ഒരു ഗ്ലാസ്സ് വെള്ളവുമായെത്തി. ജോസഫിന് ആദ്യം ഒരു ഗ്ലാസ്സ് വെള്ളം കിട്ടണമെന്ന് ജയ ഓർത്ത് വെക്കുന്നു.

"പിന്നെ എന്തുണ്ട് വിശേഷങ്ങൾ?" ജോസഫ് ഒന്നും രണ്ടും പറഞ്ഞു തുടങ്ങി. ജയയുടെ പ്രിയപ്പെട്ട അതിഥി എന്നും ജോസഫ് തന്നെ. അവൻ വന്നാൽ സമയം പോകുന്നതറിയില്ലെന്നാണ് ജയ പറയുക.

കാക്കകളുടെ ആരവം ഉച്ചത്തിലാകുന്നു. ഇപ്പോൾ പാർക്ക് നിറച്ചും കാക്കകളാണ്. പരീക്ഷക്കാലമായതുകൊണ്ടാവാം, ശല്യപ്പെടുത്താൻ കുട്ടികളുമില്ല. ഏതാണ്ട് അസഹ്യമാകുന്ന കാക്കകളെ നോക്കിയിരിക്കെ ജോസഫ് പിന്നെ നിശബ്ദനായി. ഒന്നുരണ്ടെണ്ണം മുറ്റത്തു വന്ന് ചിക്കി ച്ചെനക്കി പറന്നുപോയി. ഞങ്ങളെ അത്ഭുതപ്പെടുത്തിക്കൊണ്ട്, കാക്ക കൾ തുരുതുരാ പറന്നുവരികയും ഇത്തിരിനേരം നിന്ന്, ചെരിഞ്ഞു നോക്കി പറന്നുപോവുകയും ചെയ്യുന്നു.

‘‘ഇവറ്റ എന്നെ കാണാൻ വന്നതാന്ന് തോന്നുന്നൂലോ, കർത്താവേ.’’ ജോസഫ് ചിരിച്ചുകൊണ്ട് പറഞ്ഞു.

ജോസഫ് പെട്ടെന്ന് മാറിയത് ജയ കണ്ടുപിടിച്ചു എന്നു തോന്നി. അത് ചിരിയല്ലെന്ന് ജയക്ക് മനസ്സിലായിരിക്കണം. അവൾ ചോദിച്ചു:

‘‘എന്താ, എന്തോ കൊഴപ്പണ്ടല്ലോ?’’

ജയ തിരിച്ചറിയുന്നു. ജോസഫ് വന്നത് ചിരിയും കൊണ്ടല്ലെന്ന് ജയക്ക് അറിയാനാകും. ജയയുടെ മുഖത്തേക്കു നോക്കിയിരിക്കെ, അവിടെ അസാധാരണമായ ഉൽക്കണ്ഠ നിറയുന്നത് ഞാൻ കണ്ടു.

‘‘ഏയ് ഒന്നൂല്ല്യ. വെറ്തെ. നിങ്ങടെ തൃക്കൈക്കൊണ്ട് ഊണു കഴിച്ചിട്ടും കൊറേ നാളായല്ലോ....’’

‘‘ഏയ്!’’ ജയ പറഞ്ഞു. ‘‘അത് വെറ്തെ. ആളെക്കണ്ടാലറിയാലോ, എന്ത് പറ്റി?’’

ഊണു കഴിക്കുമ്പോൾ ജോസഫ് ഗൗരവക്കാരനായി. അസഹ്യമായ നിശബ്ദത ഊൺമേശയിൽ പരന്നു. എന്താണിങ്ങനെയൊക്കെ പതി വില്ലാത്തവിധം എന്ന് ഞാൻ അമ്പരന്നു. ജോസഫ് തമാശകളുതിർക്കുന്ന സ്ഥലമാണിത്. ഇവിടം ഒരു വരണ്ട മൗനത്തിൽ നിറഞ്ഞിരിക്കുന്നു.

‘‘നമ്മുടെ നാട് നന്നാവില്ലഡോ.’’ ജോസഫ് പെട്ടെന്ന് പറഞ്ഞു തുടങ്ങി. ‘യഹോവയായ ദൈവംതമ്പുരാൻ വിചാരിച്ചാലും നന്നാവില്ല.’

‘‘എന്തേപ്പോ ഇങ്ങനെ പറയാൻ?’’ എനിക്ക് സംശയമായി. ഭാര്യയേ യും മക്കളേയും വീട്ടിലേക്കയച്ച് നന്നാവാത്ത നാടിനെക്കുറിച്ചു പറ യാൻ എന്തുണ്ടായി?

‘‘കൊറച്ചുകാലം സമാധാനായിരുന്നു. ഇന്നലെ പിന്നേം തൊടങ്ങി.... ഒർത്തനെ കുത്തിമലർത്തീട്ട്ണ്ട്’’

പഴയ വാർത്തകൾ വീണ്ടും! കേൾക്കേണ്ടെന്നുവെച്ച് ജയ ചെവി പൊത്തുന്നു. അതു കണ്ട് ജോസഫ് പെട്ടെന്ന് പറച്ചിൽ നിറുത്തി. എല്ലാവരും മിണ്ടാതെയായി. സമയം നീങ്ങാതെയായി. ഊണ് പകുതി വെച്ച് നിർത്തി ജയ എഴുന്നേറ്റു പോയി. ഇനി അവളുടെ രാത്രി വിഷ മം പിടിച്ചതാകുന്നു. ഉറങ്ങാൻ വയ്യാത്തതാകുന്നു. സുഖകരമല്ലാത്ത ഒരു വാർത്ത മതി ജയയുടെ മനസ്സ് തകിടംമറിക്കാൻ.

ഊണു കഴിഞ്ഞ് വരാന്തയിലിരിക്കുമ്പോൾ ജയ പുറത്തേക്ക് വന്ന തേയില്ല. ഒടുങ്ങാത്ത പകയുടെ കഥകൾ ജോസഫ് പറഞ്ഞുകൊണ്ടി രുന്നു. പതിവിനു വിപരീതമായി, രാവേറെച്ചെന്നിട്ടും കാക്കക്കൂട്ടത്തിൽ നിന്ന് ഇരമ്പലുകൾ കേട്ടുകൊണ്ടിരുന്നു. ഏതോ കാക്ക പറന്നുവന്ന് മതിലിന്മേൽ ഇരിക്കുക കൂടി ചെയ്തു. ഞങ്ങളാകെ അമ്പരന്നു. ഒന്നു

കൈവീശിയപ്പോൾ തല ഒന്നു ചെരിച്ചുനോക്കി, ആ കാക്ക പറന്നു പോയി.

ജോസഫിന്റെ അസ്വസ്ഥത എപ്പോഴോ എന്നിലും കടന്നുകൂടിയിരുന്നു. ഉറങ്ങാൻ കിടക്കുമ്പോൾ സമയമെത്രയായെന്നുപോലും നോക്കിയില്ല. ജയ വന്നു വിളിച്ചപ്പോഴാണ് പകലായത് അറിഞ്ഞതുതന്നെ. ജയയുടെ മുഖം കരുവാളിച്ചിരുന്നു. തിരക്കിട്ട് ദിനകൃത്യങ്ങൾ നടത്തി ഇറങ്ങുമ്പോൾ, എനിക്കു പിമ്പേ ഓഫീസിലേക്ക് പോകാറുള്ള പലരും പോകുന്നത് കണ്ടു. ഇന്ന് ലെയ്റ്റായതുതന്നെ. ഇറങ്ങി ഗെയ്റ്റടക്കുമ്പോൾ വരാന്തയിൽ നിഴൽപോലെ ജയ. ഇത്ര ബേജാറായി ജയയെ ഇതുവരെ കണ്ടിട്ടില്ല. തിരിഞ്ഞുനടക്കവെ, ജയ വിളിച്ചു പറഞ്ഞു:

"നേരത്തെ വരണേ, ലേയ്റ്റാവരുത്."

പകൽ മുഴുവൻ ഒറ്റക്കിരിക്കുക. ഈ വിധം കാര്യങ്ങൾ തികട്ടി വരുക. അസഹ്യമാണത്. ജയക്ക് അതിനുള്ള കരുത്തില്ല. ഇത്തരം വാർത്തകൾ അവളെ ക്ഷീണിതയാക്കുന്നു.

അഞ്ച്

ആശങ്കയുടേയും ഏകാന്തതയുടേയും ദിവസങ്ങൾ ഞങ്ങളിലേക്ക് കടന്നുവന്നു. ജോലി കഴിഞ്ഞെത്തിയാൽ വൈകുന്നേരത്ത് ഒന്നും പറയാനില്ലാതെയായിരിക്കുന്നു. കാക്കകൾ കൂടണയുന്നതും നോക്കി ഞാനിരിക്കും. മുറ്റത്തും ചെടികൾക്കിടയിലുമായി ജയ അങ്ങനെ നടക്കും. അല്ലെങ്കിൽ കാപ്പി വേണോ, കുളിക്കാറായോ എന്നെല്ലാം ചോദിച്ച് അവൾ അടുക്കളയിൽനിന്ന് കടന്നുവരും. ഒരു ചോദ്യം, ഒരു മൂളൽ- ഞങ്ങൾക്കിടയിലെ വർത്തമാനങ്ങൾ അങ്ങനെ അവസാനിക്കാൻ തുടങ്ങി.

അമ്മയാകാനാവാത്തതിന്റെ നോവുകൾ ജയയിൽ നിറഞ്ഞു കവിഞ്ഞു. ആണിന് ഇത്തരം വേദനകളുണ്ടെന്ന് ആരും പറയാറില്ലല്ലോ. അതുകൊണ്ട് തപിക്കുന്ന മനസ്സുമായി ഞങ്ങൾക്കിടയിൽ ലാഘവം വരുത്താൻ ഞാൻ ശ്രമിച്ചുപോന്നു. ഉണ്ണി അവിടേയും ഇവിടേയും ഓടിക്കളിച്ച് മറിഞ്ഞുവീഴുന്നതും, കരയുന്നതും, പിന്നെ ചിരിക്കുന്നതും വിവാഹത്തിന്റെ ആദ്യ നാളുകളിലെ സ്വപ്നങ്ങളായി കരിഞ്ഞുണങ്ങുന്നു. ഡോക്ടർമാരുടെ ഒരു നിര തന്നെ ഞങ്ങളിലൂടെ കടന്നുപോയി. രണ്ടുപേർക്കും ഒരു കുഴപ്പവുമില്ലല്ലോ എന്നെല്ലാവരും അമ്പരന്നു. പിന്നെ അശ്ലീലമാകുമോ എന്ന് പേടിച്ച് ഓരോരുത്തരും പറഞ്ഞു:

"എനിക്കൊരു കുഴപ്പവും കാണാനാകുന്നില്ലല്ലോ.... രണ്ടുപേരും നന്നായി ശ്രമിച്ചുനോക്കൂ...."

എന്നിട്ടും ഉണ്ണി, ഇച്ഛയുടെ അപ്പുറത്തെങ്ങാൻ നിന്ന് കൊച്ചരിപ്പല്ലുകൾ കാട്ടി ചിരിച്ചു. വിദൂരതയിൽനിന്നുള്ള ആ ചിരി ഞങ്ങളിൽ വേദനയുണ്ടാക്കുന്നു. കിടക്ക ഒരനുഷ്ഠാനതല്പമായിത്തീർന്നു. എന്തൊരു ഭീതിതമായ ആവർത്തനങ്ങൾ! നിരുന്മേഷവും നിരാലംബവുമായ മാധുര്യാസ്വാദനങ്ങൾ! തിരിഞ്ഞു കിടന്നുറങ്ങാനുള്ള വ്യഗ്രതയിൽ ഓരോ സമാഗമവും ആരംഭിക്കുന്നു.

എനിക്ക് വേദനയടക്കാൻ കഴിഞ്ഞില്ല. ജയ നഗ്നയായി കിടന്നുറ

ങ്ങുന്നു. തികച്ചും നിസ്സഹായയായി ജയ ഉറങ്ങുന്നത് കുറച്ചുനേരം നോക്കിനിന്നു. എത്ര അശാന്തമാണീ മയക്കം? ഏറെനേരം അവളെ നോക്കിനിൽക്കാൻ എനിക്ക് കഴിഞ്ഞില്ല. എഴുന്നേറ്റ് കോലായിൽ വന്നിരിക്കാനാണ് തോന്നിയത്.

ഇരുട്ട് ഒഴുകുന്ന പാർക്ക്. ദൂരെ നഗരത്തിന്റെ വെളിച്ചം തീരെ ദുർബ്ബലമായി ആകാശത്തിലേക്ക് ഉയരുന്നു. നിഴൽരൂപമായ മരങ്ങളുടേയും കെട്ടിടങ്ങളുടേയും അപ്പുറത്താണ് ജോസഫിന്റെ താമസം. അവിടെ നിന്ന് പിന്നെ ബഹളങ്ങളുടെ വാർത്തകളുമായി ജോസഫ് വന്നില്ല. എന്നിട്ടും ആർക്കും അനുഭവപ്പെടുന്ന വിധത്തിൽ ഒരു പന്തിയില്ലായ്മ എവിടേയും ഉണ്ടായിരുന്നു. ഇത്തരം കലഹങ്ങൾ ശീലമായതുകൊണ്ടാകാം, പുറത്തു കാണിക്കാതെ എല്ലാവരും ഒതുക്കിവെച്ചു. കുഴപ്പങ്ങൾ തുടങ്ങിയപ്പോൾ പെട്ടെന്ന് നാട്ടിലേക്കു പോയ മെഴ്സി, മൂന്നു ദിവസം കഴിയുന്നതിനു മുമ്പ് ബേജാറായി തിരിച്ചുവന്നു. ജോസഫിനെ ഇവിടെ ഒറ്റക്കാക്കി പോയതിന്റെ കുറ്റബോധം മെഴ്സിക്കുണ്ടായിരുന്നു. എത്രയോ നേരം ജയ കിണഞ്ഞ് സമാശ്വസിപ്പിച്ചിട്ടേ, മെഴ്സിക്ക് പിടിച്ചുനിൽക്കാനായുള്ളൂ!

കാലമറിയുന്ന കാക്കകൾ അതിൽപ്പിന്നെ ഒതുങ്ങിയിരുന്ന് ഉറങ്ങിയിട്ടില്ല. ജോസഫ് എപ്പോൾ വരുമ്പോഴും അവയുടെ വിശേഷമന്വേഷിക്കും. ഏതു വീട്ടിലും അസമയത്തു വെളിച്ചം കണ്ടാൽ അവയിൽ ഒന്നോ രണ്ടോ ചാഞ്ഞിറങ്ങിവരും. സംശയാലുക്കളായി ചെരിഞ്ഞു നോക്കും. ഇപ്പോൾത്തന്നെയിതാ, വെളിച്ചമില്ലാതെ പുറത്തിരിക്കുമ്പോൾ ഒന്നുരണ്ടെണ്ണം മതിലിന്മേലെത്തിയിരിക്കുന്നു. പിന്നെ അവ തോട്ടത്തിൽ ചിക്കിച്ചെനക്കി, വീണ്ടും മതിലിന്മേൽ കയറിയിരുന്ന് ചെരിഞ്ഞുനോക്കി. പാതിരാവിലും ഉറങ്ങാതെ ഓടിയെത്തുന്ന കാക്കകളെ ആട്ടിയോടിക്കാൻ എനിക്കു തോന്നിയതേയില്ല.

കുറേ നേരമായിക്കാണണം, മനസ്സിലൂടെ ഒരുപാട് സമയം കടന്നുപോയിരിക്കുന്നു. പിന്നിൽ വാതിൽ തുറക്കുന്ന ശബ്ദം കേട്ട് ചെറുതായൊന്ന് ഞെട്ടിപ്പോയി. ജയ അല്ലാതാര് വാതിൽ തുറക്കാനാണെന്നോർത്ത് സമാധാനിക്കവേ, അവൾ ചോദിച്ചു:

"എന്തേ ഇവിടെ വന്നിരുന്ന് കളഞ്ഞത്?"

ഇരുട്ടിൽ ജയയുടെ രൂപം വ്യക്തമല്ല. അവൾ പതുക്കെ അടുത്ത് വരുന്നു. നിലത്തിരിക്കുന്നു. എന്നിട്ട് എന്റെ കാൽമുട്ടുകളിൽ പിടിച്ച് മടിയിലേക്ക് മുഖമമർത്തുന്നു.

പെട്ടെന്ന് ജയ ഞെട്ടിയെഴുന്നേറ്റു.

"എന്തായിത് മുഴോൻ മനുഷ്യനായിട്ട്?"

"ഞാൻ.... ഞാൻ...." എനിക്കൊന്നും പറയാനായില്ല. ജയ ഞെട്ടിയത് എന്തുകൊണ്ടാണെന്ന് ഞാൻ അറിയുന്നു. ഒരു ലുങ്കി പോലും ഉടുക്കാതെയാണ് ഞാനിരിക്കുന്നത്! ഓർമ്മയുണ്ടായില്ല. അതൊന്നും ഓർക്കാതെ ഞാനിവിടെ വന്ന് ഇരുന്നു! പൊട്ടിക്കരയുന്ന ജയയെ ചേർത്തുപിടിച്ചു നിർത്തിയപ്പോൾ എനിക്ക് അടക്കാനായില്ല. ശ്വാസവേഗം വർദ്ധിച്ചുകൊണ്ടേയിരുന്നു. കൈകളിൽ മുഖമമർത്തിയ ജയ കരച്ചിൽ

നിർത്തുന്നില്ല.

കാക്കകൾ പറന്നുപോയി. ജയയെ കൂടുതൽ മുറുക്കി, ചേർത്തു നിർത്തി അവളുടെ ചെവിയിൽ ആവേഗത്തോടെ മന്ത്രിച്ചു.

''സാരല്ല്യ.... സാരല്ല്യ....''

ജയയുടെ പിടുത്തം മുറുകുന്നതായി ഞാനറിയുന്നു. അവളുടെ ശ്വാസവേഗവും കൂടുന്നു. ഈ ഇരുട്ടിലും ജയയുടെ മൂക്കിൻതുമ്പത്ത് വിയർപ്പുതുള്ളികൾ പൊടിയുന്നത് എനിക്ക് കാണാനാകും. കൈത്തണ്ടയിലെ രോമങ്ങൾ എടുത്തുപിടിക്കുന്നു. എന്തൊരു ശക്തിയാണ് ജയക്കിപ്പോൾ! അവളുടെ പിടുത്തം മുറുകിമുറുകി വരുമ്പോൾ എല്ലുകൾ ഞെരുങ്ങുന്നതുപോലെ. മൃദുലതകൾ ഉണരുന്നു. ജലപാളികൾ വകഞ്ഞ് ഞാനേതോ ആഴങ്ങളിലേക്ക് ഇറങ്ങിപ്പോകുന്നു. ചർമ്മതലത്തിൽ നേരിയ നനവ് പറ്റിച്ചേർന്നു. ജയയുടെ കിതപ്പ് ദൂരെയെവിടെയോ നിന്ന് ഉണർന്നുവരുന്നു.... ആകാശവും ഭൂമിയും പൊങ്ങിപ്പൊങ്ങി പോയി. നക്ഷത്രങ്ങൾ.... കണ്ണിനുമുമ്പിൽ തിമിരപടലങ്ങൾ വന്നു നിരക്കുന്നു. ജയയുടെ പിടി അയഞ്ഞുവരുന്നത് ഞാനറിഞ്ഞു. ഒരിക്കലുമുണരാത്ത ഉറക്കത്തിലേക്കെന്നവണ്ണം ഇഴുകിയിറങ്ങുമ്പോൾ....

അത്ഭുതം വായ്ക്കുരവയിടുന്നതുപോലെ കാക്കകളുടെ ആരവം. ജയയുടെ നേർത്ത, തളർന്ന ശബ്ദം അടർന്നുവീഴുന്നു.

''ഈ പണ്ടാരങ്ങൾക്കൊന്നും ഉറക്കോല്ലേ?''

വൈകുന്നേരമാകുമ്പോഴേക്കും ഞാൻ അല്പം അസ്വസ്ഥനാകുന്നത് ഒരുനാൾ ജോസഫ് കണ്ടുപിടിച്ചു. സ്വന്തം സീറ്റിലിരുന്ന് ഓഫീസുമുഴുക്കെ കേൾക്കത്തക്കവണ്ണം അവൻ പറഞ്ഞു:

''എടേയ്, എന്റെ ഭാര്യയും പ്രസവിച്ചിട്ടു തന്നെയാഡേ കുട്ട്യോളുണ്ടായത്. ഇവൻ മാത്രമൊരു ഫർത്താവ്!''

അമ്മയാകുന്നതിന്റെ ആലസ്യവും ആകാംക്ഷയും ജയയിൽ പ്രകടമായിത്തുടങ്ങിയിരുന്നു. ഞാൻ നേരത്തെയെത്തുന്നത് അവൾക്ക് സന്തോഷമാകും. എന്തൊരു മാറ്റമാണ് ജയക്ക്! എനിക്കു മനസ്സിലാക്കാനായില്ല, ജയ ഇങ്ങനെ കാര്യക്കുട്ടിയായത് എങ്ങനെയെന്ന്. അവളുടെ മുഖം ചീർത്തും വിളർത്തും ഇരുന്നു. കുഞ്ഞിക്കുമ്പയുമായി ജയ നടക്കുന്നത് ഞാൻ കൗതുകത്തോടെ നോക്കിനിന്നു. ഭൂമിയെപ്പേറുന്ന ഭാവമാണവൾക്ക്. ജയ പതിവു പയ്യാരങ്ങൾ പറയാൻ തുടങ്ങിയിരിക്കുന്നു. ഒരുനിമിഷം വെറുതേയിരിക്കാനുള്ള സാവകാശം അവൾ ഉണ്ടാക്കിത്തന്നില്ല.

ഒരു ഞായറാഴ്ച. ഞാനെന്റെ ഈസിച്ചെയറിലേക്ക് പിൻവാങ്ങിയിരിക്കുകയാണ്. വെറുതേയങ്ങനെ ഇരിക്കുമ്പോൾ പതുക്കെ തോട്ടത്തിലേക്ക് കണ്ണോടിച്ചു. ചെടികളെല്ലാം ഉണങ്ങാൻ തുടങ്ങുന്നു. അവയെ ഇപ്പോൾ വേണ്ടപോലെ ശ്രദ്ധിക്കാൻ കഴിയാറില്ല. സന്മനസ്സുണ്ടാകുമ്പോൾ ജയ ഒഴിച്ചുകൊടുക്കുന്ന വെള്ളംകൊണ്ട് പിടിച്ചുനിൽക്കാൻ ശ്രമിക്കുകയാണവയെല്ലാം. എനിക്ക് വിഷമം തോന്നി. എത്ര വേഗമാണ് ഈ ചെടികളെയെല്ലാം ഞാൻ മറന്നത്! ശൂന്യതയുടെ ഇടക്കാലത്തെ ഇല്ലാതാക്കാൻ സഹായിച്ച അവയെല്ലാം വാടിയിരിക്കുന്നു.

ഞായറാഴ്ചയാണല്ലോ; എവിടെ ജയയുടെ കൂട്ടുകാരായ കുട്ടികൾ? കളികളെല്ലാം തീർന്നപ്പോൾ അവർ പിരിഞ്ഞു പോയതാകുമോ? അങ്ങനെയാകാൻ വഴിയില്ല. കളിച്ചാൽ തീരാത്ത കളിയുണ്ട് ജയയുടെ കൈയിൽ. ഇനി സ്വന്തം സന്താനത്തിന്റെ ആഗമനഭേരിയിൽ ജയ തന്നെ അവരെ ഉപേക്ഷിച്ചതാണോ?

''ഏയ്....'' ഞാൻ വിളിച്ചു.

കുളിച്ച് ഇത്തിരിയുള്ള മുടി വിടർത്തിക്കൊണ്ട് ജയ കടന്നുവന്നു.

''നിന്റെ പിള്ളേരെവിടെ, ആകാശത്തിന്റേയും ഭൂമിയുടേയും അവകാശികൾ?''

ജയ ഒന്നു മറന്നുനിന്നു.

''പയ്യൻ വരുമ്പോഴേക്കും അവരെയൊക്കെ മാറ്റി നിർത്തീതാണോ?''

''ഏയ്, എന്തായീ പറയണേ....?'' എന്റെ ചോദ്യം കേട്ട് ജയ ഞെട്ടിപ്പോയെന്നു തോന്നി. അവൾ പിന്നെയും നിർത്തി. എനിക്ക് അത്ഭുതം തോന്നി. കുട്ടികളെക്കുറിച്ചാവുമ്പോൾ നുള്ളും നുറുങ്ങും പറയുന്ന ജയ-

''നോക്കൂ, അവര്ടെ കളികളൊക്കെ ഇപ്പോൾ എന്തോ പോലെ. അവരൊന്നും കുട്ടികളല്ലാന്നാ തോന്നണേ. ഒറ്റയെണ്ണം ഇങ്ങോട്ടിപ്പോ വരാറില്ലല്ലോ....''

ജയയും എന്താണാവോ ജോസഫിനേപ്പോലെ കടുപ്പിച്ചു സംസാരിക്കുന്നത്?

''എന്തേ അങ്ങനെ തോന്നാൻ?'' ഞാൻ ചോദിച്ചു.

''കഴിഞ്ഞ ദിവസേ, സാവിത്രിമേനോന്റെ മോൻ വന്നു ചോദിച്ചു. ഒരു ഗൺ മേടിച്ചു തര്വോന്ന്. എനിക്കു പേടിയായി. ഞാനവനോട് ചോദിച്ചു, ഇപ്പോന്തിനാ തോക്കെന്ന്. അവൻ പറയ്യാണ്, രണ്ടുമൂന്നു പേരെ വെടിവെച്ചിടാന്ണ്ടെന്ന്! എന്തൊര് സങ്കടാന്ന് നോക്കൂ. കുട്ടികളെന്താപ്പോ ഇങ്ങനെ? ഞാനെന്നിട്ട് സാവിത്രിമേനോനോട് അന്വേഷിച്ചു. കാര്യെന്താന്ന് അറിയണോല്ലോ. പാർക്കിലെ കുട്ടികളൊക്കെപ്പൊ അടീം പിടീം ഗ്യാങ്ഫൈറ്റൊക്ക്യാണത്രേ. ഇന്നാള് മൂന്നാല് പിള്ളേര് കൂടി രമേഷിനെ തല്ലിച്ചതച്ചൂത്രേ. അവന്റെ ചൂണ്ടു വിരല് ഒടിഞ്ഞുപോയി. ആ ദേഷ്യാണവന്. കുട്ടികള് ഇങ്ങനെയായാ എന്താ ചെയ്യാല്ലേ? അവരിപ്പോ ഇങ്ങോട്ട് വരാറേയില്ല. അവർക്ക് മാലാഖേം വേണ്ട, ഒര് കുന്തോം വേണ്ട. തമ്മിത്തല്ലി മരിക്കാനാ പൊറപ്പാട്. ഈശ്വരാ, ആലോചിക്കുമ്പൊ ഒരെത്തും പിടിയും കിട്ട്ണ്ല്ല്യ.''

ചോദിക്കേണ്ടിയിരുന്നില്ലെന്നു തോന്നി എനിക്ക്. ജയ വ്യാകുലയാകുന്നു. കളിക്കാൻ കുട്ടികൾ വരാത്തതിലുള്ള വിഷമമല്ലത്. വരുംകാലത്തെ നിർമ്മലതകൾ ഇന്നേ അവസാനിക്കുന്നതിലുള്ള ഭീതിയാണ്. അവളുടെ ഉദരസുഷുപ്തിയിലാണ്ടിരിക്കുന്നവന് കടന്നുവരാനുള്ള ലോകം ഇങ്ങനെയായതിലുള്ള പരാതിയാണ്. എനിക്ക് ഭയം തോന്നി. ജയയുടെ ആശങ്കകൾ തോറ്റുപോകാറില്ല, ഒരിക്കലും. ഇതിൽ ഞാനെന്താണ് പറയുക? ജയ ഉടനെ മൂകയായിരിക്കുന്നു. അവളുടെ കണ്ണിൽ നിന്ന് സമീപദൃശ്യങ്ങൾ മറഞ്ഞുപോയിരിക്കുന്നു. ആകാശത്തിലേക്ക്

ആ കണ്ണുകൾ കടന്നുപോവുകയാണ്. ജയയെ എങ്ങനെയാണ് സാന്ത്വ നത്തിലേക്ക് പിൻവലിക്കുക?

അപ്പോഴേക്കും മൂന്നുനാലു കാക്കകൾ പറന്നെത്തി. എവിടെ നിന്നാണിവ ഇത്ര നേരത്തെ? എനിക്ക് അരിശം വന്നു. എന്റെ മുഖം കണ്ടിട്ടെന്നവണ്ണം മതിലിലേക്ക് പറന്നിരിക്കാതെ, പാർക്കിലെ വെറും നിലത്തിരുന്ന് ആ കാക്കകൾ ചെരിഞ്ഞു നോക്കുന്നു. കൂടുള്ള മരത്തിലേക്കു പറന്നുപൊങ്ങി, അവ വീണ്ടും നിലത്ത് വന്നിരിക്കുന്നു. അസ്വസ്ഥരായ കാക്കകൾ. ജയയുടെ ഉദരത്തിലേക്ക് ചുഴിഞ്ഞുനോക്കുകയാണ് അവയെന്ന് എനിക്കു തോന്നി.

ഈ അഭിമന്യു ഇനി എന്തെല്ലാം കാര്യങ്ങൾ കേട്ടറിഞ്ഞാണാവോ പുറത്തുവരുന്നത്? എനിക്ക് ആഴമളക്കാനായില്ല. നശിച്ചുപോയ ഒരു ഞായറാഴ്ചയെ ഓർത്ത് ഈസിച്ചെയറിൽ ഞാൻ മലർന്നു കിടന്നു. ജയ അപ്പോഴും ഒന്നും മിണ്ടുന്നില്ല.

''ഏയ്....'' ഞാൻ വിളിച്ചു.

ഞെട്ടിത്തെറിച്ച് ജയ എന്നെ നോക്കുന്നു. അവളുടെ കണ്ണുകൾ നിറഞ്ഞിരിക്കുന്നുവോ?

''നശിച്ച കാക്കകൾ.... എത്തിയല്ലോ ശകുനം മുടക്കികൾ.... എവ്ടന്നാപ്പോ ഇത്ര നേർത്തെ?'' ജയ ആർത്തുവിളിച്ചു.

ഏഴ്

ഒരായുസ്സിന്റെ ദുരിതദൈർഘ്യവുമായി മൂന്നു രാവും മൂന്നു പകലും കടന്നുപോയി. ഈ നേരങ്ങളിൽ ഓരോരോ കാഴ്ചകൾ ജനലിലൂടെ വന്നുവീണുകൊണ്ടിരുന്നു. തെരുവ് നിശബ്ദമായിരുന്നു. മൂന്ന്നാല് നായ്ക്കൾ അവിടവിടെ മണപ്പിച്ചു നടക്കുകയും അടഞ്ഞുകിടക്കുന്ന പീടികകളുടെ മുന്നിൽ ഇത്തിരിനേരം വിശ്രമിച്ച്, എങ്ങോട്ടോ ഓടിപ്പോവുകയും പിന്നെ തിരിച്ചുവരുകയും ചെയ്തിരുന്നു. കൃത്യമായ ഇടവേളകളില്ലാതെ ജീപ്പുകൾ പാഞ്ഞുപോയി. അവയിൽ നിവർത്തിപ്പിടിച്ച തോക്കുകളുമായി പട്ടാളക്കാർ നിലയുറപ്പിച്ചിരുന്നു.

മയംവരുത്താനായി ജോസഫ് കർത്താവിനെ വിളിച്ച് എന്തൊക്കെയോ പറഞ്ഞു. എന്നിട്ടും ഓഫീസ് വെറുങ്ങലിച്ചു കിടന്നു. ഫോൺ ബന്ധവും അറ്റതോടെ തീർത്തും നിസ്സഹായരായി ഇരുപത്തൊൻപതുപേർ അവിടവിടെയായി ചാഞ്ഞുകിടന്നു.

''ഞാൻ ഭൂമിയിൽ സമാധാനം വരുത്തുവാൻ വന്നു എന്ന് നിരൂപിക്കരുത്! സമാധാനം അല്ല, വാൾ അത്രെ വരുത്തുവാൻ ഞാൻ വന്നത്. മനുഷ്യനെ തന്റെ അപ്പനോടും മകളെ അമ്മയോടും മരുമകളെ അമ്മാവിയമ്മയോടും ഭേദിപ്പാനത്രെ ഞാൻ വന്നതും. മനുഷ്യന്റെ വീട്ടുകാർതന്നെ അവന്റെ ശത്രുക്കൾ ആകും....''

സുവിശേഷത്തിന്റെ മണവും ഈണവും അവിടെ പരന്നു. ഒന്നു മിണ്ടാതിരിക്കാൻ ഞാൻ ജോസഫിനോട് പറഞ്ഞു. അങ്ങനെ പറയും നേരം നിവർത്തിപ്പിടിച്ച, വെയിലേറ്റ് തിളങ്ങുന്ന, വാളുകളുമായി ഒരു സംഘം ആൾക്കാർ ആർത്തുവിളിച്ച് കടന്നുപോയി. ജനലോരത്ത് കാഴ്ചകൾ കാണാനിരിക്കുന്നവരായ ഞാനും ജോസഫും ഒരുപോലെ നടു

ങ്ങി പിറകോട്ടുമാറി. ജനൽ വലിച്ചടച്ചു. അപ്പോൾ പുറംലോകം ഞങ്ങളിൽനിന്ന് മുറിഞ്ഞകന്നുപോയി.

''ജോസഫ്.... ജോസഫ്....'' ഞാൻ വിളിച്ചു. അടഞ്ഞ കണ്ണുകളുമായി കസേരയിൽ പിറകോട്ട് മലച്ചിരിക്കുകയാണവൻ. ജോസഫ് ഉത്തരം തന്നില്ല. ഈ തപിക്കുന്ന അന്തരീക്ഷത്തിൽ പൊടുന്നനെ ഞാൻ ഒറ്റക്കായതായി തോന്നി. അന്നേരം എന്നിൽ ജയയുടെ മുഖം തെളിഞ്ഞുവന്നു. നിറവയറുമായി ഏന്തി വലിയുന്നവൾ. ഭൂമിയെ പേറുന്നവൾ. പറന്നുപോയ കാക്കക്കൂട്ടം. മുറിഞ്ഞുവീണ പൂമരങ്ങൾ, കല്ലുകളിളകി തകർന്നടിഞ്ഞ വീടുകൾ- ഞാൻ പിടഞ്ഞെഴുന്നേറ്റുപോയി. പിന്നെ ജോസഫിലേക്ക്കുഴഞ്ഞുവീണുപോയോ? ജോസഫ് എന്നെ വട്ടനെ കെട്ടിപ്പിടിച്ച് തലമുടിയിൽ തഴുകുന്നു. വിറക്കുന്ന ശബ്ദത്തിൽ അവൻ ചെവിയിൽ മന്ത്രിക്കുന്നു:

''സാരല്ല്യഡോ.... സാരല്ല്യ.... ഒന്നും സംഭവിക്കില്ല്യ.... ഒന്നും.''

പുറത്ത്, താഴെ ലോകം തകർന്നു വീഴുന്ന ശബ്ദം നിലച്ചിരിക്കുന്നു. ജോസഫ് പതുക്കെ ജനാല തുറന്നു:

''നോക്ക്.... നോക്ക്, ആ പാവത്തിന്റെ കട....''

ഞാൻ നോക്കി. താഴെ പൊന്നാനിക്കാരൻ ഹമീദിന്റെ പെട്ടിക്കട വലിച്ചുപുഴക്കി എറിഞ്ഞിരിക്കുന്നു. മിഠായിക്കുപ്പികൾ പൊട്ടിച്ചിതറി. പഴക്കുലകൾ കബന്ധങ്ങളായി റോഡിൽ അഴുകിച്ചേർന്നു. പിന്നെ ഞങ്ങൾ കേട്ടത് വെടിയൊച്ചകളാണ്.

''ഞാൻ എന്റെ വില്ല് മേഘത്തിൽ വെക്കുന്നു. അത് ഞാനും ഭൂമിയും തമ്മിലുള്ള നിയമത്തിന്റെ അടയാളമായിരിക്കും.... ഏത് നിയമമാണ് കർത്താവേ?.... അനാവശ്യമായി വില്ലൊക്കെ കൊണ്ടുവെച്ച് നീ ഏടാകൂടത്തിൽ ചാടിയല്ലോ തമ്പുരാനേ.... നിനക്കിപ്പോൾ ഒന്നും ചെയ്യാൻ വയ്യാതായല്ലോ....'' ഇരുപത്തിയെട്ട് മുഖങ്ങൾ അന്തിച്ചു നിൽക്കവെ, മേൽപുരയിലേക്ക് കൈകൾ ഉയർത്തി ജോസഫ് നിരൂപിച്ചുകൊണ്ടിരുന്നു. എനിക്കുപോലും ചിരിക്കാൻ തോന്നിയില്ല. പതുക്കെ കസേരയിലേക്ക് അമർന്ന ജോസഫിന്റെ മുഖം കണ്ടപ്പോൾ, അവൻ ചിരിക്കാൻ വേണ്ടി പറഞ്ഞതല്ലെന്ന് ഞാൻ അറിഞ്ഞു.

പൊടുന്നനെ സൂര്യരശ്മികളെ മറച്ചുകൊണ്ട് ഒരു മേഘം കടന്നുപോയി. യുദ്ധം നിർത്താമോ? അതോ പഴയ കപടാസ്തമയമോ? ചെവിയോർക്കവെ, മേഘത്തിന് ചിറകടിയുടെ ശബ്ദമുണ്ടെന്ന് തോന്നി. അന്നേരം ജനൽ മലർക്കെത്തുറന്ന് ഞാൻ മുകളിലോട്ടു നോക്കി.

ആയിരം കാക്കകൾ! പതിനായിരം കാക്കകൾ! പരിഭ്രാന്തരായി അവ പറന്നു പോകുന്നു. സൂര്യൻ മറഞ്ഞുതന്നെ കിടന്നു. കാക്കകളുടെ പ്രവാഹം നിലക്കുന്നില്ല. ലോകത്തിലെ കാക്കകളായ കാക്കകളെല്ലാം തന്നെ ഈ രാക്ഷസത്തെരുവിന്റെ മുകളിൽക്കൂടി, ആസുരമായ പട്ടണപ്രാന്തങ്ങളെ കടന്ന് പറന്നകലുന്നു. അങ്ങനെ നോക്കിയിരിക്കേ, പെട്ടെന്ന് അവയിൽ ചിലത് ഞങ്ങളെ തിരിച്ചറിഞ്ഞപോലെ തിരിച്ചു പറന്ന്, ജാലകത്തിൽ വന്നിരുന്നു. അവ ഞങ്ങളെ ചാഞ്ഞും ചെരിഞ്ഞും നോക്കി.

"അവറ്റക്ക് മതിയായിക്കാണും. പോട്ടെ, എവിടേ്യങ്കിലും പോയി പെഴയ്ക്കട്ടെഡോ! നീയവയെ തടയണ്ട." തളർന്ന ജോസഫ് വിളിച്ചു പറഞ്ഞു.

എട്ട്

മനുഷ്യൻ വില്ലുവെച്ചതിനുശേഷം ഒരു ഞായറാഴ്ച കൂടി. പുനർജന്മത്തിൽ പരിക്ഷീണിതനായി ഞാനെന്റെ ഈസിച്ചെയറിൽ ഇരുന്നു. താമസമായ മൂന്നു ദിവസങ്ങളുടെ കരുവാളിപ്പ് ഇവിടെയെല്ലാം പറ്റിക്കിടക്കുന്നു. എന്തെന്നും ഏതെന്നും അറിയാത്ത മൂന്ന് രാപ്പകലുകൾ. ആർക്കും ആരെയും സമാശ്വസിപ്പിക്കാനാവാത്തതുകൊണ്ട് പകച്ചു നിന്ന കഥ സാവിത്രിമേനോൻ പിന്നീട് പറഞ്ഞു. ദുർഗന്ധമുള്ളതെന്തോ തികട്ടിവരും പോലെ ഓർമ്മകൾ ഇപ്പോൾ അരോചകമാകുന്നു. ഇത്ര ദിവസങ്ങളായിട്ടും, ജയയെ സമാധാനിപ്പിക്കാൻ, ഒരു വാക്ക് പറയാൻ കഴിഞ്ഞില്ല.

"ഈശ്വരാ.... എന്തൊര് ദിവസങ്ങളായിരുന്നു!" ആശ്വസിപ്പിക്കാനെത്തിയവരെല്ലാം പിരിഞ്ഞുപോയപ്പോൾ, കരച്ചിൽ നിർത്തിയ ജയ പറഞ്ഞു. "ഓരോർത്തര് വരുമ്പോഴും എന്തെങ്കിലും വിവരണ്ടാകൂന്ന് ഞാൻ വിചാരിച്ചു. ആർക്കും ഒന്നും അറിയില്ല.... ഈശ്വരാ!.... ഞാനനുഭവിച്ചത് എനിക്കല്ലേ അറിയൂ."

അകത്ത് ജയയുടെ ഒച്ച കേൾക്കാനേയില്ല. അവളിപ്പോൾ ഒരു പൂച്ചയേപ്പോലെയായിരിക്കുന്നു. ഒരു മടി, പേടി ജയയുടെ ചലനങ്ങളെയെല്ലാം മന്ദമാക്കി.

പാർക്ക് ഒഴിഞ്ഞു കിടന്നു. വൈകുന്നേരങ്ങളിൽ കുട്ടികൾ അങ്ങോട്ടു വരാറേയില്ല. പൂമരങ്ങളിൽ ഒരൊറ്റ കാക്കക്കൂടു പോലുമില്ല. കാക്കകൾ ഒഴിഞ്ഞു പോയപ്പോൾ കൂടുകളും കൊണ്ടുപോയോ? അത് അത്ഭുതമായിരിക്കുന്നു. വൈകുന്നേരം വല്ലാതെ നിശബ്ദമാകുന്നു. എല്ലാവരും എങ്ങനെയൊക്കെയോ പതുങ്ങിക്കഴിയുന്നു.

പിന്നിൽ കാൽപ്പെരുമാറ്റം. ഞാൻ തിരിഞ്ഞുനോക്കി. പൊട്ടാറായ വയറുമായി ജയ വാതിൽക്കൽ നിൽക്കുന്നു. ഇത്ര പരിക്ഷീണയായി ജയയെ മുമ്പ് കണ്ടതായി ഓർക്കുന്നില്ല. മുടി ചീകാൻ അവൾ മറന്നിരിക്കുന്നു. ഹൗസ്കോട്ടിന്റെ ബട്ടണുകൾ സ്ഥാനം തെറ്റിയിരിക്കുന്നു.

"എന്തേ?" ഞാൻ ചോദിച്ചു.

ജയ ഒന്നും പറഞ്ഞില്ല. പ്രത്യേകിച്ചൊന്നും ഇല്ലെന്ന മട്ടിൽ തലയാട്ടി.

"നിന്റെ വയറ് കണ്ടാൽ അഞ്ചുപത്തു കുട്ടികൾ അതിലുണ്ടെന്ന് തോന്നുമല്ലോ...."

എന്നിട്ടും ജയ ഒന്നും പറയുന്നില്ല. അവളെന്നെ തുറിച്ചു നോക്കിക്കൊണ്ടിരുന്നു. ഇനിയുമെന്താണിവിടെ പറയുക എന്ന് ഓർത്തുകൊണ്ടിരിക്കെ ജയ ഓടി വന്ന് ഭ്രാന്തമായി എന്റെ കഴുത്തിൽ തൂങ്ങി. എന്തിനാവും ഈ പ്രകടനം എന്നാലോചിക്കാനാവുംമുമ്പ്, വിറച്ചുകൊണ്ടവൾ പറഞ്ഞു:

"എനിക്ക് വയ്യ.... എനിക്ക് വയ്യാട്ടോ. നമ്മടെ മോൻ ഇങ്ങട്ട് വരണ്ട....

ഞാൻ സമ്മതിക്കില്ല. അവനിപ്പോൾത്തന്നെ എന്നോട് പറഞ്ഞല്ലോ, അവ നിങ്ങോട്ട് വരണില്ല്യാന്ന്. അവൻ പറയണതല്ലേ.... ശരി....?''

''എന്നുവെച്ചാലോ? എന്താ നീയീ പറയണേ?'' ഞാൻ അമ്പരപ്പോടെ ചോദിച്ചു.

''എന്നുവെച്ചാ എനിക്ക് വയ്യ, അതന്നെ.'' ദേഷ്യത്തോടെ എന്നെ തള്ളിമാറ്റി ജയ അകത്തേക്ക് പോയി. ഉള്ളിൽ വാതിൽ വലിച്ചടക്കുന്ന ശബ്ദം കേട്ടു. നേർത്ത ഒരു തേങ്ങൽ ജനലഴികളിലൂടെ കടന്ന് പുറത്തേക്കു വീണു.

ഒൻപത്

ഡോക്ടർ പാർവ്വതി കണക്കുകൂട്ടി കണ്ടുപിടിച്ച ദിവസം കടന്നു പോയി. ജയക്കാകട്ടെ ഒരു കുലുക്കവുമില്ല. ഇങ്ങനെയൊരു വലിയ വയറിന്റെ കാര്യം തന്നെ അവൾ മറന്നുപോയതായി തോന്നി. വെറുതെ വെച്ചുകെട്ടിയ ഭാരമെന്നോണം ജയ അതും പേറി നടക്കുന്നു. ജയ എന്താണ് വാശി പിടിക്കുന്ന കാര്യം എന്ന് അമ്പരപ്പോടെ ഞാൻ ഓർത്തു കൊണ്ടിരുന്നു. യാതൊരർത്ഥവുമില്ലാതെ അവളിങ്ങനെ വിളിച്ചുപറയാൻ തുടങ്ങിയാലെന്തു ചെയ്യും?

സ്വയം വിലക്കിയിരിക്കുന്ന കർമ്മത്തിന്റെ ബലത്തിൽ ജയ പിടിച്ചു നിൽക്കുകയാണ്. എനിക്ക് പേടി തോന്നിത്തുടങ്ങി. ആരോടാണിതൊക്കെ ഒന്നു പറയുക? ജോസഫിനും ഇതൊന്നും മനസ്സിലാകുമെന്നു തോന്നുന്നില്ല. സാവിത്രിമേനോൻ ദിവസവും വന്നു പോകും. മെഴ്സി സൗകര്യം കിട്ടുമ്പോഴെല്ലാം ഓടിയെത്തുന്നു. സ്ത്രീകളായ അവർക്ക് പൊരുത്തപ്പെടാനാവാത്ത ശാഠ്യവുമായി കഴിയുന്ന ജയയെ അവരെല്ലാം അത്ഭുതത്തോടെ നോക്കിക്കണ്ടു.

''ഈശ്വരാ.... മുമ്പ് കേട്ടിട്ടില്ലാത്തതാണല്ലോ ഇത്. ജയ എന്താ പറയണേന്ന് അവൾക്കുതന്നെ അറിയില്ല. കുളിയും തീറ്റയും പോലെ നീട്ടി വെക്കാവുന്ന കാര്യമാണോ ഇത്?'' സാവിത്രിമേനോൻ ആർത്തയായി. അറിഞ്ഞെത്തിയ കോളനിസ്ത്രീകൾ മുഴുവൻ പകച്ചുനിന്നു. അപൂർവ്വമായ പ്രദർശനവസ്തുക്കളെപ്പോലെ അവർ ഞങ്ങളെ തുറിച്ചു നോക്കാൻ തുടങ്ങിയപ്പോൾ, ലോകം നഷ്ടപ്പെട്ടവനെപ്പോലെ ഞാനും ചകിതനായി. ആർക്കും ആരേയും പറഞ്ഞു ബോധ്യപ്പെടുത്താനാവാത്ത ശാഠ്യമാണല്ലോ ഇത്. ആർദ്രമായ കണ്ണുകൾ എന്നെ ഉഴിഞ്ഞ് കടന്നു പോകുന്നു. ദയയായ ദയയെല്ലാം എന്നിൽ വർഷിക്കാൻ തുടങ്ങി.

''എനിക്ക് വയ്യ.... എന്തിനാ മെഴ്സി, അവനിങ്ങോട്ട് വരണേ?... ചാവാനോ?... വേണ്ട.... അവനിങ്ങോട്ട് വരണ്ട....''

പുറം ലോകത്തിന് ചെവിയോർത്തു കിടന്ന്, എല്ലാമെല്ലാം വാരിവലിച്ചുള്ളിലാക്കിയ അവൻ, തിടുക്കമില്ലാതെ ഒതുങ്ങിക്കൂടുന്നു. ഗർഭശ്രീമൻ, എന്റെ മകനായി പിറക്കേണ്ടവൻ, ജന്മത്തിനു മുമ്പേ വെളിപാടു കാരനാവുന്നു. അമ്മയുടെ ഉദരം അവൻ സ്വാശ്രയകേന്ദ്രമാക്കുന്നു. കാൽവിരലുകൊണ്ട്, ആത്മാരാമനായി അവൻ അമ്മക്ക് നിർദ്ദേശങ്ങൾ നൽകുന്നു. പത്തു വയസ്സുകാരനോ അമ്പതു വയസ്സുകാരനോ ആയി പിറവിയെടുക്കാൻ തയ്യാറെടുത്തവൻ. ദൈവപുത്രനായി പിറക്കേണ്ടവന്

കാവലിരിക്കുന്ന യോസഫാണ് ഞാനെന്ന് പെട്ടെന്ന് എനിക്കു തോന്നി. അപ്പോൾ യോസഫ് എന്നിൽ ഉറക്കമുണരുന്നു. വെറുതേയിരിക്കുമ്പോൾ യോസഫ് ഉരുവിടുന്ന സുവിശേഷം എന്നിൽ ഉറന്നു വരുന്നതായി എനിക്കു തോന്നി.

എല്ലാം ശുദ്ധശൂന്യമായിരിക്കുന്നു. കസേരയുടെ കൂട്ടിൽ ഞാൻ ഒതുങ്ങിയിരുന്നു. ജയ അകത്ത് വാതിലടച്ചു കിടക്കുന്നു. കൂടെ സാവിത്രിമേനോനും ഉണ്ടെന്ന് തോന്നുന്നു. കോലായിൽ ഞാൻ ഒറ്റക്കായി. പൂന്തോട്ടം കരിഞ്ഞുണങ്ങിയത് ഞാൻ കണ്ടു. ഏറെ ദിവസങ്ങൾക്കു ശേഷം ആദ്യമായാണ് ഞാൻ അങ്ങോട്ടു നോക്കുന്നത്. ജയയുടെ സന്മനസ്സും കിട്ടാറില്ലാത്തതുകൊണ്ട് അവയെല്ലാം കുഴഞ്ഞുവീണിരിക്കുന്നു.

കാക്കക്കാഷ്ഠം വീണ് വെളുത്തിരിക്കുന്ന പൂമരങ്ങളുടെ തായ്ത്തടി. ഞാനപ്പോൾ കാലമറിയുന്ന കാക്കകളെ ഓർത്തു. എത്രവേഗമാണ് ഈ പാർക്കിനെ ശൂന്യമാക്കിക്കൊണ്ട് അവയെല്ലാം പറന്നകന്നത്! ഒരു വിരൽപോലും അനക്കാനാവാതെ ഈ ഇരിപ്പ് എത്ര നേരമായെന്നു പോലും ഞാനറിഞ്ഞില്ല. ജനലഴികളിലൂടെ അകത്തേക്കു നോക്കിയപ്പോൾ, ജയയുടെ വാതിൽ അടഞ്ഞുതന്നെ കിടന്നു.

ഞാനങ്ങനെ ഓർത്തിരിക്കവെ തികച്ചും അവിശ്വസനീയമായി മൂന്നു കാക്കകൾ കണ്ണിനപ്പുറത്തുനിന്നും പറന്നുവന്നു. എനിക്ക് തിരിച്ചറിയാനായില്ല- പുറപ്പെട്ടുപോയ കാക്കക്കൂട്ടത്തിൽനിന്ന് ഈ മൂന്നെണ്ണം എങ്ങനെയാണ് വാർത്തയറിഞ്ഞ് തിരിച്ചെത്തിയത്? അവ മതിലിൽ വന്നിരിക്കുന്നു. ചിക്കിച്ചെനക്കി ചെരിഞ്ഞുനോക്കുന്നു. ഉണങ്ങിയ ചെടികളിൽനിന്ന് ഇലകൾ കൊത്തി താഴെയിടുന്നു. കാലുകൾ അല്പം വിടർത്തി പൂച്ചെടിയുടെ കടയിൽ കാഷ്ഠിക്കുന്നു. അബോധങ്ങളുടെ തെളിയാക്കണ്ണുകളിൽ ഈ ദൃശ്യം പതിഞ്ഞുകൊണ്ടിരുന്നു. എന്താണിവയുടെ സന്നാഹത്തിന്റെ അർത്ഥം? ഞാൻ നോക്കിയിരിക്കെ, കാക്കകൾ മുറ്റത്തുനിന്ന് ഒതുക്കുകളിലേക്ക് കയറി. എന്റെ വിരലുകളിലും ശബ്ദത്തിലും ഭാരം വീണതായി എനിക്കു തോന്നി. അനങ്ങാനേ കഴിയുന്നില്ലല്ലോ. മൂന്നു കാക്കകൾ. ഒതുക്കുകളിലിരുന്ന് അവ വൃത്തിയായി എന്നെ ചെരിഞ്ഞുനോക്കുന്നു. മൂവരും ഒന്നിച്ചു കുറുകി എന്തോ ഉറപ്പിക്കുന്നു. എനിക്ക് ഭയമായിത്തുടങ്ങി. കാലവും കൊണ്ടെത്തിയ കാക്കകൾ എന്നെത്തന്നെ തുറിച്ചുനോക്കുന്നു. ഒറ്റക്കണ്ണിൽ ചൂഴ്ന്നെടുക്കുന്നു.

പതുക്കെ, വളരെപ്പതുക്കെ അവ ഒതുക്കുകൾ കയറി കോലായിലെത്തി. വിരലുകൾ പിറകോട്ട് വകഞ്ഞ് സിമന്റുതറയിൽ കോലം വരയുന്നതുപോലെ പാടുകളുണ്ടാക്കുന്നു. ഇതെല്ലാം എന്റെ മുന്നിൽ നടക്കുന്ന കാര്യങ്ങൾ തന്നെയാണ് എന്ന് സ്വയം വിശ്വസിപ്പിക്കാൻ ശ്രമിക്കുന്നതിനിടയിൽ, പെട്ടെന്ന്, വളരെപ്പെട്ടെന്ന്, അവ ചിറകുകളടിച്ച് പറന്നുപൊങ്ങി വായുവിൽ ഇത്തിരിനേരം നിശ്ചലമായി നിന്ന് ശരംപോലെ അകത്തേക്ക് പറക്കുന്നു....

....അകത്തേക്ക്.... അകത്തേക്ക്....

കാക്കകൾ ശരംപോലെ അകത്തേക്കു പറക്കുന്നു.

●

www.ingramcontent.com/pod-product-compliance
Lightning Source LLC
LaVergne TN
LVHW040750051026
849519LV00007BA/2507